ഐവരും മൂവരും

നാട്ടുജീവിതവിചാരങ്ങൾ

കെ.ബാലകൃഷ്ണൻ നമ്പ്യാർ

കൈരളി ബുക്സ്

Malayalam Language
Aivarum Moovarum
Naattujeevithavicharangal
(Nattarivu Patanangal)
by
K Balakrishnan Nambiar

♦

Published in October 2022
by Kairali Books Private Limited
Thalikkavu Road, Kannur.
Ph : 0497-2761200
E-Mail : Kairalibooksknr@gmail.com

♦

Cover Design :
Sandeep eye view

♦

Type Setting
Eyeview, Kanhangad

Price ₹ : 230.00
58/22-23/Sl.No.1366/300/NS 18.6
ISBN 978-93-94472-19-8

ജീവചരിത്രക്കുറിപ്പ്

കെ ബാലകൃഷ്ണൻ നമ്പ്യാർ (1940-2020)

1940 ഡിസംബർ 6 ന് ഇന്നത്തെ കണ്ണൂർ ജില്ലയിലെ കരിവെള്ളൂർ വടക്കുമ്പാട് കണിച്ചുവീട്ടിൽ ജനനം. അമ്മ കണിച്ചുവീട്ടിൽ പാർവ്വതി അമ്മ. അച്ഛൻ കുപ്പാടക്കൻ കൃഷ്ണൻ നമ്പ്യാർ, സംസ്കൃതപണ്ഡിതനും കവിയും അധ്യാപകനും ജ്യോതിഷിയും ബഹുഭാഷാവിദഗ്ധനും പൊതുപ്രവർത്തകനുമായിരുന്നു. കാസറഗോഡ് ജില്ലയിലെ (അന്നത്തെ ദക്ഷിണകർണ്ണാടകം) മാണിയാട്ടുള്ള കുപ്പാടക്കത്ത് കുടുംബവീട്ടിലാണ് വളർന്നത്. അച്ഛൻ പ്രധാനാധ്യാപകനായിരുന്ന ചന്തേര ബോർഡ് എലിമെന്ററി സ്കൂളിലും (ഇന്നത്തെ ചന്തേര യു.പി. സ്കൂൾ) തുടർന്ന് ഉദിനൂർ സെൻട്രൽ യു.പി.സ്കൂളിലും പ്രാഥമികവിദ്യാഭ്യാസം. ഹൈസ്കൂൾ പഠനം തൃക്കരിപ്പൂർ ഗവ. ഹൈസ്കൂളിൽ (1954-57). തുടർന്ന് കണ്ണൂർ ഗവ. ട്രെയ്നിങ് സ്കൂളിൽ അധ്യാപകപരിശീലനം (ടി.ടി.സി). 1959 ൽ അധ്യാപനജീവിതം ആരംഭിച്ചു. കിണാനൂർ-കീഴ്മാല, പടന്നക്കടപ്പുറം എന്നിവിടങ്ങളിൽ അധ്യാപകനായശേഷം മാതൃവിദ്യാലയമായ ചന്തേര യു.പി.സ്കൂളിൽ ദീർഘകാലം പ്രവർത്തിച്ചു. പ്രൈവറ്റായി മലയാളം വിദ്വാൻ പരീക്ഷ പാസായതിനെത്തുടർന്ന് ഹൈസ്കൂൾ മലയാളം അധ്യാപകനായി സ്ഥാനക്കയറ്റം കിട്ടി ഗവ. ഹൈസ്കൂൾ, ഉദുമ, ഗവ. ഫിഷറീസ് ഹൈസ്കൂൾ, ബേക്കൽ എന്നിവിടങ്ങളിൽ പ്രവർത്തിച്ച ശേഷം ചന്തേര ഗവ. ഹൈസ്കൂളിൽ (ഇപ്പോഴത്തെ പിലിക്കോട് ഗവ. ഹയർ സെക്കണ്ടറി സ്കൂൾ) മലയാളം അധ്യാപകനാവുകയും 1996 മാർച്ചിൽ വിരമിക്കുകയും ചെയ്തു.

അച്ഛനോടൊപ്പമുള്ള ജീവിതം സാഹിത്യത്തിലേക്കും കവിതയിലേക്കും അധ്യാപനത്തിലേക്കുമുള്ള താൽപ്പര്യങ്ങളെ രൂപപ്പെടുത്തി. ഭാഷാധ്യാപനം, കവനം, പ്രസംഗം, പൊതുപ്രവർത്തനം എന്നീ മേഖലകളിൽ അച്ഛൻ നടന്ന വഴികൾ മകനും സ്വീകാര്യമായി. സ്കൂളുകളിൽ പ്രധാനമായും മലയാളമാണ് പഠിപ്പിച്ചത്. കവിതാധ്യാപനവേളയിൽ പാരായണത്തിലും സ്ഫുടതയിലും ആസ്വാദനത്തിലും ചെലുത്തിയ നിഷ്കർഷ ശിഷ്യർക്ക് പ്രിയങ്കരമായിത്തീർന്നു. സ്വന്തമായി കവിതകൾ എഴുതുകയും അവതരിപ്പിക്കുകയും പ്രസിദ്ധീകരിക്കുകയും ചെയ്തു. ഐതിഹ്യങ്ങൾ,

കാവ്യങ്ങൾ, നാട്ടുചരിത്രം എന്നിവ പ്രതിപാദിക്കുന്ന പ്രസംഗങ്ങളിലൂടെ സാംസ്കാരികസദസ്സുകളിൽ ശ്രദ്ധേയനായി. കോഴിക്കോട്, കണ്ണൂർ ആകാശവാണികളിൽ പലതവണ പ്രഭാഷണങ്ങൾ നടത്തി. മാണിയാട്ടു കേന്ദ്രീകരിച്ചു നടന്ന സാംസ്കാരികപ്രവർത്തനങ്ങളിൽ പങ്കാളിയായി. വിജ്ഞാനദായിനി വായനശാലയുടെ സജീവപ്രവർത്തകനും സെക്രട്ടറിയുമായിരുന്നു. അധ്യാപകസംഘടനാരംഗത്തും പ്രവർത്തിച്ചു.

1992 ൽ എഴുതി പ്രസിദ്ധീകരിച്ച *വിദ്വാൻ പി കേളുനായർ-ജീവിതവും കൃതികളും* എന്ന ഗ്രന്ഥത്തിലൂടെ അന്നുവരെ വ്യക്തികളുടെ ഓർമ്മകളിൽ മാത്രമായി പരിമിതപ്പെട്ടുപോയിരുന്ന വിദ്വാൻ പി. കേളുനായരുടെ ജീവിതത്തെ രേഖപ്പെടുത്തിവെച്ചു. ഏഴു പതിറ്റാണ്ടുകൾക്കിപ്പുറം കേളുനായർ വീണ്ടും സജീവമായ സാംസ്കാരികശ്രദ്ധയിലേക്കു വന്നത് ഈ ഗ്രന്ഥത്തിനുശേഷമാണെന്നു പറയാം. ഈ ഗ്രന്ഥം 2018 ൽ കേരള സാഹിത്യ അക്കാദമി പുന:പ്രസിദ്ധീകരിച്ചു. വടക്കേവടക്കൻ സാംസ്കാരികജീവിതത്തെക്കുറിച്ചുള്ള തുടരന്വേഷണങ്ങൾ *വടക്കൻ വെളിച്ചങ്ങൾ* എന്ന ഗ്രന്ഥത്തിന്റെ പിറവിയിലെത്തിച്ചേർന്നു. തന്റെ ദേശത്ത് അധികമാരാലും ശ്രദ്ധിക്കപ്പെടാതെ ജീവിച്ച് മൺമറഞ്ഞ ആചാര്യതുല്യരായ പ്രതിഭകളെ പരിചയപ്പെടുത്തുന്ന ഗ്രന്ഥമായിരുന്നു അത്. നാടകം, കഥകളി മുതലായ രംഗകലകളുമായി ബന്ധപ്പെട്ട സാങ്കേതികസംജ്ഞകളെ പരിചയപ്പെടുത്തുന്ന *രംഗായനം* എന്ന നാടകനിഘണ്ടു സാംസ്കാരികവകുപ്പ് പ്രസിദ്ധീകരിച്ചു. പിതാവായ കെ.കെ.കൃഷ്ണൻ നമ്പ്യാരുടെ ജന്മശതാബ്ദിയോടനുബന്ധിച്ച് സ്മാരകഗ്രന്ഥം പുറത്തിറക്കിയതിലൂടെ അദ്ദേഹത്തിന്റെ ജീവിതം രേഖപ്പെടുത്തുവാനും ലഭ്യമായ രചനകളെ ശേഖരിക്കുവാനും സാധിച്ചു. സമീപപ്രദേശങ്ങളിലെ ആഘോഷങ്ങളുമായും മറ്റു സവിശേഷ സന്ദർഭങ്ങളുമായും ബന്ധപ്പെട്ടു പുറത്തിറങ്ങിയ നിരവധി സ്മരണികകളിൽ പ്രാദേശികചരിത്രം, ഐതിഹ്യം, ഭാഷാവൈവിധ്യം എന്നിവയെക്കുറിച്ച് ലേഖനങ്ങളെഴുതി. കാസറഗോഡൻ ജീവിതത്തിന്റെ സാംസ്കാരികപ്രകൃതത്തെയും പുരാവൃത്തങ്ങളെയും ഭാഷാജീവിതത്തെയും ഗവേഷണതാല്പര്യത്തോടെ അന്വേഷിക്കുവാനും തെളിഞ്ഞു വരുന്നവ കുറിച്ചുവെക്കാനും ശ്രദ്ധിച്ചു. അന്തരിക്കുന്നതിനു തൊട്ടുമുമ്പുവരെയും വായനയും എഴുത്തും തുടർന്നു.

സഹോദരിമാർ കെ. വി കല്യാണി അമ്മയും കെ.വി. ജാനകി അമ്മയും അന്തരിച്ചു. സഹോദരൻ കെ.വി ഭാർഗവൻ. 1968 ൽ മാണിയാട്ടുതന്നെയുള്ള അമ്മാമന്റെ മകളായ എം വി രാധയെ വിവാഹം കഴിച്ചു. അവർ നീലേശ്വരം രാജാസ് ഹൈസ്കൂളിലെ സംസ്കൃതാധ്യാപികയായിരുന്നു. 1978 ൽ കവിത എന്ന സ്വന്തം വീട്ടിലേയ്ക്ക് താമസം മാറ്റി. രാജാസ് എൽ പി സ്കൂൾ പ്രധാനാധ്യാപികയായ വനജ എം.വി, കോട്ടയ്ക്കൽ ആയുർവേദ കോളെജിലെ പ്രൊഫസർ ഡോ. എം.വി വിനോദ്കുമാർ, കോഴിക്കോട് മിംസ് ഹോസ്പിറ്റലിലെ കൺസൾട്ടൻറ് എൻറോക്രൈനോളജിസ്റ്റ് ഡോ. എം.വി. വിമൽ എന്നിവർ മക്കളാണ്. പ്രശസ്ത എഴുത്തുകാരനും റിട്ട. ഹെഡ്മാസ്റ്ററുമായ ഇ.പി. രാജഗോപാലൻ, ആയുർവേദവകുപ്പിൽ സീനിയർ മെഡിക്കൽ ഓഫീസറായ ഡോ. പി.ജി

ബീന, ആരോഗ്യവകുപ്പിൽ അസിസ്റ്റൻറ് സർജനായ ആയ ഡോ. ഇ.ടി സുമംഗല എന്നിവർ മരുമക്കളാണ്. അപർണ്ണ, ജയകൃഷ്ണൻ, അരവിന്ദ്, പ്രദ്യോത്, നീത, നവനീത് എന്നിവർ പേരമക്കളാണ്. അപർണയുടെ ഭർത്താവ് കൃഷ്ണരാജ്. മക്കൾ മാധവ്, കേശവ്.

2020 ഒക്ടോബർ 24 ന് തന്റെ എൺപതാം വയസ്സിൽ കെ. ബാലകൃഷ്ണൻ നമ്പ്യാർ നിര്യാതനായി.

ആമുഖം

സമന്വയത്തിന്റെ തെളിവുകൾ

മലയാളത്തോടൊപ്പം സംസ്കൃതവും ചെറുപ്പത്തിലേ ശ്രദ്ധിക്കാനുള്ള സാഹചര്യം കെ.ബാലകൃഷ്ണൻ നമ്പ്യാർക്ക് ഉണ്ടായിരുന്നു. പിതാവായ കുപ്പാടക്കൻ കൃഷ്ണൻ നമ്പ്യാർക്ക് സംസ്കൃതത്തിൽ നല്ല അറിവുണ്ടായിരുന്നതാണ് കാരണം. വീട്ടിൽ വെച്ച് പൂരക്കളി പണിക്കന്മാർക്കും ഭാഷാദ്ധ്യാപകർക്കുമെല്ലാം അച്ഛൻ സംസ്കൃതം ക്ലാസെടുക്കുന്നതും ആ ഭാഷയിലുള്ള നാടകകാവ്യാദികൾ വായിക്കുന്നതും കുട്ടിക്കാലം തൊട്ട് താൻ ശ്രദ്ധിക്കുന്നതാണ്. സംസ്കൃതത്തിന്റെ സ്വഭാവം ഇങ്ങനെയാണ് ആ മനസ്സിൽ ഇടംപിടിക്കുന്നത്. അച്ഛന് ഇംഗ്ലീഷിലും നല്ല അറിവും പ്രയോഗസാമർത്ഥ്യവും ഉള്ള കാര്യവും ബാല്യത്തിലേ ആ മകൻ ശ്രദ്ധിച്ചു പോന്നു. അങ്ങനെ മലയാളമടക്കം മൂന്നു ഭാഷകളിൽ ലോകത്തെ അറിയാനുള്ള സാഹചര്യം തനിക്കുണ്ടായി. തുടർന്ന് ഹിന്ദി പഠിക്കാനുള്ള താല്പര്യം കൂടി ഉണ്ടാവുകയും തത് സംബന്ധിയായ പരീക്ഷകൾ എഴുതാൻ ശ്രദ്ധിക്കുകയും ചെയ്തു. പാണ്ഡിത്യം എന്ന വാക്കുകൊണ്ട് സാധാരണനിലയിൽ ഉദ്ദേശിക്കുന്ന സംസ്കാരവും ജിജ്ഞാസയും ഓർമ്മശക്തിയും അദ്ധ്യാപന സന്നദ്ധതയും ആവിഷ്കാരശേഷിയും അവസാനകാലം വരെയും ബാലകൃഷ്ണൻ നമ്പ്യാർ നിലനിർത്തിയിരുന്നു. ഈ പ്രകൃതത്തിന്റെ പ്രകാശനമാണ് അദ്ദേഹത്തിന്റെ ലേഖനങ്ങളിലെല്ലാം കാണുന്നത്. കവിതയെഴുത്ത് ഉണ്ടായിരുന്നെങ്കിലും തന്റെ മാദ്ധ്യമമായി സ്വയം തെരഞ്ഞെടുത്തിരുന്നത് പ്രബന്ധം എന്നതുതന്നെയായിരുന്നു. ഇംഗ്ലിഷിൽ കത്തിടപാടുകളും മറ്റും അനായാസമായി നടത്താറുണ്ടായിരുന്നു. പക്ഷെ വൈദേശികമായ ഭാവുകത്വം (sensibility) തന്നെ ഒട്ടുമാകർഷിച്ചിട്ടില്ല. ഇന്ത്യൻ എന്നും കേരളീയം എന്നും വിളിക്കാവുന്ന സാംസ്കാരികവ്യക്തിത്വമായിരുന്നു ബാലകൃഷ്ണൻ നമ്പ്യാരുടെത്.

നല്ല സംസ്കൃതജ്ഞാനമുള്ള പലർക്കും 'പുരോഗമന പരാങ്മുഖത്വം' കാണുന്നുണ്ട് എന്ന് പറഞ്ഞത് വലിയ സംസ്കൃതപണ്ഡി

തൻ കൂടിയായ എൻ.വി.കൃഷ്ണവാരിയരാണ്. ബാലകൃഷ്ണൻ നമ്പ്യാർ രണ്ടു തരത്തിൽ ആ അപകടത്തിൽ നിന്ന് രക്ഷപ്പെട്ടു. സമകാലികമായ കാര്യങ്ങളെ സമകാലിക യുക്തികൾ വെച്ചു തന്നെ മനസ്സിലാക്കാൻ സ്വയം ഒരുങ്ങി; ഫോക് ലോർ എന്ന് വ്യവഹരിക്കപ്പെട്ടു പോന്ന നാട്ടറിവുകളെ വികാരപരമായും വിചാരപരമായും തിരിച്ചറിയാൻ സദാ സന്നദ്ധത കാട്ടി. കാളിദാസൻ മെച്ചം; കളിയാട്ടം മ്ലേച്ഛം എന്ന ചിന്ത ഉണ്ടായില്ല. ക്ലാസിക്കലും ഫോക്കും ഒരേ പ്രാധാന്യത്തോടെ പഠിക്കേണ്ടതുണ്ട് എന്നതായിരുന്നു തീരുമാനം. നാട്ടറിവും കീഴാളയറിവും രണ്ടാംതരമാണെന്ന് വിചാരിച്ചില്ല. ഈ നിലപാടിന്റെ കനികളാണ് ഈ പുസ്തകത്തിൽ സമാഹരിക്കുന്ന എല്ലാ ലേഖനങ്ങളും.

ഫോക്‌ലോർ എന്ന വാക്ക് ഇന്നാട്ടിൽ പ്രചരിക്കുന്നതിന് മുൻപു തന്നെ ഇതു സംബന്ധിച്ച തന്റെ കാഴ്ചപ്പാട് രൂപം കൊണ്ടിരുന്നു. സ്വന്തം ഗ്രാമത്തിലും സമീപ ഗ്രാമങ്ങളിലും കാണുന്ന കളിയാട്ട ഘടനയെയും തെയ്യം, പൂരക്കളി, മറത്തുകളി തുടങ്ങിയ ഫോക് ആവിഷ്കാരങ്ങളെയും ആ നാട്ടിലെ ഒരാൾ എന്ന നിലയിൽ കാണുക എന്നതായിരുന്നു രീതി. ഏറെയും വിവരണാത്മകമായ ആഖ്യാനത്തിലാണ് ശ്രദ്ധിച്ചുപോന്നത്. അത് സൂക്ഷ്മതയോടെ ചെയ്യാൻ ക്ഷമ കാട്ടി. ഒരു കളിയാട്ട സ്ഥലത്തെ അല്ലെങ്കിൽ പൂരക്കളി വേദിയിലെ ഇനങ്ങൾ വെവ്വേറെ ശ്രദ്ധിക്കുമ്പോൾത്തന്നെ അവയുടെ പരസ്പര ബന്ധം കണ്ടറിയുകയും അതിലെ അടിസ്ഥാനതത്വമെന്താണ് എന്ന് നിർദ്ദേശിക്കുകയുമാണ് ബാലകൃഷ്ണൻ നമ്പ്യാരുടെ സമ്പ്രദായം.

പാശ്ചാത്യമായ ഫോക് ലോറിസ്റ്റിക്സ് പരിചയിക്കുക എന്നത് ഒരു ഘട്ടത്തിലും അദ്ദേഹത്തിന്റെ താല്പര്യമായിരുന്നില്ല. അതിനാൽ ഈ എഴുത്തുകൾക്ക് വല്ലാത്തൊരു നാടത്തം ഉണ്ട്. കളിയാട്ടം പോലെത്തന്നെയാണ് ഈ ലേഖനവിദ്യ.

പുരാവൃത്തങ്ങൾ ഉണ്ട് എന്നും അതാണ് കളിയാട്ടങ്ങളിലെ ഒരു ചരിത്രപരമായ ഇനം എന്നും ബാലകൃഷ്ണൻ നമ്പ്യാർക്ക് ഉറപ്പായിരുന്നു. പുരാവൃത്തങ്ങൾ അപ്പടി ചരിത്രമല്ല; എന്നാൽ പഴയ ജീവിതത്തിന്റെ അടയാളങ്ങൾ അവയിൽ ഉണ്ട്. അവയെ മൊത്തത്തിൽ അശാസ്ത്രീയം എന്ന് തള്ളിക്കളയുന്നതിൽ കാര്യമില്ല എന്ന ധാരണ എന്നും അദ്ദേഹത്തിന്റെ ഒപ്പം ഉണ്ടായിരുന്നു. ഇതു സംബന്ധിച്ച വലിയ ഗവേഷണ പ്രവർത്തനങ്ങൾക്കൊന്നും താൻ മുതിർന്നിട്ടില്ല. തന്റെ പ്രതീതികളും ബോധ്യങ്ങളും അണിനിരത്താനാണ് ശ്രദ്ധിച്ചത്. അത് സമകാലികമായ സമൂഹ സങ്കല്പത്തിനും യുക്തിയ്ക്കും ഇണങ്ങുന്നതാണ് എന്ന് സാമാന്യമായി കാണാവുന്നതാണ്.

ഈ സമാഹാരത്തിലെ ഒന്നാമത്തേതും ഏറ്റവും ദീർഘവുമായ ലേഖനം തന്റെ കുടുംബപാരമ്പര്യവുമായി (പയ്യാടക്കൻ തറവാട്) ചേർന്നു നിൽക്കുന്ന കുനുത്തൂർ മാടം പുള്ളൂർ (പുലിയൂർ) കാളി അറയിൽ മൂന്നു കൊല്ലത്തിലൊരിക്കൽ നടത്തുന്ന മൂന്നു ദിവസ

ത്തെ കളിയാട്ടത്തിന്റെ ഭാഷാ മാധ്യമത്തിലുള്ള വിശദമായ ഡോക്യുമെന്റ്ഷനാണ് അതിൽ. വിശ്വാസം, പുരാവൃത്തം, അനുഷ്ഠാന ഘടനകൾ, സ്ഥലവൃത്താന്തം, തറവാട്ടുചരിത്രം, നാട്ടുചരിത്രം, യാത്രാചാരങ്ങൾ, തെയ്യാട്ടവിശേഷങ്ങൾ തുടങ്ങിയയെല്ലാം വിപുലമായി വിവരിക്കുകയാണ്. എല്ലാറ്റിനെയും ചേർത്തുനിർത്തുന്ന ആഖ്യാനമാണത്. മുൻകൂറായി തയ്യാറായ ഒരു രീതിശാസ്ത്രത്തിനൊത്തുള്ള ചിന്തയല്ല അവിടെയുള്ളത്. ഒന്നും വെട്ടിച്ചുരുക്കുന്നില്ല , കൂട്ടിയെഴുതുന്നുമില്ല.

ചെറുപ്പം തൊട്ടേ കേട്ടറിയുന്നതും കണ്ടറിയുന്നതുമായ കാര്യങ്ങൾ വെച്ചു കൊണ്ടുള്ള സൂക്ഷ്മവിവരണം . സിദ്ധാന്തവത്ക്കരണത്വരയിൽ പലപ്പോഴും മൂർത്തമായ ഇത്തരം വിവരണങ്ങളുടെ പ്രാധാന്യവും സാധ്യതയും വിസ്മരിക്കപ്പെടാറുണ്ട് എന്ന് അറിഞ്ഞിട്ടൊന്നുമല്ല ബാലകൃഷ്ണൻ നമ്പ്യാർ ഇത് എഴുതിവെച്ചിട്ടുണ്ടാവുക. പക്ഷെ വിവരനിബിഡതയും അവയുടെ ചേർച്ചയുടെ യുക്തിയും ഈ പ്രബന്ധത്തെ വ്യത്യസ്തവും പ്രസക്തവുമാക്കുന്നുണ്ട്.

ഇത് ശ്രദ്ധേയമായ ഒരു മാതൃകയാണ് (അപൂർണമാണ് ഈ ലേഖനം എന്നിരിക്കെത്തന്നെ). ആദിമുച്ചിലോട്ട് കാവായ കരിവെള്ളൂർ മുച്ചിലോട്ടുമായി അനുഷ്ഠാനപരമായി ബന്ധപ്പെട്ട തീക്കുഴിച്ചാൽ തുടങ്ങിയ സ്ഥാനങ്ങളുടെ (spatial points) ഗ്ലോസറി ഒരുക്കിയ ലേഖനത്തെപ്പറ്റിയും ഇങ്ങനെ തന്നെ പറയാം.

തെയ്യത്തെയും കഥകളിയെയും താരതമ്യം ചെയ്യാൻ സാധാരണ നിലയിൽ ആരും മുതിരുകയില്ല. ഒന്നാമത്തേത് അനുഷ്ഠാനമാണ് പരമാവധി അനുഷ്ഠാനകലയാണ്. രണ്ടാമത്തേത് ഉദാത്തമായ ക്ലാസിക്കൽ രംഗരൂപമാണ്.

അതിന്റെ അടിസ്ഥാനം നാട്യശാസ്ത്രം പോലുള്ള പ്രകൃഷ്ടഗ്രന്ഥങ്ങളാണ്. കഥകളിനടന്മാരിൽ ഇന്ന് കുറച്ചൊക്കെ അവർണ്ണർ ഉണ്ടെന്ന് വരികിലും കഥകളി ആഢ്യകലയായിത്തന്നെ തുടരുകയാണ്. ഈ സാഹചര്യത്തിൽ മേല്പറഞ്ഞ താരതമ്യം പ്രസക്തമേയല്ല. ഇങ്ങനെയൊരു അവസ്ഥ നിലനിൽക്കുന്ന തൊന്നും ബാലകൃഷ്ണൻ നമ്പ്യാരെ തന്റെ ഉദ്യമത്തിൽ നിന്ന് പിറകോട്ട് വലിച്ചിട്ടില്ല . ഈ സമാഹാരത്തിലെ 'തെയ്യവും കഥകളിയും' എന്ന ലേഖനത്തെപ്പറ്റിയാണ് പറയുന്നത്. ധീരമായ നീക്കമാണത്. വലിയ നേട്ടവും.

ഇംഗ്ലീഷിന്റെ സ്വാധീനമില്ലാത്ത, പക്ഷെ, സംസ്കൃതത്തിന്റെ സ്വാധീനമുള്ള ഭാഷയിലാണ് ഈ ലേഖനങ്ങൾ. വിവരണാത്മകതയും വിവരവിതരണവും ജനകീയമായ ഓർമ്മകളുടെ ശേഖരമൊരുക്കലുമാണ് ഇവിടെയുള്ളത്. അപ്പോൾത്തന്നെ എഴുത്തുകാരന്റെ വൈകാരികസാന്നിധ്യവും പങ്കാളിത്തനോഭാവവും വായിച്ചറിയാൻ കഴിയുന്നുണ്ട്. ഒരുപക്ഷെ ഈ സമാഹാരത്തെ സവിശേഷമാക്കുന്നത് അതാണ്. വെറും പാണ്ഡിത്യം കൊണ്ടുണ്ടായ എഴുത്തുകളല്ല ഇവ.

ഉള്ളടക്കം

ഐവരും മൂവരും: പ്രാദേശികപുരാവൃത്തം

പൂർവ്വകഥയും ഐതിഹ്യങ്ങളും

നൃത്താവസാനേ നടരാജരാജോ
നനാദ ഢക്കാം നവപഞ്ചവാരം
ഉദ്ധർത്തുകാമ: സനകാദി സിദ്ധാൻ
ഏതദ് വിമർശേ ശിവസൂത്രജാലം

ചന്ദ്രക്കലയെ ചൂഡാമണിയും വാസുകിയെ കൈവളയുമായി വഹിച്ച സാക്ഷാൽ കൈലാസനാഥൻ പലപ്പോഴും രോഷവും വിസ്മയവും കൊണ്ട് അന്ധനാവുകയും ദേവന്മാർക്കും മനുഷ്യർക്കും അസുരർക്കുമൊരുപോലെ ഭയം ജനിപ്പിക്കുകയും ചെയ്തു. ഈ ഭയം അഭയവും അനുഗ്രഹവുമായി മാറിയതിന്റെ ഉദാഹരണങ്ങളും നിരവധി. ഇടയ്ക്ക കൊട്ടി പാട്ടുപാടി നൃത്തം ചെയ്യാറുള്ള തന്റെ ഒരു ദിവസത്തെ പരിപാടിയുടെ പരിസമാപ്തിയിൽ വ്യാകരണശാസ്ത്രത്തിന്റെ അടിസ്ഥാന തത്വങ്ങളായ മാഹേശ്വരസൂത്രങ്ങൾ[1] ശിവസൂത്രജാലം- സനകാദി സിദ്ധന്മാരെ ഉയർത്തിക്കൊണ്ടുവരുന്നതിലേക്കായി സൃഷ്ടിക്കപ്പെട്ടു. ചീരത്തലപോലെ സാക്ഷാൽ ബ്രഹ്മാവിന്റെ തല നുള്ളിയെടുത്ത നടരാജരാജൻ പതിനാലു തവണ ഢക്കാവാദനം ചെയ്തതിൽ നിന്നാണത്രേ പതിനാലു സൂത്രങ്ങൾ വെളിപ്പെട്ടതെന്ന് സിദ്ധാന്തകൗമുദിയുടെ സൂത്രവ്യാഖ്യാനത്തിന്റെ തുടക്കത്തിൽ പഠിക്കാം. നന്ദികേശ്വരകൃതമാണ് ശ്ലോകം. സതീദേവിയുടെ ദേഹത്യാഗവാർത്തകേട്ടു ഞെട്ടിത്തെറിച്ച ശിവക്രോധാഗ്നിയിൽ നിന്നും വീരഭദ്രനും ഭദ്രകാളിയും പൊട്ടിപ്പുറപ്പെട്ടു. അവർ യാഗഭൂമിയിലെത്തി കാട്ടിക്കൂട്ടിയ വിക്രിയകൾക്കു കണക്കില്ല. ഭൃഗുമ

ഹർഷിയുടെ താടി ചുരണ്ടി അഗ്നിയിൽ ഹോമിക്കുകവരെ ചെയ്തു. ദക്ഷയാഗം കഥകളിയിൽ ഈ രണ്ട് കഥാപാത്രങ്ങൾ കാണികളിൽ അത്ഭുതം സൃഷ്ടിക്കും.

ഉത്തരകേരളത്തിലെ ദേവീക്ഷേത്രങ്ങളിൽ പല രൂപഭാവഭേദങ്ങളിൽ ഇതേ ഭദ്രകാളിയെത്തന്നെയാണ് ആരാധിച്ചുപോരുന്നത്. കാളിയുടെ ആട്ടം കാളിയാട്ടം. അത് കളിയാട്ടമായി മാറുന്നു എന്നു പണ്ടേ സി.എം.എസ് ചന്തേര[2] അഭിപ്രായപ്പെട്ടു. ഗണപതിയും സുബ്രഹ്മണ്യനും - ഗജമുഖനും അറുമുഖനും - പാർവ്വതീപരമേശ്വരപുത്രന്മാരായി അയോനിജരായി ജനിച്ചവരാണ്. യഥാകാലം പാർവ്വതി ഗർഭം ധരിച്ച് കാലമെത്തുമ്പോൾ പ്രസവിച്ചവരല്ലെന്നർത്ഥം. ഗണപതിയുടെയും സുബ്രഹ്മണ്യന്റെയും ജനനകഥകൾ വാമനമഹാപുരാണം 54-57 അദ്ധ്യായങ്ങളിൽ ഭാഷാഗദ്യരൂപത്തിൽ വായിക്കാം. മറ്റൊരവസരത്തിൽ ഭൂലോകവാസികൾ (മനുഷ്യർ) വസൂരി, കുഷ്ഠം തുടങ്ങിയ മഹാരോഗങ്ങളിൽ നിന്ന് തങ്ങൾക്ക് രക്ഷ നൽകണമെന്ന അപേക്ഷയുമായി മഹാദേവനെ സമീപിക്കുകയുണ്ടായി. അപ്പോൾ അവരുടെ അഭ്യർത്ഥന മാനിച്ചെന്നവണ്ണം ഉദ്ധതനൃത്തമാടിയ ശിവൻ ആ പ്രത്യേകസന്ദർഭത്തിൽ "പൊള്ളക്കനൽക്കണ്ണും വളഞ്ഞെകിർവിറയും നാവും ഉള്ളം തെളിഞ്ഞു തൃക്കരത്തിൽ ദീപികക്കോലുമായി'' ശക്തിസ്വരൂപിണിയും പുണ്യദർശനയുമായ ഒരു സ്വരൂപത്തെ തോറ്റിച്ചമച്ചു. ആ ദേവകന്യകയെ രഥത്തിൽ കയറ്റി ഭൂമിയിലേയ്ക്കയക്കാൻ ഏർപ്പാടു ചെയ്തു. കൈലാസശൈലം വലം വെച്ച് ശിവാംശസംഭൂതയായ ഭുവനിമാതാവ് ഭൂമിയിലേക്കിറങ്ങിവന്നു. ഇത്രയും മുച്ചിലോട്ട് ഭഗവതിയുടെ പുരാവൃത്തത്തിന്റെ പൂർവ്വഭാഗം. ഇനിയും കഥയുടെ മറ്റൊരു തലത്തിലേയ്ക്ക് നാം കടക്കുക.

തെക്കു കോരപ്പുഴയും വടക്ക് നേത്രാവതിപ്പുഴയും പടിഞ്ഞാറ് അറബിക്കടലും കിഴക്ക് കുടകുമലനിരയും അതിരിട്ട ഒരു വലിയ പ്രദേശമായിരുന്നു വളരെ മുമ്പേ കോലത്തുനാട് അഥവാ കോലസ്വരൂപം. രാമഘടമൂഷികൻ ഏഴിമലയ്ക്കടുത്ത് രാമന്തളിയിൽ സ്ഥാപിച്ച പ്രസ്തുത കോവിലകം പിൽക്കാലത്ത് അൽപ്പമകലെ ചിറയ്ക്കലിലേയ്ക്ക് മാറ്റപ്പെട്ടു. കോലാര്യവർഗ്ഗത്തിൽപ്പെട്ട ഒരു രാജകുമാരിയടക്കമുള്ള ഒരു ചെറിയ സംഘം ഉത്തരേന്ത്യയുടെ തെക്കുകിഴക്കേഭാഗത്തുനിന്ന് ശത്രുക്കളുടെ ആക്രമണം ഭയന്ന് ആദ്യം പടിഞ്ഞാറോട്ട് കടൽത്തീരത്തേക്കും, പെട്ടെന്ന് അവിടെ കണ്ട ഒരു പൊങ്ങുതടിയിൽ (മരക്കലം) കയറി തെക്കോട്ടേക്കും യാത്രചെയ്യുകയായിരുന്നു.

ഉഡുപം തു പ്ലവ: കോലഃ

അമരകോശത്തിലെ ഈ വരിയിൽ നിന്നും മൂന്നും തോണിയുടെ പര്യായമാണെന്നു കിട്ടുന്നു. അങ്ങനെ നെന്മേനിവാകമരങ്ങൾ തണൽ വിരിച്ച് ആതിഥ്യമരുളിയ രാമന്തളി കടപ്പുറത്ത് അവർ കരക്കിറങ്ങി. രാമൻ + തളി = രാമന്തളി. സ്ഥലിയുടെ തദ്ഭവം തളി. തളിയാൽ, തളിയാതിരി ഈ പദങ്ങൾ ശ്രദ്ധിക്കുക. നെന്മേനിവാകയ്ക്ക് സംസ്കൃതത്തിൽ മൂഷികം എന്നു പേരുണ്ട്. പല അമ്മദൈവങ്ങളും ഇങ്ങനെ പൊങ്ങുതടിയിൽ (മരത്തടികൾ കൂട്ടിക്കെട്ടിയത്, ചങ്ങാടം പോലെ പൊങ്ങിക്കിടക്കുന്നത്) കയറിയാണ് മലനാട്ടിലെത്തിയതെന്നും ഇതിനോടു ചേർത്തുവായിക്കാം. പൂർണ്ണഗർഭിണിയായിരുന്ന രാജകുമാരി വാകമരച്ചോട്ടിൽ പ്രസവിച്ച കുഞ്ഞാണ് ഇരാമകുടമൂവർ (അന്നത്തെ ഭാഷയിലെ പേര്). സംസ്കൃതത്തിൽ രാമഘടമൂഷികൻ. മലയാളം തമിഴിൽനിന്നും പൂർണ്ണമായും വേർപിരിഞ്ഞ് വന്നിട്ടില്ലാത്ത-ഏകദേശം എട്ടുനൂറ്റാണ്ട് പഴക്കമുള്ള-ഒരു കാലമാണിതെന്ന് കണക്കുകൂട്ടാം. ഇക്കാര്യങ്ങൾ പണ്ഡിതനും ഗവേഷകനും പ്രഭാഷകനുമായിരുന്ന ചിറക്കൽ തയ്യിൽ ബാലകൃഷ്ണൻ നായർ നിരീക്ഷിച്ചിട്ടുണ്ട്. അദ്ദേഹം കോവിലകത്തെ രാമവർമ്മ മഹാരാജാവിന്റെ പുത്രനായിരുന്നുവല്ലോ. അതുകൊണ്ടുതന്നെ അവിടുത്തെ ഗ്രന്ഥശേഖരം സ്വാതന്ത്ര്യത്തോടെ ഉപയോഗിക്കാൻ അദ്ദേഹത്തിനു സാധിച്ചിരുന്നുവെന്നും കരുതണം. പതിനാലാം നൂറ്റാണ്ടിൽ ജീവിച്ച അതുലൻ സംസ്കൃതഭാഷയിൽ എഴുതിയ മൂഷികവംശം മഹാകാവ്യം പ്രസ്തുത ചരിത്രം വ്യക്തമാക്കുന്നു.

അക്കാലത്ത് വടക്കേ മലബാർ എന്ന പേർ ചൊല്ലി വിളിച്ചിരുന്ന ഭൂപ്രദേശം കോരപ്പുഴയ്ക്ക് വടക്ക് പുരാതനരാജവംശങ്ങളായിരുന്ന കോലത്തിരി, കുറുമ്പ്രാതിരി, കടത്തനാട് എന്നിവ ചേർന്ന പ്രദേശമായിരുന്നു. കോലസ്വരൂപത്തിന് തെക്കിളങ്കൂർ, വടക്കിളങ്കൂർ എന്നീ രണ്ടു ശാഖകളുണ്ടായിരുന്നു. വടക്കിളങ്കൂർ പിൽക്കാലത്തെ ഇളയിട (അള്ളട)സ്വരൂപം (നീലേശ്വരം രാജവംശം) ആയിത്തീർന്നു. സ്വരൂപാചാരങ്ങളും ഏകദേശം ഒരുപോലെ ആയിരുന്നു. കോലത്തരി രാജവംശത്തിന്റെ അധികാരാരോഹണസമയത്ത് കോലത്തിരി തമ്പുരാന്റെ തെക്കോട്ടുപിടിച്ച (വലത്തെ) കൈയ്യിലും വടക്കോട്ടുപിടിച്ച (ഇടത്തേ) കയ്യിലും പഴയ നെന്മേനിവാകമരത്തോടുള്ള ആദരസൂചകമായി ഓരോ നെന്മേനിവാകപ്പൂങ്കുല പിടിക്കുമായിരുന്നു. മുമ്പിൽ കൊടിയിലയിൽ ഒരു വലിയ പൂക്കുലയും. അതായത്, അധിരോഹണത്തിന്റെ അടയാളമായി മൂഷികത്തെ കണക്കാക്കിയി

രുന്നുവെന്നർത്ഥം. ചുരുക്കത്തിൽ കോഴിക്കോടുമുതൽ മംഗലാപുരം വരെ (ഇന്നത്തെ കോഴിക്കോട്, വയനാട്, കണ്ണൂർ, കാസർഗോഡ് ജില്ലകളും ചില തുളുനാടൻ ഭാഗങ്ങളും) നീണ്ടുകിടക്കുന്ന ഈ നാടിന്റെ ഭൂമിശാസ്ത്രപരമായ പ്രത്യേകതകളും പരിഗണിക്കേണ്ടതുണ്ട്. പടിഞ്ഞാറു ഭാഗം മുഴുവൻ കടൽത്തീരം. കിഴക്കുഭാഗം മുഴുവൻ വനപർവ്വതനിരകൾ. ഈ വിശാലസ്ഥലിയുടെ വടക്കും വടക്കുകിഴക്കേ ഭാഗവും തുളുനാട് എന്ന പേരിൽ പ്രസിദ്ധമായി. കർണ്ണാടകലിപിയിൽ എഴുതി ശീലിച്ചുപോന്ന തുളുഭാഷയ്ക്ക് ഇപ്പോൾ ലിപിയും പുസ്തകങ്ങളുമൊക്കെ സ്വന്തമായി ഉണ്ടായിരിക്കുന്നു. തൗളവം (തുളുഭാഷ) സംസാരിക്കുന്നു - വ്യവഹാരഭാഷ. വരമൊഴി കന്നടയോ കൊങ്കിണിയോ ആയിരുന്നു. ഇപ്പോഴും കാസറഗോഡിനു വടക്കുള്ളവർക്ക് ഈ വാമൊഴിവ്യതിയാനം വരും. ഒരുകാലത്ത് ജൈനമതക്കാർ അധിവസിച്ചിരുന്ന തുളുനാട്, പ്രസ്തുതമതത്തിന്റെ ചട്ടക്കൂടുകളിൽ നിന്ന് പുറത്തുചാടുകയോ ശോഷണം സംഭവിക്കുകയോ പുതിയ അധിനിവേശമുണ്ടാവുകയോ ചെയ്തതോടെ,യാഥാസ്ഥിതിക നായർവാഴ്ച്ച (Nair Feudalist Hindu Kingdom) അധികാരത്തിൽ വരികയുണ്ടായി എന്നും മറ്റും വില്യം ലോഗന്റെ മലബാർ മാന്വലിൽ വായിക്കാം.

കുറച്ചുകൂടി വിശദീകരിക്കട്ടെ. ഏറനാട്, വള്ളുവനാട്, പോളനാട്, കുറുമ്പ്രനാട്, കോലത്തുനാട്, കടത്തനാട് എന്നിത്രയും മലബാറിലെ രാജ്യങ്ങൾ. അതുതന്നെ തെക്കേ മലബാർ, മദ്ധ്യമലബാർ, വടക്കേ മലബാർ എന്നിങ്ങനെയും നാമാന്തരം വരുത്തി വിളിച്ചു. അവിടങ്ങളിൽ ഏറാൾപ്പാട്, വള്ളുവക്കോനാതിരി, സാമൂതിരി, പൊർളാതിരി, കുറുമ്പ്രാതിരി, കോലത്തിരി (ഇടയിൽ കടത്തനാടും പഴശ്ശിയും വയനാടുമൊക്കെ കൂടിച്ചേർന്ന്) എന്നിങ്ങനെ രാജസംജ്ഞകൾ. വടക്കേ മലബാറിന്റെ വടക്കേ അറ്റത്തുനിന്നു തുടങ്ങി പഴയ തെക്കൻ കർണ്ണാടക ജില്ല, ബ്രിട്ടീഷ് സർക്കാറിന്റെ ആധിപത്യത്തിൽ മദിരാശി സംസ്ഥാനത്തു ഒരു തരത്തിലല്ലെങ്കിൽ മറ്റൊരു തരത്തിൽ 1956 നവമ്പർ ഒന്നു വരെ നിലനിന്നു. ഏതാനും ചരിത്രത്താളുകളിലും, കൃതികളുടെ ഏടുകളിലും ഐതിഹ്യങ്ങളിലും ഇവയുടെ ഗതകാല പശ്ചാത്തലം ഉറങ്ങിക്കിടക്കുന്നു. മാമാങ്കവും നിലപാടുതറയ്ക്കൽ നിൽക്കലും പടയാളികളുടെ മുന്നേറ്റവും എതിർപ്പുകളും തിരുനാവായയിൽ മണിക്കിണറിൽ ശവം വലിച്ചിടലുമൊക്കെയുൾക്കൊള്ളുന്ന മാമാങ്കം പല തരത്തിലും എഴുതപ്പെട്ടിരിക്കുന്നതു ശ്രദ്ധേയം. അതൊക്കെ ഒരു വിദൂരവീക്ഷണത്തിനു വിധേയമാക്കി ഏതാനും വരികൾ കുറിക്കാം.

കുറുമ്പ്രനാട് (കുറുമ്പുഴൈനാട്) - കുറുമ്പ്രാതിരി സ്വരൂപം ആയിരുന്നു. വടകരയിലെ പുതുപ്പണത്തിനടുത്തുള്ള മേപ്പയിൽ എന്ന സ്ഥലത്ത് പ്രബലനായ ഒരു നായർ ഫ്യൂഡലിസ്റ്റ് രാജാവ് ഭരണം നടത്തിയിരുന്നതായി ലോഗൻ രേഖപ്പെടുത്തുന്നു. പുതുപ്പണം കളരി, കോട്ട ഇവകൾക്ക് പേരുകേട്ട ഒരിടമായിരുന്നു. കുറുമ്പ്രനാടിന്റെ പടിഞ്ഞാറും കടലാണല്ലോ. കിഴക്കാകട്ടെ കർണ്ണാടകവും. ഘടോൽക്കചക്ഷിതി (മഹാഭാരതത്തിലെ ഭീമസേനന്റെ വനവാസകാലത്തെ പുത്രനാണല്ലോ ഘടോൽക്കചൻ) എന്ന വിശ്രുതനാമത്തിൽ അറിയപ്പെട്ടിരുന്ന കടത്തനാടും ഈ ചരിത്രത്തിൽ ഗണനീയമായ നിലനിൽപ്പ് നേടിയിട്ടുണ്ട്. അങ്കങ്ങൾ ഇവിടെ പലതു നടന്നു. വീരാരാധനാപ്രധാനങ്ങളായ പാട്ടുകളും കഥകളും ഗാനങ്ങളുമുണ്ടായി. (വടക്കൻ പാട്ടുകൾ: തച്ചോളി ഒതേനക്കുറുപ്പിന്റെയും ചേകോത്തിപ്പെൺകിടാവായ ഉണ്ണിയാർച്ചയുടെയും മറ്റും ചരിതങ്ങൾ). തച്ചോളി ഒതേനൻ പിലിക്കോട്ടെ പടക്കളത്തിൽ പടപൊരുതിയതിന്റെയും കഥകൾ നാം കേട്ടിട്ടുണ്ട്.

കടത്തനാടൻ ഗുരുക്കന്മാരും പ്രമാണിമാരും ഈഴവാഭ്യാസികളും അക്കാലത്തു വാഴ്ത്തപ്പെടുകയുണ്ടായി. അവർ ഏകകാലത്ത് പ്രഭുക്കന്മാരും പടയാളികളും നാടുവാഴികളുമൊക്കെയായി പരിലസിച്ചു. കുറുമ്പ്യാതിരി രാജാവ് പിന്നീട് കുറുമ്പ്രാതിരി വാണവർ എന്നൊരു പേരുമാറ്റത്തിനു വിധേയനായിരുന്നിരിക്കണം. സാമൂതിരി, കോലത്തിരി എന്നിവ പോലെ കുറുമ്പ്രാതിരിയും. രാജാവ്, വാണവൻ, നാടുവാഴി ഇവ തമ്മിൽ വലിയ വ്യത്യാസമുണ്ടായിരുന്നില്ല. വാണവരുടെ കാര്യാലോചനാസമിതി അംഗങ്ങളും പടനായകന്മാരുമായി വടകര, കൊയിലാണ്ടി, ബാലുശ്ശേരി ഭാഗങ്ങളിൽ മെയ്യൂക്കും കയ്യൂക്കും തികഞ്ഞ ഹിന്ദു നായർ ഫ്യൂഡലിസ്റ്റുകളുണ്ടായി[3]. വാണവരുടെ അധികാരപരിധി വടക്കുകർണ്ണാടകത്തിൽ കുടകരുടെ പടിഞ്ഞാറുള്ള തുളുവനത്തിലോളം-തുളുനാടിന്റെ കിഴക്കൻ കാടുകൾ-വ്യാപിച്ചിരുന്നുവെന്ന് വിചാരിക്കാൻ ന്യായം കാണുന്നുണ്ട്. അന്നത്തെ പടയാളികളിൽ പ്രമുഖനായിരുന്നു പയ്യാടക്കൻ കണ്ണക്കുറുപ്പ്. പയ്യാവൂർ അടക്കിവാണവരാണ് പ്രസ്തുത പ്രഭുക്കന്മാർ എന്നു പറഞ്ഞു കേൾക്കുന്നു. ഇപ്പോഴും തെയ്യങ്ങളുടെ ഉരിയാട്ടുഭാഷകളിൽ മടിയൻ കുറുപ്പ്, പയ്യാടക്കൻ കുറുപ്പ്, പള്ളിയത്തു നമ്പ്യാർ എന്നിങ്ങനെ സംബോധനകൾ കേൾക്കാനും സാധിക്കുന്നു. വടകരയ്ക്കടുത്തു തന്നെയാവണം ഇവരുടെ ജന്മദേശം. പയ്യാടക്കന്മാർ തിരൂരിനടുത്ത് കളരികെട്ടി അഭ്യാസമുറകളിലേർപ്പെട്ടു കഴിഞ്ഞുകൂടിയവരായിരുന്നുവെന്ന അഭിപ്രായവും കേൾക്കാനിടയായി.

എന്നാൽ, തുഞ്ചൻപറമ്പുമായി ബന്ധപ്പെട്ടപ്പോൾ അങ്ങനെയൊരു സൂചന ലഭിച്ചില്ല. വടകര പരിസരങ്ങളിൽ കളരിമുറകളും വടിവാൾ പയറ്റുകളും മറ്റും അഭ്യസിപ്പിച്ചിരുന്നതായി അറിയുകയും ചെയ്യുന്നു. പല കുറുപ്പന്മാരും ഇപ്പോൾ അതതു പേരുകളിൽ അറിയപ്പെട്ടിരുന്നില്ല. മഹാകവി കുട്ടമത്തിന്റെ കുടുംബസ്ഥാപകൻ ഉണിച്ചിണ്ടക്കുറുപ്പ് വടകരയിൽ നിന്നു ഇങ്ങോട്ടു പോന്നുവെന്നു തീർച്ചപ്പെട്ട സംഗതിയാണ്. പയ്യാടക്കൻ കുറുപ്പ്, പയ്യാടക്കത്തു നായരും (പയ്യാടക്കത്തകമ്പടി) മടിയൻ കുറുപ്പു മടിയൻനായരുമായി മാറി. "പട്ടർ കുറുപ്പോ പടക്കുറുപ്പോ" എന്നൊരു തമാശച്ചോദ്യവും കേട്ടിട്ടുണ്ട്. അലക്കുകാർ വണ്ണാത്തൻ കുറുപ്പന്മാരായി ഇപ്പോഴും ക്ഷേത്രങ്ങളിൽ സ്വകർത്തവ്യം നിർവ്വഹിച്ചുവരുന്നു.

വാണവർക്കു തുളുനാട്ടിലും ഒരാസ്ഥാനമുണ്ടായിരുന്നു. അദ്ദേഹം നേരിട്ടോ അനന്തിരവന്മാർ മുഖേനയോ തുളുനാടും ഭരിച്ചിരുന്നു. പയ്യാടക്കൻ കുറുപ്പിനു പുറമേ, വാണവരോടൊത്തോ, അതിനുമുമ്പു തന്നെയോ അധിനിവേശം ചെയ്തുവെന്ന് കരുതാവുന്ന കാട്ടൂർ, പയ്യൻ (തുളിച്ചേരിക്കുറുപ്പും മറ്റും) തുടങ്ങിയവരും അവിടുത്തെ താമസക്കാരായിരുന്നു. പിൽക്കാലത്തെന്നല്ല ഇപ്പോഴും കാട്ടൂർ നമ്പ്യാർക്കാണ് അവിടെ പ്രാധാന്യം സിദ്ധിച്ചത് എന്നു വ്യക്തമാവുന്നുണ്ട്. ആരംഭത്തിൽ തുളുനാട് വിജയനഗരസാമ്രാജ്യത്തിന്റെ അധീനതയിലുണ്ടായിരുന്നു. രാജാക്കന്മാരും വാണവന്മാരും താമസിച്ചിരുന്നത് കൊട്ടാരങ്ങളിലോ കോവിലകങ്ങളിലോ ആണ്. കോവിലകം കുറുകിയതാണ് കൂലോം. മതിലകത്തിന്റെ തദ്ഭവമാണ് മോലോം. മോലോം അമ്പലമാകുന്നു. കോവിലകവും ആരാധനാലയമാണ്. ഏതായാലും പയ്യാടക്കൻ, കുപ്പാടക്കൻ, അടുക്കാടക്കൻ, പയ്യൻ, കാട്ടൂർ, കൊടക്കൽ (തലപ്പണ്ണി നായർ) ഇവരൊക്കെ ഈ വടക്കൻ ദേശത്തെ നായർ പ്രമാണികളായി. ഏച്ചിക്കാനം, കോടോത്ത്, കോണത്ത് തുടങ്ങിയവർ കൂട്ടത്തിൽ സമ്പന്നകുടുംബങ്ങളും. കോലസ്വരൂപത്തിനു പുറമെ അള്ളടസ്വരൂപത്തിലും ഇവർ വ്യാപിച്ചു. ഇപ്പോഴും പലയിടങ്ങളിലും മേൽക്കോയ്മകളായി തുടരുകയും ചെയ്യുന്നു. എല്ലാവർക്കും അവരവരുടെ ആചാരങ്ങളും വിശ്വാസപ്രമാണങ്ങളും പരിപാലിക്കുന്നതിന് വലിയ വലിയ തറവാട്ടുഭവനങ്ങളും അവയ്ക്കകത്ത് ഗുരുകാരണവന്മാരുടെയും ധർമ്മദൈവങ്ങളുടെയും പ്രതീകങ്ങളായ തൂണും വിളക്കുമുണ്ട്. മടിയൻ കുറുപ്പും പള്ളിയത്ത് നമ്പ്യാരും ക്ഷേത്രപാലകനോടും കാളരാത്രിയോടും ഒപ്പം കൊടുങ്ങല്ലൂരിൽ നിന്നും ഇങ്ങോട്ടുവന്നുവെന്ന് കേൾക്കുന്നു. ഇടയിൽ പല നായന്മാരും അവരെയും

അനുഗമിച്ചെത്തി എന്നും അഭിപ്രായമുണ്ട്. വേട്ടയ്ക്കൊരുമകനും ഊർപ്പഴശ്ശിയും ഉറ്റ സുഹൃത്തുകളെന്ന നിലയിൽ ഒന്നിച്ചു ബാലുശ്ശേരിയിൽ നിന്നും ഇങ്ങോട്ടു പോന്ന് ഇവിടങ്ങളിൽ പ്രതി ഷ്ഠിക്കപ്പെട്ടവരാണ്. വേട്ടയ്ക്കൊരുമകൻ കിരാതമൂർത്തിയുടെ മകനും ഊർപ്പഴശ്ശി മേലൂർ ദയരപ്പൻ നായരും ആകുന്നു.

പുലികളുടെ പുരാവൃത്തം

പഴയ തുളുനാട്. അവിടെ തുളുർവനം. മുമ്പു നിബിഡമായ കാടുകളും നിരവധി ഗുഹകളും കുന്നുകളും നിറഞ്ഞിരുന്ന സ്ഥലം. ഇപ്പോൾ പേരിൽ മാത്രമേ വനമുള്ളൂ. തോറ്റംപാട്ടിൽ, ചന്ദ്രാരൻ മാവ് എന്നൊരു മാവും താതേനാർ കല്ല് എന്നൊരു കല്ലും കേൾവിപ്പെട്ടവയാണ്. അവിടെ അത്യഗാധമായ ഗുഹയിൽ മഹാപരാക്രമശാലികളായ പുലികൾ മദിച്ചുല്ലസിച്ചു. അക്കഥ തുടരാം: അച്ഛൻ പുലിക്കണ്ടൻ. പുലിയുടെ രൂപം ധരിച്ച കണ്ടൻ. കണ്ടൻ-ഘണ്ടൻ-ശിവൻ. അമ്മ പുള്ളിക്കരിങ്കാളി. കാളപ്പുലി, കണ്ട പ്പുലി, മാരപ്പുലി, പുലിമാരുതൻ, പുലിയൂർ കണ്ണൻ - ചുണക്കു ട്ടികളായ അഞ്ച് ആൺമക്കൾ. എല്ലാവർക്കും ഇളയ പൊന്നോമ നമകൾ പുലിയൂരുകാളി. ഉരു, ഉരുവായ (ജനിച്ച) മക്കളുടെ പേരു കളിൽ കാണുന്ന പുലിശബ്ദം, അവർ പുലികളായതുകൊണ്ട് വന്നുചേർന്നതാണ്. ഉരു ഒഴിവാക്കി പുല്ലൂർ കണ്ണൻ, പുല്ലൂർ കാളി എന്നും വിളിച്ചുപോന്നിരുന്നു. ഊരിന്റെ (നാട്, ഇടം) അപേക്ഷ ഈ പേരുകൾക്കില്ല. അഥവാ പുല്ലൂർ എന്ന സ്ഥലവുമായി ഈ ഐതിഹ്യത്തിന് യാതൊരു ബന്ധവുമില്ല.

പരമേശ്വരും പാർവ്വതിയും അവരുടെ രതിക്രീഡകൾക്കിട യിൽ ഒരു കാലത്ത് ആനകളായിത്തീർന്നെന്നും ആ ചേർച്ചയിൽ ഗണപതി ജനിച്ചുവെന്നും പുരാവൃത്തം. ആദിമൂലഗണപതി എന്നൊരു സങ്കൽപ്പമുള്ളതും ഓർക്കാം. ഇവിടെ ആനയുടെ മുഖം; മനുഷ്യശരീരം. അനുജൻ സുബ്രഹ്മണ്യൻ. ശിവരേതസ്സ് പാർവ്വതി ശരവണപ്പൊയ്കയിലേയ്ക്ക് വലിച്ചെറിഞ്ഞതിൽ നിന്നും ജനിച്ച് ആറു പുത്രന്മാരെ, ആകാശത്തിലെ കാർത്തിക ഒന്നിച്ചു വാരിയെടുത്തതിനാൽ ഒരുടലും ആറു മുഖവുമായി രൂപപ്പെട്ട കാർത്തികേയൻ- ദേവസേനാപതി; ജ്യോത്സ്യ നുണ്ണി-ജ്യോതിശ്ശാസ്ത്രവിശാരദൻ; താരകാരി. മറ്റൊരവസര ത്തിൽ ജഗൽപ്പിതാക്കളായ പാർവ്വതീപരമേശ്വരന്മാർ പുലിക ളായി രതിക്രീഡകളാടി (മേൽ സൂചിപ്പിച്ചു). പുള്ളിക്കരിങ്കാളി യമ്മ ഗർഭിണിയായിരിക്കേ, ഗോദാവരിപ്പശുവിന്റെ മാംസം തിന്ന ണമെന്ന് ആഗ്രഹം പ്രകടിപ്പിച്ചു. ആ ആഗ്രഹം നിവൃത്തിച്ചു കൊടുക്കാൻ ഭർത്താവ് പുലിക്കണ്ടൻ കുറുമ്പ്രാതിരി വാണവ

രുടെ തൊഴുത്തിൽ ചെന്ന് പശുക്കളെ നിഗ്രഹിച്ചു കൊണ്ടുപോവുകയുണ്ടായി. പുലിക്കണ്ടനല്ല, പിന്നാലെ വന്ന മൂത്ത മകൻ കാളപ്പുലിയനാണിതു ചെയ്തതെന്ന് മറ്റൊരു പക്ഷമുണ്ട്. അക്കാലത്ത് ഐവർപുലിമക്കളുടെ ശൗര്യവീര്യപരാക്രമങ്ങൾ കൊണ്ടു പൊറുതിമുട്ടിയ പുള്ളിക്കണ്ടനും പുലിക്കണ്ടനും ആകെ വിഷമിച്ചു. ആ വിഷയമത്തിൽ സഹതപിച്ചുകൊണ്ട് അവരുടെ മുമ്പാകെ സാക്ഷാൽ ശ്രീഹരി പ്രത്യക്ഷപ്പെട്ടു. അങ്ങനെ ഹരിയും ഹരനും കൂടിയാലോചിച്ചു.

ഇന്നു നിലവിലുള്ളവർക്കൊന്നും ഇവരെ നിലയ്ക്കു നിർത്താനാവില്ല. അതിനാൽ നമുക്കൊരു കാര്യം ചെയ്യാം. ഇവരുടെ സംരക്ഷണച്ചുമതല ഏറ്റെടുക്കാൻ കരുത്തുള്ള സ്നേഹമയിയായ ഒരു സഹോദരിയെ (അനുജത്തിയെ) കൂടി പ്രസവിക്കാനിടവരട്ടെ എന്നൊരു തീരുമാനമെടുക്കാം.

അതനുസരിച്ച് അമ്മയ്ക്കുണ്ടായ പെൺസന്താനമാണ് പുലിയൂരുകാളി. ഈ ജനനത്തിന് ഒരലൗകികത കൈവരുന്നു എന്നർത്ഥം. അതുകൊണ്ടുതന്നെ പുലിമക്കളിൽ ഏറ്റവും പ്രാധാന്യം പുലിയൂരുകാളിക്ക് ലഭിച്ചു. ധർമ്മദൈവമെന്ന നിലയിൽ അമ്മയേക്കാൾ മേന്മ മകൾക്കായി.

കാസറഗോഡു ജില്ലയുടെ കിഴക്കേ അറ്റത്ത് പാണത്തൂർ. ആ പ്രദേശം വിട്ടാൽ കുടകുജില്ലയിലെ കാരിക്കെ എന്ന സ്ഥലം. അതിനു തൊട്ടടുത്ത് മഞ്ഞടുക്കം കോവിൽ എന്നു മലയാളത്തിലും എഴുതിയിട്ടുള്ള ഒരു വലിയ ബോർഡോടുകൂടിയ ഗേറ്റ്. ഗേറ്റ് കടന്ന് അൽപ്പം മേൽപ്പോട്ടു കയറിയാൽ വിശാലമായ ഒരു നെൽപ്പാടം. പാടത്തിന്റെ മറുകരയിൽ ഒരു ക്ഷേത്രം. അവിടെ കന്നട മലയാള സംസ്കാരങ്ങൾ ഒത്തിണങ്ങുന്നു. പ്രസ്തുത ക്ഷേത്രത്തിൽ നിന്നും അൽപ്പം അകലെ സാമാന്യം വലിപ്പമുള്ള ഒരു പഴയ തറവാട്. കാട്ടൂർ നമ്പ്യാർ (മുക്തീശ്വരൻ എന്ന സ്ഥാനപ്പേരിൽ) അവിടെ താമസിക്കുന്നു. കോവിലകം എന്ന പേരിലാണ് അത് ഇന്നും അറിയപ്പെടുന്നത്. പഴയ കുറുമ്പ്രാതിരി വാണവരുടെ ആസ്ഥാനം അതു തന്നെയോ അല്ലെങ്കിൽ അതോടുബന്ധപ്പെട്ടോ ആയിരുന്നിരിക്കണം. കോവിലിൽ ഏതാനും പള്ളിയറകളും കളരിയും ഉണ്ട്. അവിടെ കൊല്ലം തോറും കളിയാട്ടം നടത്തിവരാറുണ്ട്. അധികവും ദർശനത്തിനെത്തുന്നത് കേരളീയർ. അറിഞ്ഞേടത്തോളം മുന്നായരീശ്വരൻ, ക്ഷേത്രപാലകൻ, തുളൂർവനത്തു ഭഗവതി എന്നിവരാണ് കോവിലിലെ തെയ്യ

ങ്ങൾ. വാണവർക്ക് ഏക്കർ കണക്കിൽ നെൽവയലുകൾ. നൂറു കണക്കിൽ കന്നുകാലികൾ. നാടിന്റെ നാനാഭാഗത്തും ഗോശാലകൾ. ആരോഗ്യവും ഐശ്വര്യവുമുള്ള പശുക്കളും കിടാങ്ങളും. കാലികളെ നോക്കിപ്പോറ്റി വളർത്തി സംരക്ഷിക്കുന്നതിന് ആരോഗ്യമുള്ള കഠിനാദ്ധ്വാനികളായ നാനാജാതിയിൽപ്പെട്ട വാലിയക്കാർ. കാർഷികത്തൊഴിലാളികൾ, ആചാരസ്ഥാനികർ. ആവശ്യത്തിന് പാല്. പാലുൽപ്പന്നങ്ങൾ സുലഭം. സസ്യസമൃദ്ധി. നാട്ടിനും നാട്ടാർക്കും ക്ഷേമം. അല്ലലില്ലാത്ത ജീവിതം. കാര്യശേഷിയും തടിമിടുക്കുമുള്ള മുഖ്യോപദേശകൻ - സചിവോത്തമൻ - പയ്യാടക്കൻ കണ്ണക്കുറുപ്പ്. കോലത്തുനാടിന്റെ വടക്കേ അറ്റത്ത്, വടക്കേ മലബാറിലെ കരിവെള്ളൂരിൽ, അഥവാ ദക്ഷിണകന്നട ജില്ലയുടെ തെക്കേ അറ്റത്തുള്ള മാണിയാട്ടു താമസിച്ചിരുന്ന ശക്തനായ പടയാളി. കുറുപ്പും കുടുംബവും അധിനിവേശകാലത്ത് തെക്കുനിന്ന് ഇവിടെ സ്ഥിരതാമസമാക്കിയിരുന്നതായും കരുതാം. അദ്ദേഹം വളരെ കാലമായി വാണവരുടെ കൊട്ടാരത്തിൽ അവിടുത്തെ ഭരണകാര്യങ്ങളിൽ സമർത്ഥമായ ഉപദേശനിർദ്ദേശങ്ങൾ നൽകിവരികയാണ്. തന്ത്രജ്ഞനായ ഭരണോപദേശകൻ എന്നതുപോലെ കരുത്തുറ്റ പടയാളിയുമായിരുന്നു കണ്ണക്കുറുപ്പ്. നാട്ടുകാരായ ധാരാളം മലയാളികൾ പണ്ടു കുടകുമലയിലേയ്ക്ക് നാരകത്തോട്ടത്തിലും മറ്റും ജോലി ചെയ്യുന്നതിനുവേണ്ടി കൂട്ടത്തോടെ പോയി താമസിച്ചിരുന്നതായി അറിയുന്നു. ഇപ്പോഴും അത്തരം കുടുംബക്കാരുണ്ട്.

കോലത്തിരി രാജവംശത്തിനു കീഴിൽ മുന്നൂറായിരത്തി അമ്പതിനായരം നായർ പടയാളികളുണ്ടായിരുന്നതായി സ്വരൂപാചാരത്തിലും അതുവെച്ചു ചിറക്കൽ ടി. ബാലകൃഷ്ണൻ നായർ എഴുതിയ പ്രബന്ധങ്ങളിലും വായിക്കാം. ഇത് മൂന്നര ലക്ഷം വരും. എണ്ണത്തിൽ അതിശയോക്തി കലർന്നിട്ടുണ്ടെങ്കിലും വളരെ വലിയ സൈന്യമായിരുന്നു അതെന്നു വിശ്വസിക്കാം. പിൽക്കാലത്തെ പയ്യാടക്കത്തകമ്പടിമാർ നിശ്ചയമായും അപ്പടയാളികളിൽപ്പെടും. ഒരു നാൾ വാണവരുടെ ഗോശാലസംരക്ഷകരിലൊരാൾ ബദ്ധപ്പെട്ടോടി വന്ന് തിരുമനസ്സു മുമ്പാകെ ഉണർത്തിച്ചു:

> *ആലയിൽ കാലികളെ കാണാനില്ല. ചില കാലികളെ ആരോ വലിച്ചിഴച്ചു കൊണ്ടുപോയിരിക്കുന്നു. ഒരുമാതിരി കൊള്ളാവുന്നതെല്ലാം പോയി. ഇനി രോഗം പിടിച്ച് എല്ലും തോലുമായി അവശേഷിക്കുന്ന കുറേ എണ്ണം*

മാത്രം. ഇതിൽ കൂടുതലൊന്നും അടിയ ങ്ങൾക്കറിയാനില്ല.

കന്നുകാലിസമ്പത്തിനു പേരുകേട്ട വാണവരുടെ കാലിത്തൊ ഴുത്തുകൾ കാലിയായിക്കൊണ്ടിരിക്കുന്നു. ഇതാരുടെയോ കട ന്നാക്രമാണമാണ്. കീചകവധം ആട്ടക്കഥയിൽ 'വിരാടനൃപഗോ ധനം' അപഹരിച്ചുവെന്നേയുള്ളൂ. അവയ്ക്കു നാശം സംഭവിച്ച തായി സൂചനയില്ല. അങ്ങനെ സംഭവിക്കുന്നുമില്ലല്ലോ. അതേ സാഹചര്യം ഇവിടെയുമുണ്ടോ? പാണ്ഡവരാരെങ്കിലുമുണ്ടെ ങ്കിൽ പുറത്തുവരാൻ? ഇതിനു പിറകിൽ കേവലം വ്യക്തികളല്ല. ക്രൂരമൃഗങ്ങളാണെന്നു തോന്നുന്നു. അവരേ ഇങ്ങനെ ചെയ്യൂ. കാടിളകി എല്ലാം നശിപ്പിച്ചുകൊണ്ടുള്ള വരവ്. ഏതായാലും ഇനി ഇങ്ങനെയൊരു ദുരന്തമുണ്ടായിക്കൂടാ. വാണവർ കണ്ണ ക്കുറുപ്പിനെ വിളിച്ചുവരുത്തി കൽപ്പിച്ചു.

രാത്രി ഉയരമുള്ള മരത്തിൽ ഒളിത്താവളമു ണ്ടാക്കി കാവലിരിക്കണം. സ്വരക്ഷയ്ക്കും മൃഗഹിംസയ്ക്കും ആവശ്യമായ ആയുധ ങ്ങൾ കരുതണം. കുറുപ്പുതന്നെ ഇതിന്നു തയ്യാറാകണം. ശത്രുക്കളെ, അവരാരായാലും തുരത്തി തിരിച്ചുവരിക. എല്ലാ ഭാവുകങ്ങളും ആശംസിക്കുന്നു.

കൂരിരുട്ടു നിറഞ്ഞ ആ രാത്രിയിൽ, ഒരു നിയോഗം നിർവ്വ ഹിക്കാനെന്നവണ്ണം അദ്ദേഹം പുറപ്പെട്ടു. കാട്ടിലൊരിടത്ത് ഏറ്റവും ഉയർന്നുനിൽക്കുന്ന ചന്ദ്രാരൻ മാവിന്റെ കൊമ്പത്ത് നിർമ്മിച്ച ഒളിവീട്ടിൽ കയറി അദ്ദേഹം താമസിച്ചു. അമ്പും വില്ലും മറ്റായുധങ്ങൾക്കും പുറമേ കയ്യിലൊരു നിറതോക്കും ഉണ്ടായി രുന്നു. രാത്രിയുടെ അന്തിമയാമം. കാടിളകുന്ന ശബ്ദം. അധികം അകലെയല്ലാതെ ഒരലർച്ച. ശബ്ദം കേട്ടേടത്തേയ്ക്ക് കണ്ണക്കു റുപ്പ് തന്റെ നിറതോക്കുതിർത്തു. അതു ലക്ഷ്യവേധിയായോ എന്നു നിശ്ചയമില്ല. തന്റെ ഉദ്ദേശത്തിനു തികച്ചും വിപരീതമായ അനുഭവമാണുണ്ടായത്. രണ്ടു തീക്കട്ടക്കണ്ണുകൾ കുറുപ്പിനെ സമീ പിക്കുന്നു. കണ്ണഞ്ചിപ്പിക്കുന്ന പ്രകാശം. ശരീരത്തിൽ തെളിഞ്ഞു മിന്നുന്ന പുള്ളികൾ. ഉന്നം പിഴച്ചുവെന്ന് ബോദ്ധ്യമായ പടയാളി അമ്പും വില്ലും പ്രയോഗിക്കുന്നതിനുള്ള മറ്റൊരു ശ്രമവും നട ത്തി. അതും പരാജയപ്പെട്ടു. കാളപ്പുലി കുറുപ്പിന്റെ പിടലിക്കു ചാടിവീണു.

എന്തേ, തമ്പുരാട്ടീ! ഇങ്ങനെ സംഭവിക്കുവാൻ. ക്ഷമിക്കണേ, മാതാവേ!

എന്നു കേഴുവാനാണ് ആ പടയാളിക്ക് തോന്നിയത്. കൂർത്ത നഖരങ്ങളാഴ്ത്തി കുടൽമാല പുറത്തെടുത്തു. ആ നരജീവിയെ തനിക്കാഹാരമാക്കിത്തീർത്തു. കുറുപ്പിന്റെ അന്ത്യപ്രാർത്ഥനയും ഭക്തിപ്രകർഷവും കാരണം പ്രാണൻ വെടിയുമ്പോൾ ഇങ്ങനെ ഒരു അശരീരിയുണ്ടായി.

നീ എന്നിലേറെ വിശ്വാസമുള്ളവനാണ്. അതിനാൽ നീ മരിച്ചാലും ഞങ്ങളോടൊപ്പം എന്നെന്നും ജീവിക്കും.

അങ്ങനെ ധീരനായ ആ യോദ്ധാവിന്റെ ജീവിതനാടകത്തിനു തിരശ്ശീല വീണു. ദൈവികജീവിതത്തിന് കൊടിയേറ്റം നടന്നു.

നേരമേറെ പുലർന്നിട്ടും കുറുപ്പ് തിരിച്ചെത്തിയില്ല. ആളുകൾ അന്വേഷിച്ചു ചെന്നപ്പോൾ കണ്ടത് ചില ശരീരാവശിഷ്ടങ്ങൾ മാത്രം. എന്തോ അത്യാപത്ത് നേരിട്ടിരിക്കുന്നു. രാജഭരണം നേർവഴിക്കല്ലാതെ നീങ്ങുമ്പോഴാണ് ഇങ്ങനെയുള്ള ദുരന്തങ്ങളുണ്ടാകുന്നത് എന്നാണ് മഹാഗ്രന്ഥങ്ങൾ പറയുന്നത്. കുറുമ്പ്രാതിരി വാണവർ നാട്ടിലെ പ്രസിദ്ധനായ ജ്യോത്സ്യനെ വരുത്തി പ്രശ്നവിചാരം ചെയ്തു. ദൈവജ്ഞന്റെ അഭിപ്രായം ഇങ്ങനെ:

നാട്ടിൽ പുലികളിറങ്ങിയിരിക്കുന്നു. സാധാരണ പുലികളല്ല. ദൈവക്കരുക്കളായ പുലികൾ. സാക്ഷാൽ പാർവ്വതീപരമേശ്വരന്മാരുടെ കരുത്തരായ മക്കൾ. അവർക്കു വാണവരുടെ നാട്ടിൽ വിശ്രമസ്ഥലം (താവളം) വേണം. അതിന് അവർ തന്നെ കണ്ടുപിടിച്ച മാർഗ്ഗമാണിത്. കുറുപ്പ് കൊല്ലപ്പെടുമ്പോൾ പറഞ്ഞുവത്രേ: നീ പരമപദം പൂകി ഞങ്ങളുടെ വഴിയേ പ്രാപിക്കും. ഇതാ ഞങ്ങളുടെ എല്ലാ അനുഗ്രഹങ്ങളും. മാത്രവുമല്ല, നിന്റെ കുടുംബത്തിനും സകലവിധ ഐശ്വര്യവും വന്നുചേരും. അവർ ഞങ്ങളുടെയും നിന്റേയും ആരാധകന്മാരും ഭക്തന്മാരുമായി ഭവിക്കും. അനന്തിരവന്മാരിൽ പ്രതാപവും അഭിവൃദ്ധിയും ഒത്തുചേരും. നിനക്കു സ്വസ്തി.

അങ്ങനെ കണ്ണക്കുറുപ്പ് കരിന്തിരി നായർ–കരിന്ത്രായർ–എന്ന പുതിയ പേരു വിളിക്കപ്പെട്ട് പരമേശ്വരപദത്തിലെത്തി. തോറ്റം

പാട്ടുകളിൽ കരിന്തിരി കണ്ണൻ എന്നാണ് കാണുന്നത്.

ഇവിടെ ചിറക്കൽ ടി.യുടെ ഒരു നിരീക്ഷണം പ്രത്യേകം ശ്രദ്ധിക്കത്തക്കതാണ്. കരിന്തിരിക്ക് കരിയും തിരിയും എന്നർത്ഥം. അഥവാ വെടിയും വെടിമരുന്നും. കരിന്തിരി കത്തുക എന്നാൽ എണ്ണ വറ്റി പ്രകാശമില്ലാതാവുകയും പുകമാത്രം അവശേഷിക്കുകയും ചെയ്യുക. ചൈതന്യരഹിതമായി ഭവിക്കുക. കരിന്തിരിയാവുക-ജീവിതാന്തം സംഭവിക്കുക. വെടിമരുന്ന് പ്രചാരത്തിൽ വന്നു തുടങ്ങിയ കാലഘട്ടമായിരുന്നു അതെന്ന പ്രസ്താവന നമുക്ക് ചരിത്രത്തിലേക്കുള്ള ദിശാബോധം തരുന്നു. ചിറക്കൽ ടി യുടെ കേരളഭാഷാഗാനത്തിലെ ഒരു തോറ്റം പാട്ടിന്റെ അടിക്കുറിപ്പായി ഈ പരാമർശം കാണാം.

വാണവൻ പ്രശ്നച്ചാർത്തനുസരിച്ച് അവിടെ നിലനിന്നുപോന്ന ആരാധനാമൂർത്തികളുടെ കൂടെ പുലിദൈവങ്ങളെയും കരിന്തിരിനായരെയും കുടിയിരുത്താൻ പാകത്തിൽ പള്ളിയറയും മറ്റു സൗകര്യങ്ങളും വികസിപ്പിച്ചു. പ്രതിഷ്ഠാവിധികൾ യഥോചിതം നിർവ്വഹിച്ചു. നിരന്തരമായി വേണ്ട പൂജാസംവിധാനങ്ങൾ ക്രമീകരിച്ചു. വർഷം പ്രതി കുംഭമാസത്തിൽ നടക്കുന്ന ശിവരാത്രിയോടനബന്ധിച്ചുള്ള എട്ടു ദിവസം കളിയാട്ടം നടന്നുവരുന്നു. കർണ്ണാടകത്തിലാണെങ്കിലും അവിടെയെത്തുന്ന ഭൂരിപക്ഷം വിശ്വാസികളും വടക്കൻ കേരളത്തിൽ നിന്നുള്ളവരാണ്. കാട്ടൂർ നമ്പ്യാന്മാരാണ് മുഖ്യ അവകാശികൾ. പ്രസിദ്ധനായ മുക്തീശ്വരൻ കാട്ടൂർ നാരായണൻ നമ്പ്യാർ 2010 ൽ അന്തരിച്ചതായി മനസ്സിലാക്കുന്നു. അദ്ദേഹത്തിന്റെ ഒരു അനന്തിരവൻ (മോഹനൻ) പാണത്തൂർ താമസിക്കുന്നു. ഇപ്പോഴത്തെ മുക്തീശ്വരൻ പെരിയയിൽ താമസിക്കുന്നു. ആവശ്യം വരുമ്പോൾ അങ്ങോട്ടു പോകും.

മേൽസംഭവത്തിനുശേഷം മഞ്ഞടുക്കം കോവിലിലെ ആചാരാനുഷ്ഠാനങ്ങൾക്ക് വൈവിധ്യവും വൈപുല്യവും കൈവന്നു. ദേവീദേവന്മാരുടെ എണ്ണം കൂടി. ഒരു ഭഗവതിയുടെ സ്ഥാനത്ത് പല ഭഗവതിമാർ. രണ്ടു പുരുഷദൈവത്തിനു പകരം പല പുരുഷദൈവങ്ങൾ. ആൺപുലികൾക്ക് ശരീരത്തിൽ മുഴുവനും ഉന്നം പറ്റിക്കും (അച്ഛനും അഞ്ചുമക്കൾക്കും). തൊട്ടു പിൽക്കാലത്താകണം, കുറുപ്പിൽ നിന്ന് നായരിലേയ്ക്ക് സമഗ്രമാറ്റം സംഭവിച്ചു. വർഷങ്ങൾക്കു മുമ്പ് നാടുവിട്ടുപോയ അമ്മാമനെ അന്വേഷിച്ച് നാട്ടിലെ അനന്തിരവൻ ദയരപ്പൻ നായർ മാണിയാട്ടു നിന്നും പല ദിക്കും സഞ്ചരിച്ച് ഒടുവിൽ തുളുമംഗലത്ത് എത്തി. (തുളുവനത്തിലെ പ്രധാന ഭഗവതിക്ക് തുളുമംഗലത്തുഭഗവതി എന്നാണ് പേര്). അപ്പോൾ അവിടെ കളിയാട്ടം നടക്കുന്ന കാല

മായിരുന്നു. വാണവരുടെയും നാട്ടുകാരുടെയും അടുത്തുനിന്നും അതിനകം അവിടെ സംഭവിച്ച സംഭ്രമജനകവും ഭക്തിസംവർദ്ധ കവുമായ മാറ്റങ്ങളും തദ്വാരാ ദേശവാസികൾക്ക് അനുഭവപ്പെട്ട ദൈവികഭാവനയും ദയരപ്പൻ നായർ സസൂക്ഷ്മം മനസ്സിലാക്കി. വിശ്രുതനായ തന്റെ അമ്മാമൻ ഇന്ന് ഈ ലോകത്ത് ജീവിച്ചിരിക്കുന്നില്ലെന്നും പരമോന്നതാമായ ദൈവികപദത്തിൽ എന്നെന്നേയ്ക്കും ആരാധ്യനായി പ്രതിഷ്ഠിതനായിരിക്കുകയാണെന്നും മനസ്സിലാക്കി. തുടർന്നു മാതുലബന്ധം ഊട്ടിയുറപ്പിച്ചും അവിടെ അവശ്യം ചെയ്യേണ്ടുന്ന പ്രാർത്ഥനാദികൾ നിർവ്വഹിച്ചും വാണവരുടെ അനുവാദത്തോടെ തിരിച്ച് മാണിയാട്ടെ വീട്ടിലെത്തി. ഒരു പട്ടോലക്കുടയുമെടുത്തിട്ടായിരുന്നു തന്റെ യാത്ര. പനയോലയും ചീന്തിയ മുളക്കമ്പുകളും കൊണ്ട് മെടഞ്ഞ് ഓലയിടുക്കിൽ പട്ടുതുണികൾ കൊണ്ട് അലങ്കരിച്ച് നീളൻ കാലുള്ള (ചിലപ്പോൾ കുറുകിയ കാലിൽ ഉരുളൻ വടി തിരുകിയിട്ടും) കുട. ആൺകുട, പെൺകുട, കളക്കൊട, വെറ്റിക്കെട്ടുകുട, അച്ഛന്മാരുടെ കുട എന്നിങ്ങനെ പലതരം ഓലക്കുടകൾ അന്നു സുലഭം. തുണിക്കുടകൾ നടപ്പിൽ വന്നിട്ടില്ലാത്ത കാലം. ഇപ്പോഴും സ്ഥാനികന്മാർ തുണിക്കുടകൾ ഉപയോഗിക്കാറില്ല. നായർ തന്റെ കുട യഥാസ്ഥാനത്ത് ചുമരിൽ ചാരി വെച്ചു. തുടർന്ന് എല്ലാവരും കാണുന്നത് ഒരൽഭുതമാണ്. കുട നിരന്തരമായി ഇളകിക്കൊണ്ടേയിരിക്കുന്നു. ആ ഇളക്കം യാതൊന്നുകൊണ്ടും നിൽക്കുന്ന വട്ടമില്ല. ഇതിങ്ങനെയായപ്പോൾ അവിടെയും വന്നു പ്രശ്നാലോചനാ വിഷയം. നാട്ടിലെ കണിശനെ കൊണ്ടുവന്നു കവിടി നിരത്തിച്ചു. കണിശൻ പ്രശ്നഫലം വിവരിച്ചു.

ദയരപ്പൻ നായർ എത്തിച്ചേർന്നിരുന്ന ദൈവസന്നിധിയിൽ നിന്നും ചില ഭഗവതിമാരും ആൺദൈവങ്ങളും പട്ടോലക്കുടയിലൂടെ ഇവിടേയ്ക്കെഴുന്നള്ളിയിരിക്കുന്നുവെന്നും അവർക്ക് സ്ഥാനമാനാദികൾ നൽകി ആദരിച്ചു പോരേണ്ടതാണെന്നും ക്ഷേത്രപ്രതിഷ്ഠാദികർമ്മങ്ങൾ നിർവ്വഹിച്ച് സാക്ഷാൽ ദേവിമാർക്കും (പുള്ളിക്കരിങ്കാളി, പുലിയൂരുകാളി-അമ്മയും മകളും-) പുലിമക്കൾക്കും കരിന്തിരി നായർക്കും നിത്യപൂജാദികളും നിവേദ്യാദികളും സമർപ്പിക്കേണ്ടതാണെന്നും കണ്ടു. ആ നിലയിൽ മാങ്കുളത്തില്ലത്ത് ശംഭു നമ്പൂതിരിയുടെ പൂർവ്വികന്മാരുടെ തന്ത്രക്കൈയിൽ, തെക്കേ മാണിയാട്ട് ക്ഷേത്രാദികൾ നിർമ്മിക്കുകയും പ്രതിഷ്ഠാദികൾ നടത്തുകയും ചെയ്തു. തെക്കേ മാണിയാട്ട് കാളകാട്ടു തന്ത്രിയുടെ കീഴിലുള്ള കളരിക്കൽ ക്ഷേത്രത്തിന്റെ അൽപ്പം വടക്കുമാറി, ഇന്നത്തെ തടിയൻ കൊവ്വൽ വാണിയില്ലം റോഡിനരികിൽ, മാണിയാട്ടായിരുന്നു ആദ്യസ്ഥാനം. അവിടെ

എട്ടുവീട്ടിൽ പയ്യാടക്കന്മാർക്കും അവകാശപ്പെട്ട ഭൂസ്വത്തും കൃഷി സ്ഥലവും ഉണ്ടായിരുന്നുവെന്നതിന് തെളിവുണ്ട്. ക്രമേണ ഈ സ്ഥലവും ഭൂമിയും വീട്ടുകാർ ഓഹരിവെച്ചെടുക്കുകയും, ദേവീ ദേവന്മാരെ കുറച്ചകലെയുള്ള ചന്തേര കുനുത്തൂരിലേയ്ക്ക് മേപ്പടി ദയരപ്പൻ നായരുടെ തന്നെ അധീനതയിലുള്ള സ്ഥലത്തേയ്ക്ക് (ചന്തേര തീവണ്ടിയാപ്പീസിന്ന് തൊട്ടു പടിഞ്ഞാറ്) മാറ്റി പ്രതി ഷ്ഠിക്കുകയും ഉണ്ടായി അങ്ങനെ ചന്തേര കുനുത്തൂർമാടം പുലി യൂരുകാളി ക്ഷേത്രം പുനഃപ്രതിഷ്ഠാപിതമാവുകയും ചെയ്തു.

കുനുത്ത എന്നാൽ വളഞ്ഞ എന്നർത്ഥം. വടക്കുഭാഗം വയലിലേയ്ക്ക് ഉന്തിനിൽക്കുന്ന ഒരു കൊച്ചു പ്രദേശമാണ് ഇന്ന് കുനുത്തൂർ. എട്ടുവീട്ടുകാരുടെയും പൊതു ആരാധനാകേന്ദ്രമായി കുനുത്തൂർ മാറിയെങ്കിലും വ്യത്യസ്തസ്ഥലങ്ങളിൽ താമസം മാറ്റിയതിന്റെ പേരിൽ അവരെട്ടു കൂട്ടരും ഇന്നെത്തിപ്പെടു ന്നുണ്ടോ എന്ന കാര്യം സംശയമാണ്. അഥവാ ഈ എട്ടു വീട്ടു കാരും ഇപ്പോഴും നിലനിൽക്കുന്നുവോ എന്നും തിട്ടപ്പെടുത്താൻ കഴിയുന്നില്ല. ഉണ്ടെങ്കിൽ തന്നെ പലർക്കു പ്രത്യേകം പ്രത്യേകം തറവാടുകൾ ഉണ്ടായതായും മനസ്സിലാക്കണം. കുനുത്തൂർ ഇപ്പോൾ ഒത്തുകൂടുന്നത് ഇവരാണ്: കണിച്ചുവീട്ടിൽ പയ്യാടക്കൻ, കുനുത്തൂർ പയ്യാടക്കൻ, പുത്തിലോട്ടു പയ്യാടക്കൻ, ചെറുവത്തൂർ പയ്യാടക്കൻ, കണിച്ചുവീട്ടിൽ പയ്യാടക്കന്റെ ഭാഗം തന്നെയായ പെരളത്തു പയ്യാടക്കനും. മാണിയാട്ടു മൂലസ്ഥാനത്ത് പണ്ടുണ്ടാ യിരുന്നവർ (പയ്യാടക്കൻ കണിച്ചുവീട്ടിൽ തറവാട്ടുകാർ) ഇപ്പോൾ കരിവെള്ളൂരംശം വടക്കുമ്പാട് ദേശത്തേക്ക് നൂറ്റാണ്ടുകൾക്കുമു മ്പുതന്നെ മാറിത്താമസമാക്കിയവരാണ്. ചുരുക്കത്തിൽ കോല സ്വരൂപത്തിലും അള്ളടസ്വരൂപത്തിലും പല ഇടങ്ങളിലുമായി പയ്യാടക്കൻ തറവാട്ടുകാർ വ്യാപിച്ചുനിൽക്കുന്നു. ഊരാളന്മാർ തന്നെ അകമ്പടിമാരായി മാറുന്നതിന്റെ ഒരസ്സൽ ഉദാഹരണ മാണ് കുനുത്തൂർ. സ്വാഭാവികമായും തറവാടിലെ ഏറ്റവും പ്രായം കൂടിയ കാരണവർ പടിപ്പുരയിൽ പുല്ലുപായയിൽ ഇരി ക്കും. പുറം തറവാടുകളിൽ നിന്നു വന്നവരും. അനന്തിരവന്മാർ നടത്തിപ്പുകാര്യങ്ങളിൽ ഇടപെടും.

ആദ്യമായി പുലിദൈവങ്ങൾ തുളുനാട്ടിൽ നിന്നു മലനാട്ടി ലെത്തിയത് എരമത്തു രാമരത്തുപൊതുവാളുടെ മേൽക്കോയ്മ യിലുള്ള ക്ഷേത്രത്തിലേയ്ക്കായിരുന്നുവെന്ന് തോറ്റം പാട്ടുകൾ വെളിപ്പെടുത്തുന്നു. ഓരോ സ്ഥലത്തേയ്ക്കും ദൈവങ്ങളെത്തി ച്ചേർന്നതിന്നു പിന്നിൽ അതാതിടത്തെ ഓരോ പുരാവൃത്തം അടങ്ങിയിരിക്കുമെന്നതിനാൽ ആദിയെവിടെ അന്തമെവിടെ എന്നൊന്നും ചികഞ്ഞാലോചിക്കേണ്ടതില്ല. കണ്ടോത്തും കര

ക്കാവിലും പുലിദൈവങ്ങൾ ഉണ്ട്. ഇക്കാര്യത്തിൽ സവർണ്ണ സ്ഥാനമെന്നോ അവർണ്ണസ്ഥാനമെന്നോ ഉള്ള വ്യത്യാസം ദൃശ്യമല്ല. അഥവാ ദൈവികകാര്യങ്ങളിലും ആചാരവിശ്വാസരീതികളിലും പ്രകടമായ ജാതീയത മുമ്പേ തന്നെ പ്രതിഫലിച്ചിട്ടുള്ളതായി കാണുന്നില്ല. സ്ഥലത്തിനും സമ്പ്രദായത്തിനുമനുസരിച്ചുള്ള ചില പൊരുത്തപ്പെടലുകൾ മാത്രം. ഒരു വ്യക്തിയുടെ, ഒരു സമൂഹത്തിന്റെ ഒരിടത്തുനിന്നും മറ്റൊരിടത്തേയ്ക്കുള്ള യാത്രയുടെയും താമസം മാറ്റത്തിന്റെയും പശ്ചാത്തലം ഇത്തരം ഐതിഹ്യങ്ങളിൽ പ്രകടമാണ്. സർവ്വജനധർമ്മസമന്വയം തെയ്യങ്ങളിൽ സർവ്വസാധാരണമായ അന്തർധാരയായി വർത്തിക്കുന്നു. പയ്യാടക്കത്തകമ്പടിയെക്കൂടാതെ കൊടക്കൽ അകമ്പടി (തലപ്പണ്ണി നായർ-കോയിത്തിടിൽ മോലോത്തിന്റെ ഒന്നാനവകാശി - ഇദ്ദേഹം ഉദിനൂർ കോവിലകത്തെയും അകമ്പടിമാരിൽ ഒരാളാണ്), കാട്ടൂർ അകമ്പടി (കരക്കക്കാവിലെ മേൽക്കോയ്മ), പയ്യൻ അകമ്പടി (ഇവരുടെ തറവാട് ചന്തേര), കരിവെള്ളൂരാകട്ടെ പറ്റ്വാ, പലിയേരി എന്നീ അകമ്പടിമാർ, തൃക്കരിപ്പൂർ കഴകം (മഞ്ഞപ്പൊതുവാൾ), മാവിലാ അകമ്പടി (ആസ്ഥാനം ആലക്കാട്ട്) ഇവരൊക്കെ പെടും. പരസ്പരം സഹകരിച്ചും ക്ഷേത്രകാര്യങ്ങളിൽ ഏകത്വബോധത്തോടും എല്ലാവരും പെരുമാറുന്നു. ഒരു തറവാട്ടിൽ നടക്കുന്ന ഉത്സവാഘോഷങ്ങളിൽ നിർമ്മത്സരബുദ്ധ്യാ ഇതര തറവാട്ടുകാരും സംബന്ധിച്ചുവരുന്നുവെന്നത് ഒരു ആചാരരീതിയാണ്.

അമ്മദൈവങ്ങൾ

അമ്മദൈവവിശ്വാസികളാണ് ഉത്തരകേരളത്തിൽ അധികവും. ഇവിടെ അമ്മ ശ്രീപാർവ്വതി (പുള്ളിക്കരിങ്കാളി). മകൾ പുലിയൂരുകാളി - സാക്ഷാൽ ധർമ്മദൈവം. ജ്യോതിഷത്തിൽ അച്ഛൻ സൂര്യനും അമ്മ ചന്ദ്രനുമാണ്. ധർമ്മദൈവമാകട്ടെ ചൊവ്വയും. അമ്മാമനും വിദ്യാകാരനും ബുധൻ. വ്യാഴഗ്രഹം സാക്ഷാൽ ഈശ്വരനും ഗുരുവും ആകുന്നു. വ്യാഴം (ബൃഹസ്പതി) സുരാചാര്യനും ശുക്രൻ അസുരാചാര്യനും ആണ്. സാധാരണനിലയിൽ പുരുഷഗ്രഹമാണ് ചൊവ്വ. അദ്ദേഹം ദേവസേനാപതിയും സുബ്രഹ്മണ്യനുമൊക്കെയായി കൊണ്ടാടപ്പെടുന്നു. ചൊവ്വ ക്രൂരഗ്രഹവും അംഗാരകൻ, കുജൻ, ഭൗമൻ എന്നൊക്കെ പേരുള്ള ആകാശഗോളവുമാണ്. ജ്യോതിഷത്തിൽ ലഗ്നത്തിന്റെ ഒന്ന്, രണ്ട്, നാല്, ഏഴ്, എട്ട്, പന്ത്രണ്ട് എന്നീ രാശികളിൽ ചൊവ്വ നിൽക്കുന്നത് ജാതകദോഷമാണ് എന്ന് പഞ്ചാംഗം പറയും. കൂടുതൽ അഷ്ടമത്തിൽ സ്ത്രീയ്ക്ക് വൈധവ്യം നൽകുന്നു. അതുപോലെ

ഏഴിൽ പുരുഷനും. സ്വക്ഷേത്രത്തിൽ മേടം, വൃശ്ചികം ഇവയിൽ ചൊവ്വയ്ക്ക് സ്വതന്ത്രമായി നിൽക്കാം. ദോഷമില്ല. ഏതായാലും ചൊവ്വയെ പ്രീതിപ്പെടുത്തേണ്ടതു വിശ്വാസികളുടെ ഒരു കടമയത്രേ. ബുധനെ പരദേവത (വിഷ്ണുമൂർത്തി) യായി സങ്കൽപ്പിക്കുന്നു. പുരുഷദൈവങ്ങളിൽ ഏറ്റവും പ്രാധാന്യം ബുധനാണ്. അതു 'ലോകനാഥൻ' വിഷ്ണുമൂർത്തിയാണ്. 'വിഷ്ണു വ്യാപനേ'എന്നു പദനിഷ്പത്തി. വ്യാപനശീലമുള്ളവൻ വിഷ്ണു. അതൊക്കെയിരിക്കട്ടെ. നമുക്ക് അമ്മയിലേയ്ക്ക് തന്നെ തിരിച്ചുവരാം. ഏതു തെയ്യമായാലും തോറ്റം പാട്ട് ഇങ്ങനെ തുടങ്ങുന്നു:

പള്ളിപ്പീഠത്തിനും തിരുവായുധത്തിനും അരി
ചാർത്തി വന്ദിക്ക ഈശ്വരൻ പ്രസാദിക്കാ.....
ഹരി മാതാപിതാ വാഴ്ക വാഴും കവിന്തവൈ
യുലകിൽ മാതാവിനെയും പിതാവു
തന്നെയും ഗുരുവിനെയുമാദരിച്ചതിനു തന്റെ
മെയ്യാൽ തന്റെ ശ്രീഗുരുദൈവം താൻ വാഴുക
മുകുന്ദേവനെ

ഇന്ത്യയിലെ ഏതു തരം സംസ്കാരത്തിലും മാതാവിനാണ് പ്രാധാന്യം നൽകിയിരിക്കുന്നതെന്നു വ്യക്തം. അമ്മ കഴിഞ്ഞ് അച്ഛൻ. അതു കഴിഞ്ഞ് ഗുരുനാഥൻ. ഈ മൂന്നിനെയും വഴിക്കു വഴി ആരാധിച്ചതിനു ശേഷമേ, ദൈവം വരുന്നുള്ളൂവെന്ന് തെയ്യത്തിന്റെ പ്രവക്താക്കൾ തറപ്പിച്ചു പറഞ്ഞുകൊണ്ടിരിക്കുന്നു. അതിനാൽ എല്ലാറ്റിനും മീതെ പരംപൊരുളായാലും ദൈവം സ്ഥിതിചെയ്യുന്നതായി വിശ്വസിക്കുന്നതിൽ അർത്ഥമില്ല. അഥവാ അങ്ങനെ കരുതി മനസാ വാചാ കർമ്മണാ പ്രവർത്തിക്കുന്നത് സാധാരണനീതിക്കെതിരുമാണ്.

കണ്ണൂർ കാസറഗോഡ് ജില്ലകളിൽ ഏറ്റവും പ്രധാനപ്പെട്ട അമ്മയാണ് കോലസ്വരൂപത്തിങ്കൽത്തായി. ഈ പേരിനു രണ്ടു ഭാവം വരുന്നു. ഒന്നു കോലസ്വരൂപം. അതിന്റെ തായി (അവിടുത്തെ അമ്മ). രണ്ടാമത്തെ ഭാവം കോലസ്വരൂപത്തിലെ ആരാധനാമൂർത്തി. തോറ്റം പാട്ടിൽ 'കോലക്ഷ്മാ പരിപാലിനി' എന്നൊരു പ്രയോഗമുണ്ട്. കോലഭൂമിയെ പരിപാലിക്കുന്നവൾ അഥവാ കോലഭൂപൻ പരിപാലിക്കുന്നവൾ. കോവിലകത്തെ ലക്ഷ്മിക്കുട്ടി തമ്പുരാട്ടിയുടെ തിരുവവതാരം തീപ്പെട്ടപ്പോൾ ഉയർന്നു വന്ന ദൈവക്കോലമാണ് കോലസ്വരൂപത്തിങ്കൽത്തായി എന്ന വലിയമുടിഭഗവതി. ഇതു തന്നെ മാടായിക്കാവിലെ തിരുവർകാട്ട് ഭഗവതിയും-മാടായിക്കാവിലച്ചി. ചെറുകുന്നിലാകട്ടെ, അന്ന

പൂർണ്ണേശ്വരിയുടെ രൂപത്തിൽ പാർവ്വതീദേവി പ്രതിഷ്ഠിതയായിരിക്കുന്നു. അന്നപൂർണ്ണ സദാ പൂർണ്ണയും ശങ്കരപ്രാണവല്ലഭയുമാണല്ലോ. ഒരു പ്രത്യേകത, സ്ഥാനത്തിനും തറവാട്ടിനുമനുസരിച്ച് കോലസ്വരൂപത്തിങ്കൽത്തായുടെ പേര് വ്യത്യാസപ്പെട്ടിരിക്കുന്നുവെന്ന് കാണാം. അത് വെള്ളാരങ്ങര ഭഗവതിയും ചെമ്പിലോട്ടുഭഗവതിയും കരയ്ക്കയിൽ ഭഗവതിയും കമ്മാടത്തു ഭഗവതിയുമൊക്കെയായി നാമാന്തരപ്പെടുന്നതായിക്കാണുന്നു. ഇവിടങ്ങളിൽ പലതിലും പൂമാലാ ഭഗവതിയും ഉണ്ട്. പൂമാലക്കാവുകൾ വടക്കൻ കേരളത്തിലെ പ്രത്യേകവിഭാഗം ആരാധനാകേന്ദ്രങ്ങളാണ്. പൂമാലയെ തെയ്യക്കോലമായി കെട്ടിയാടിക്കാറില്ല. പകരം പാട്ടുത്സവം കൊണ്ടാണ് ഈ ഭഗവതിയെ തൃപ്തിപ്പെടുത്തുന്നത്. അതുകൊണ്ടുതന്നെ ഒരേ ക്ഷേത്രത്തിൽ ഒരു കൊല്ലം കളിയാട്ടമെങ്കിൽ അടുത്തകൊല്ലം പാട്ടുത്സവമായിരിക്കും. അതിനടുത്ത കൊല്ലം ഒറ്റക്കോലവും. മൂവാണ്ടുമുപ്പത്താറുമാസം കഴിഞ്ഞ് വീണ്ടും കളിയാട്ടം. ഇതൊരു പൊതുസ്ഥിതി - അധികസ്ഥാനങ്ങളിലും.

കളിയാട്ടത്തിന് കളിയും ആട്ടവുമെന്ന് രണ്ടുഭാഗം. ഇതു കൊല്ലത്തിലൊരിക്കൽ, രണ്ടുകൊല്ലത്തിലൊരിക്കൽ, മൂന്നുകൊല്ലത്തിലൊരിക്കൽ, അഞ്ചുകൊല്ലത്തിലൊരിക്കൽ (രണ്ടുമുതൽ ഏഴു ദിവസങ്ങളിൽ) എന്നിങ്ങനെ പടിത്തരമായി ആഘോഷിക്കപ്പെട്ടുപോരുന്നു. പടിത്തരത്തിന് പുറമേ പ്രാർത്ഥനക്കളിയാട്ടമായും ഇടക്കാലങ്ങളിൽ നടത്തിവരാറുണ്ട്. പന്ത്രണ്ടുകൊല്ലം കഴിഞ്ഞ് (വ്യാഴവട്ടം; വ്യാഴം തന്നെ മഹാവിഷ്ണു സാക്ഷാലീശ്വരനും ഗുരു-എന്ന ജ്യോതിഷക്കാരൻ പറയും.) ആർഭാടപൂർവ്വം കൊണ്ടുക്കൂടുന്നതാണ് പെരുങ്കളിയാട്ടം. അതുകൊണ്ടുതന്നെ, ഉത്സവച്ചടങ്ങുകളും ആഘോഷപരിപാടികളും ദൈർഘ്യമേറിയതും വൈവിദ്ധ്യപൂർണവുമാണ്. നാലിലാപ്പന്തലും (നാലുനിലപ്പന്തൽ) കന്നിക്കലവറയും നിലവും മറ്റും നിർമ്മിക്കാൻ ദിവസങ്ങൾ വേണ്ടിവരും. ഓരോന്നിനും വേണം പുതുമ. കാളിയുടെ ഒരു തെയ്യമെങ്കിലുമില്ലാതുള്ള ഒരു കളിയാട്ടവും ഉണ്ടാകില്ല. അതാണല്ലോ അമ്മദൈവാരാധനയുടെ മഹത്വം. ഉത്തരകേരളത്തിന്റെ മുക്കിലും മൂലയിലും അരങ്ങേറപ്പെടുന്ന തെയ്യങ്ങളെ സൂക്ഷ്മതലത്തിൽ വീക്ഷിക്കുന്നതിനു പലരും തയ്യാറായിക്കാണുന്നില്ല. ഈയടുത്ത കാലത്താണ് ഗൗരവമുള്ള പഠനങ്ങളും നിഗമനങ്ങളും വെളിച്ചത്തുവന്നത്. തെയ്യം കലയും തോറ്റം പാട്ടും എന്നതുപോലെ കഥകളിയും മോഹിനിയാട്ടവും തിരുവാതിരക്കളിയും മറ്റും കൊല്ലങ്ങളോളം ഇവിടെ താമസിച്ച് പഠിച്ച് അവരുടെ സർവ്വകലാശാലകളിൽച്ചെന്ന് ഡോക്ടറേറ്റ് നേടിയവർ നിര

വധി. ഈ മാതൃക സ്വീകരിച്ച് നാമങ്ങോട്ടുചെന്ന് അവരുടെ കലകളുടെ പൈതൃകത്തേയും പാരമ്പര്യത്തേയും ഉൾക്കൊള്ളാൻ തയ്യാറായി മുന്നോട്ടുവരുന്നില്ലെന്നതും പരമാർത്ഥം.

ഇന്ന് മലയാളത്തിലെ-ഇംഗ്ലീഷിലേയും ഇതരഭാഷകളിലേയും പത്രവാരികകൾ തെയ്യത്തിന്റെ വർണ്ണചിത്രങ്ങളും വാർത്താവിശേഷങ്ങളും പ്രത്യക്ഷപ്പെടാതിരിക്കുന്ന ഒരൊറ്റ ദിവസമില്ല. കമ്പ്യൂട്ടറിന്റെയും വർണ്ണമിശ്രണത്തിന്റെയും സൗകര്യം എല്ലാവർക്കും കിട്ടിയതോടെ, നല്ല തെയ്യം ചിത്രകാരന്മാരും ഈ രംഗത്ത് സജീവമാണ്. അനുഷ്ഠാനപരമോ ആചാരപരമോ ആയ യാതൊരു ചടങ്ങുകളുമില്ലാതെ (ഉണ്ടായാൽത്തന്നെ കൃത്രിമമായി) ധീരന്മാരും ആയോധനകലയുടെ അധിനായകന്മാരും മറ്റും പൊതുവേദിയിൽ തെയ്യം കെട്ടിവന്ന് കാണികളെ അത്ഭുതപ്പെടുത്താറുണ്ട്. കലയോട് അകമഴിഞ്ഞ അഭിനിവേശവും സഹനക്ഷമതയും കൈമുതലുള്ളതിനാൽ ഈ പ്രവണതയെ പ്രത്യക്ഷത്തിൽ ആരും എതിർക്കുന്നില്ല. മാത്രവുമല്ല, പ്രദർശനങ്ങൾക്ക് സ്വാഭാവികമായ ഒരന്തരീക്ഷം സൃഷ്ടിക്കുകയും ചെയ്യും.

ഉദിനൂർ കോവിലകത്തും മടിയൻ കോവിലകത്തും ക്ഷേത്രപാലകനീശ്വരനുപുറമേ തുല്യസ്ഥാനം കാളരാത്രിക്കുമുണ്ട്. അഥവാ ക്ഷേത്രപാലകനെ ദർശിച്ചേ കാളരാത്രിയെ ദർശിക്കാൻ പാടുള്ളൂതാനും. ചെറുകുന്നിലും ശിവനെ ദർശിച്ചേ പാർവ്വതിയെ തൊഴാവൂ. കോവിലകത്തെ പാട്ടുത്സവം പ്രസിദ്ധമാണ്. തെക്കുനിന്നും തീയ്യാടി നമ്പ്യാർ വന്നു കളം വരച്ച് പാട്ടുപാടി അനുഷ്ഠാനകർമ്മങ്ങൾ നിർവ്വഹിക്കുകയാണ് വർഷം തോറും. അമ്മദൈവങ്ങളുടെ ഒരു കണക്കെടുത്താൽ അവർ കൂടുതലാണെന്ന് വ്യക്തമാവും. അതായത് ഉത്തരകേരളത്തിലെ പ്രാക്തനസംസ്കാരം വളർന്നുവന്നത് മാതൃദേവതകളിൽ നിന്നു തന്നെ എന്നു തീർച്ച. ഭഗവാന്മാരെക്കാൾ ഭഗവതിമാർ എന്നർത്ഥം. പക്ഷേ, കുനുത്തൂരിന്റെ പ്രത്യേകത കാരണം (പുലിദൈവങ്ങളുടെ ആധിക്യം) എണ്ണത്തിൽ പുരുഷദൈവങ്ങൾ അധികമുണ്ടെങ്കിലും വണ്ണത്തിൽ അമ്മദൈവങ്ങൾക്കുതന്നെ പ്രാധാന്യം.

നമ്മുടെ വിശ്വാസപ്രമാണങ്ങളിൽ ഇതിനു പുറമെ, മാതാക്കൾ അഞ്ച്, പിതാക്കൾ അഞ്ച്, പഞ്ചേന്ദ്രിയങ്ങൾ, പഞ്ചപ്രാണങ്ങൾ എന്നിവയെക്കുറിച്ചെല്ലാം പറയുന്നുണ്ട്. അതാതിന്റെ നിലയ്ക്കനുസരിച്ച പ്രാധാന്യം നാമവയ്ക്കു നൽകിയേ തീരൂ. ഗുരുപത്നി, ജ്യേഷ്ഠപത്നി, ഭ്രാതൃപത്നി, പത്നീമാതാ, സ്വമാതാ - പഞ്ചമാതാക്കൾ. ജനിതാവ്, ഉപനേതാവ്, വിദ്യാദാനം ചെയ്യുന്നവൻ, അന്നദാതാവ്, ഋണത്തിൽ (കടത്തിൽ) നിന്ന് മോചിപ്പിക്കുന്നയാൾ ഇവരാണ് പഞ്ചപിതാക്കൾ. കണ്ണ്, മൂക്ക്, ചെവി, നാക്ക്,

ത്വക്ക് എന്നിവ അഞ്ച് ഇന്ദ്രിയങ്ങൾ. ബാഹ്യലോകവുമായി നമ്മെ ബന്ധപ്പെടാൻ പ്രാപ്തരാക്കുന്ന ശരീരാവയവങ്ങൾ. മഹാഭാരതം (രണ്ടാം വാല്യം) ബ്രാഹ്മണവ്യാധസംവാദത്തിൽ

ബുഭുക്ഷുവായ നരന് അഞ്ചു ഗുരുക്കന്മനാ
രുണ്ട്. അല്ലയോ, ബ്രാഹ്മണ! അച്ഛൻ, അമ്മ,
അഗ്നി, ആത്മാവ്, ആചാര്യൻ.

നാമുദ്ദേശിക്കുന്ന ദൈവം ഇതിലില്ല. അത് ആത്മീയതയ്ക്ക് പ്രാധാന്യം കൊടുക്കുന്നതുകൊണ്ടാകാം. ആത്മീയതയിൽ അനേകമില്ല. ഏകമേയുള്ളൂ. അത് തത്വമസിയുടെയും അഹം ബ്രഹ്മാസ്മിയുടെയും സംസ്കാരമാണ്. നാനാത്വത്തിൽ ഏകത്വം. ആത്മീയതയും ദൈവികതയും ഭൗതികതയും ഒന്നിനൊന്ന് ഭിന്നമാണ് എന്നു വരുത്തിത്തീർക്കാനുള്ള ശ്രമം പണ്ടേ നടക്കുന്നുണ്ട്. ഇതിൽ കാര്യമില്ല. ഇവ പരസ്പരപൂരകരൂപേണ ഒന്നായിത്തന്നെ വർത്തിക്കുന്നവയാണ്. അതിൻമേൽ ശിഥിലീകരണം വേണ്ട. പഞ്ചപ്രാണങ്ങളെക്കുറിച്ചും പറഞ്ഞു. അവ പ്രാണൻ, ഉദാനൻ, വ്യാനൻ, സമാനൻ, അപാനൻ ഇവയാണ്. ഇവിടെ ഒരു കാര്യം വ്യക്തം. മഹാഭാരതത്തിൻരെ കാലത്ത് നമ്മളിപ്പോൾ ദർശിക്കുന്ന ദൈവികത പ്രബലമായിട്ടില്ലെന്ന്.

ലോകസൃഷ്ടി നടന്നതിന് എത്രയോ കാലത്തിനു ശേഷം, നമ്മുടെ പുരാണങ്ങളനുസരിച്ച് പ്രകൃതിയും പുരുഷനുമുണ്ടായി. സ്ത്രീപ്രകൃതിയും പുരുഷപ്രകൃതിയും. അവർ ആരാധിക്കപ്പെടുകയും ചെയ്തു. 'മൂലപ്രകൃതിരൂപത്വാൽ സാ സീതാ പ്രകൃതി സ്മൃതാ' എന്ന് ഉപനിഷത്ത്. അവിടെ സീത പ്രകൃതിയും രാമൻ പുരുഷനുമായി. രുഗ്മിണി പ്രകൃതിയും കൃഷ്ണൻ പുരുഷനുമായി (രാധയുടെ സങ്കൽപ്പം ഭാഗവതത്തിൽ ഇല്ല). പ്രകൃതി പുരുഷയോഗം പ്രപഞ്ചത്തിന്റെ നിലനിൽപ്പിന് ആവശ്യമാണ് എന്നു വന്നു. ഈ കാഴ്ച്ചപ്പാടിനു മുമ്പ്, ഇവിടെ അഗ്നി, വായു, വരുണൻ, സൂര്യൻ, ഇന്ദ്രൻ, പൂഷാവ്, താർക്ഷ്യൻ തുടങ്ങിയ പ്രകൃതിശ്ക്തികളെയാണ് ആരാധിച്ചുവന്നത് എന്നും വിലയിരുത്തപ്പെടുന്നു. ഏതുകൊണ്ടും നമ്മുടെ ധർമ്മദൈവങ്ങൾ, ഏഴോ എട്ടോ നൂറ്റാണ്ടുകൾക്കുമുമ്പുമാത്രം ഉദ്ഭവിച്ചവരാണെന്നു ന്യായമായും കരുതാം[4]. കൂട്ടത്തിൽ, ശൗര്യവീര്യപരാക്രമങ്ങൾ പ്രദർശിപ്പിച്ച പുരാണേതിഹാസനായകന്മാരും തെയ്യത്തിന്റെ രൂപത്തിൽ ആടിത്തുടങ്ങി. കഥകളിയുടെയും കഥ ഇതു തന്നെ. ഒട്ടനവധി ദേവിമാരും അക്കൂട്ടത്തിൽ പെട്ടു. ഇതിനൊക്കെ പുറമേ, തങ്ങൾ ബഹുമാനിക്കുന്ന, തങ്ങൾക്കപ്പുറത്തെ കഴിവുകൾ പ്രദർശിപ്പിച്ച വീരപുരുഷന്മാരെയും വീരനായകന്മാരെയും തറ

വാട്ടിൽ കാരണവന്മാരെയും മറ്റും നാം ദൈവങ്ങളായി ആരാധിച്ചുപോരുന്ന സ്ഥിതിയും വന്നു. നമ്മുടെ കളിയാട്ടങ്ങളിലെ തെയ്യങ്ങൾ, ഇവിടെത്തന്നെ ഉടലെടുത്തവരോ വടക്കുനിന്നും തെക്കുനിന്നും വന്ന് ഇവിടെ പ്രതിഷ്ഠാപിതരായവരോ ആകുന്നു. തെയ്യക്കോലങ്ങൾ - രൂപമെടുത്ത ദൈവങ്ങൾ; ഒരു വശത്ത്. കോലമെടുക്കാത്ത, ചെറുതും വലുതുമായ പ്രതിഷ്ഠാദികൾ മറുവശത്ത്. പള്ളിയറകളിൽ ഇവ രണ്ടിന്റെയും അസ്തിത്വമുണ്ട്. മഹാക്ഷേത്രങ്ങളിൽ തെയ്യങ്ങളില്ല. അഥവാ ഉണ്ടെങ്കിൽത്തന്നെ അവ മതിൽക്കെട്ടിനു പുറത്ത്. ഇത്തരം സന്ദർഭങ്ങളിൽ ചിലപ്പോൾ വിഭാഗീയതയുടെ ചില സങ്കീർണ്ണതകളിലൂടെ സഞ്ചരിക്കേണ്ടിവരും. എന്നിട്ടൊടുവിൽ ആചാരാനുഷ്ഠാനസമന്വയത്തിൽ എത്തിച്ചേരുകയും ചെയ്യുന്നു.

കുനുത്തൂരിലെ ദേവീദേവന്മാർ

അനന്തിരവൻ ദയരപ്പൻ നായരുടെ കൂടെ മഞ്ഞടുക്കം കോവിലിൽ നിന്ന് പോന്നവർ ഇവർ: പുള്ളിക്കരിങ്കാളി, പുലിയൂരുകാളി, പുലിക്കണ്ടൻ, കാളപ്പുലി, കണ്ടപ്പുലി, പുലിമാരുതൻ, മാരപ്പുലി, പുലിയൂർകണ്ണൻ, കരിന്തിരിക്കണ്ണൻ. ഇങ്ങനെ ഒമ്പതുദൈവങ്ങളാണ് പ്രധാന പള്ളിയറയിൽ. ഇതിൽ പുലിദൈവങ്ങൾക്കും കരിന്തിരിക്കണ്ണനും വെള്ളാട്ടങ്ങൾ വേണം. ഒരേ സമയത്ത് ഉന്നം വെച്ച മൂന്നുനാലു വെള്ളാട്ടങ്ങൾ. ഓട്ടത്തിലും ചാട്ടത്തിലും ആട്ടത്തിലും പ്രദർശിപ്പിക്കുന്ന ചടുലത അത്യാകർഷകമാണ്. കുട്ടികളുടെ ആർപ്പുവിളികളും ആർത്തുവിളിക്കാനുള്ള വെള്ളാട്ടങ്ങളുടെ പ്രേരണയും പീഠത്തിൽ തേങ്ങയുടക്കലും ഭക്തിയുടെ മാത്രമല്ല, കലാപ്രകടനപടുതയുടെയും കൂടി മായികനിദർശനങ്ങളാണ്.

വടക്കേ പള്ളിയറയിൽ പ്രാദേശികദൈവങ്ങളാണ്. പരദേവത മൂവർ. വിഷ്ണുമൂർത്തി, അങ്കക്കുളങ്ങര ഭഗവതി, രക്തചാമുണ്ഡി. ഇവയ്ക്കുപുറമേ കാരണവർ തെയ്യമായ ദയരപ്പൻ നായരും. അങ്ങനെ ആകെ പതിമൂന്നു തെയ്യങ്ങൾ. ഇപ്പറയപ്പെട്ടതിനു പുറമെ കളിയാട്ടത്തിന്റെ മൂന്നാം ദിവസം ഉച്ചത്തോറ്റത്തിന്റെ സമയത്ത് വണ്ണാൻ കൂത്ത് പതിവുണ്ട്. ഈ കലാകാരന്റെ ലഭ്യതക്കുറവുള്ളതിനാൽ ചിലപ്പോൾ കൂത്തുനടക്കാതെ പോകാറുമുണ്ട്. കൂത്തിനോടനുബന്ധിച്ച് ചങ്ങൻ, പൊങ്ങൻ എന്ന രണ്ടു ഹാസ്യകഥാപാത്രങ്ങൾ. കീറച്ചാക്കുതുണിയും മറ്റും ശരീരത്തിൽ കെട്ടി, വലിയ വേഷവിധാനമില്ലാതെ, നിലത്തുരുണ്ടും ഓടിയും വളിച്ച ഫലിതങ്ങൾ പറഞ്ഞും കാണികളിൽ നിന്ന് കാശുവാങ്ങി രസിപ്പിക്കുന്ന രണ്ടു വേഷങ്ങൾ ഉണ്ട്. ഇതിനെ പൊറാട്ടുനാടകത്തിന്റെ

പരിധിയിൽപ്പെടുത്താം. കൂത്തും ചങ്ങനും പൊങ്ങനും തോറ്റ സമയത്ത് മതിൽക്കെട്ടിനുപുറത്ത് നടയിൽ നിന്നുമാണ് അവരുടെ പ്രകടനം കാഴ്ച്ചവെക്കുന്നത്. ചാക്യാർകൂത്തിൽ ചെയ്യുന്നതുപോലെ. അതിനേക്കാൾ അൽപ്പം വലിയ തിരുമുടി. ചിറകുടുപ്പ്.

പാർവ്വതീദേവിയുടെ (പുള്ളിക്കരിങ്കാളി) പുത്രിയാണ് പുലിയൂരുകാളി. ശിവനും മോഹിനിയും ചേർന്ന് അയ്യപ്പനുണ്ടായെന്നു വിശ്വസിക്കപ്പെടുന്നതുമായി ഇക്കഥയ്ക്ക് യാതോരു ബന്ധവുമില്ല. ഇളയവരെ മൂത്തവർ സംരക്ഷിക്കുന്നതിനുപകരം മൂത്തവരെ ഇളയവർ സംരക്ഷിക്കുന്ന ഒരേർപ്പാട്. ഇളയവളോട് മുതിർന്നവർക്ക് സ്വാഭാവികമായും പ്രിയമേറും. അച്ഛനു മൂത്ത മകനോടും അമ്മയ്ക്ക് ഇളയവനോടും അധികം വാത്സല്യം ഉണ്ടാകുമത്രേ. അതൊരു കാരണമാകാം. ആ മകൾ ജ്യേഷ്ഠന്മാരുടെ മാത്രമല്ല, ലോകത്തിന്റെയും സംരക്ഷകരായി മാറി. ആ നിലയിലാണ് ധർമ്മദൈവം എന്ന കാഴ്ച്ചപ്പാടിൽ മകൾക്ക് പ്രാധാന്യമേറിയത് എന്ന് നേരത്തേ സൂചിപ്പിച്ചു കഴിഞ്ഞു. ഇവിടെ വിഷ്ണുമായയുടെ സന്നിവേശവും ശ്രദ്ധിക്കാം.

പുലിയൂരുകാളിയും മുച്ചിലോട്ടും

മുച്ചിലോട്ടുകാവുകളിൽ മുച്ചിലോട്ടുഭഗവതി കഴിഞ്ഞാൽ തൊട്ടടുത്ത പദവി കല്പിച്ചിരുന്നത് കണ്ണങ്ങാട്ടു ഭഗവതിക്കാണ്. മുച്ചിലോടുകളും കണ്ണങ്ങാടുകളും യഥാക്രമം വാണിയരുടെയും യാദവരുടെയും ആരാധനാകേന്ദ്രങ്ങളാകുന്നു. പിന്നീടേ പുലിയൂരുകാളി വരുന്നുള്ളൂ. പക്ഷേ, പ്രാധാന്യത്തിൽ അതു രണ്ടാം സ്ഥാനത്തെത്തുന്നു. മുച്ചിലോട്ടുകളിൽ കണ്ണങ്ങാട്ടു ഭഗവതിയുണ്ട്. പക്ഷേ, കണ്ണങ്ങാട്ടുകളിൽ മുച്ചിലോട്ടു ഭഗവതി ഇല്ല. ഇവിടേയും ജാതീയമായ അസമത്വങ്ങളുടെ നിരാസം എത്ര വ്യക്തം? വടക്കേൻ വാതിലും വേലച്ചിറ്റുവിളക്കും പുലിയൂരുകാളിക്കുള്ള പൂജാവിധാനങ്ങളാണ്. മുച്ചിലോടുകളിൽ മുച്ചിലോട്ടു ഭഗവതി, കണ്ണങ്ങാട്ട് ഭഗവതി, പുലിയൂരുകാളി (ഭഗവതിയും കാളിയും ഒന്നാണെന്നു തോന്നുന്നില്ലേ?) എന്നു മൂന്നു ഭഗവതിമാർക്കും പുലിയൂർ കണ്ണൻ ദൈവത്തിനും കോമരമുണ്ട്. സാധാരണയായി ഈ നാലു കോമരങ്ങളുണ്ടാകും. ഇവിടെയും ഇളയതിനു തന്നെ മുൻതൂക്കം. ഐവർപുലി മക്കളിൽ ഏറ്റവും ഇളയതാണ് പുലിയൂർ കണ്ണൻ. എന്നാൽ ദൈവത്തിന്റെ കോമരമെന്ന നിലയിലാണ് പുലിയൂർ കണ്ണന്റെ കോമരം ആചാരപ്പെടുന്നത്. പുലിദൈവങ്ങളെ മൊത്തത്തിൽ വിലയിരുത്തുമ്പോൾ ഈ ഇളമാമാഹാത്മ്യം ചിന്തനീയം. തെയ്യങ്ങൾ കോമരങ്ങളില്ലാത്തവയും

ഉണ്ടാകാറുണ്ട്. എല്ലാ മുച്ചിലോട്ടുകളിലും പ്രധാനദൈവങ്ങൾക്ക് സാദൃശ്യമുണ്ടെങ്കിലും ഉപദൈവങ്ങളുടെ എണ്ണത്തിലും പേരിലും പ്രാദേശികമോ സാമൂഹികമോ ആയ വ്യത്യാസം നിലനിൽക്കുന്നു. ചിലേടങ്ങളിൽ മുച്ചിലോട്ടുഭഗവതി തന്നെ രണ്ടുണ്ട്. കോലം കെട്ടുന്നവരുടെ സാമുദായികഭേദമാണിതിനു പിന്നിൽ. വണ്ണാനും വേലനും കോലമുണ്ടാകും.

മദ്ധ്യകേരളത്തിൽ നായർ വിഭാഗത്തിൽ നിന്നു തന്നെ കോമരങ്ങൾ ആചാരപ്പെടാറു പതിവുണ്ട്. നിർമ്മാല്യം സിനിമയിലെ മേലേക്കാവിലെ വെളിച്ചപ്പാട് അതിനുദാഹരണം. എന്നാൽ അച്ചന്മാരുടെ സമ്പ്രദായം പോലെ പ്രതിപുരുഷസമ്പ്രദായം ഇവിടെ പതിവില്ല. എന്നാൽ, കുനുത്തൂരിൽ പുലിയൂരുകാളിക്കുമാത്രം വാണിയസമുദായത്തിൽ നിന്നും ഒരു കോമരം ആചാരപ്പെടും. കരിവെള്ളൂർ മുച്ചിലോട്ടുമായി ബന്ധപ്പെടുന്ന വാണിയസമുദായാംഗങ്ങളാണ് കുനുത്തൂരും പരിസരത്തും താമസിക്കുന്നത് എന്നതിനാലാകണം ഇവിടെ ഇത്തരമൊരനുഷ്ഠാനപദ്ധതി പ്രാവർത്തികമായത്. മാണിയാട്ടുനിന്നും ചന്തേരയ്ക്കു ക്ഷേത്രം മാറ്റുവാനുള്ള ഒരു പ്രധാന കാരണം, പ്രസ്തുത സമുദായത്തിന്റെ അഭാവമായിരുന്നിരിക്കണം. കേരളത്തിൽ അപൂർവ്വത്തിൽ അപൂർവ്വമായ ഒരു സംവിധാനമാണിത്. അതുകൊണ്ടുതന്നെ നായന്മാർക്കൊപ്പം വാണിയസമുദായക്കാർക്കും ഇവിടത്തെ ആചാരാനുഷ്ഠാനങ്ങളിൽ പാരമ്പര്യമായ ബാദ്ധ്യതയുണ്ട്. സാമുദായികമൈത്രിയുടെ മെച്ചപ്പെട്ട ഒരുദാഹരണമാകുന്നു ഈ സമ്പ്രദായം. കോമരമോ അദ്ദേഹം ചുമതലപ്പെടുത്തുന്ന സമുദായാംഗമോ കൈവിളക്കുകാരനോ ഇതൊന്നുമില്ലാത്ത മുൻകൂട്ടി നിശ്ചയിക്കപ്പെടുന്ന വ്യക്തിയോ അടിച്ചു തെളിച്ചു നിത്യദീപം വെക്കാനുള്ള അവകാശം കൈയാളുന്നു. സാമുദായികമായ ഈ യോജിപ്പു കാരണം ആചാരപ്പെട്ട കോമരത്തിന്റെ അഭാവത്തിൽ മറ്റു മുച്ചിലോട്ടുകളിൽ നിന്ന് കോമരത്തെ തേടിക്കൊണ്ടുവരുന്ന ഏർപ്പാടും ഉണ്ട്. കാറമേൽ, ക്ലായിക്കോട് എന്നീ മുച്ചിലോട്ടുകളിൽ നിന്ന് പുലിയൂരുകാളിയുടെ കോമരത്തെ കൊണ്ടുവന്ന് അടിയന്തിരാദികൾ നിർവ്വഹിക്കുന്ന ഒരു പ്രത്യേക സാഹചര്യം വർഷങ്ങളായി നിലവിലിരുന്നു. കുടുംബപാരമ്പര്യവഴിക്കല്ല കോമരം നിശ്ചയിക്കപ്പെടുന്നത്. താൽപ്പര്യമുള്ള ഭക്തിശ്രദ്ധാവിശ്വാസമുള്ള ഏതു സമുദായാംഗത്തിനും പ്രസ്തുത പദവി കയ്യാളാം. ഇപ്പോൾ കാഞ്ഞങ്ങാട്ടുകാരനായ സുനിൽ പി എന്ന ചെറുപ്പക്കാരൻ കോമരമായി ആചാരപ്പെട്ടിരിക്കുകയാണ്. 20 -12-2013 ന്.

അതിന് ഏതാനും കൊല്ലം മുമ്പ് അന്തരിച്ച ചന്തേരയിലെ രാമൻ കോമരത്തിന്റെ സേവനങ്ങളെ ബഹുധാ പ്രകീർത്തിക്കേ

ണ്ടതുണ്ട്. കളിയാട്ടം, പൂരോത്സവം, പ്രതിഷ്ഠാദിനം, പ്രാർത്ഥ നാടിയന്തിരങ്ങൾ എന്നീ അവസരങ്ങളിൽ കോമരം അരങ്ങിലി റങ്ങുന്ന പതിവുണ്ട്. കോമരം ഭഗവതിയുടെ പ്രതിപുരുഷനാവു ന്നു. കളിയാട്ടത്തോടനുബന്ധിച്ച് സമീപസ്ഥങ്ങളായ മുച്ചിലോ ട്ടുകാവുകളിലെ കോമരങ്ങളെയും അച്ഛന്മാരെയും ഇങ്ങോട്ടു ക്ഷണിച്ചുവരുത്തുകയും അവരെ യഥോചിതം ആദരിച്ചിരുത്തു കയും ചെയ്യും. കോമരത്തിന് വാലായ്മ, പുല എന്നീ ആശൗച ങ്ങൾ സംഭവിക്കുമ്പോഴും ഈ തേടിക്കൊണ്ടുവരൽ അനിവാ ര്യമാകുന്നു. തെയ്യങ്ങളും അരങ്ങിലിറങ്ങിയ കോമരവും അര ങ്ങിലിറങ്ങിയിട്ടില്ലാത്ത അച്ഛന്മാരെയും മറ്റു സ്ഥാനികരെയും 'മനു ഷ്യങ്ങളേ' എന്നാണ് സംബോധന ചെയ്യുക. മനുഷ്യക്കോലങ്ങൾ തെയ്യക്കോലങ്ങളായി മാറുന്നുവെന്നൊരു വിദൂരപാഠം ഈ സംബോധനിലടങ്ങിയിട്ടുണ്ട്. അമ്മദൈവാരാധനയുമാണ് തെയ്യ ങ്ങളുടെ അനുഷ്ഠാനപരതയെ വർദ്ധിപ്പിക്കുന്നത്. പുരാണങ്ങ ളിലോ നാടോടിവിജ്ഞാനീയങ്ങളിലോ നിന്നുത്ഭവം കൊണ്ട എത്രയോ കഥാപാത്രങ്ങൾ നമ്മുടെ മുമ്പിൽ ഉറഞ്ഞാടുന്നു. ഇവ യിൽ ശൈവവും വൈഷ്ണവവും പെടും. കതിവനൂർ വീര ന്റെയും കടാങ്കോടുമാക്കത്തിന്റെയും മറ്റും പുരാവൃത്തങ്ങൾക്ക് ഏറെ പഴക്കമില്ല.

അമ്മയുടെയും മകളുടെയും കോലം കെട്ടുന്നത് ആചാരക്കാ രായ വണ്ണാന്മാർ തന്നെയായിരിക്കണമെന്ന് നിർബന്ധം. തെക്കു ങ്കര കരണമൂർത്തിയാണ് ഇന്നാട്ടിലെ തെയ്യക്കാരിലെ പ്രധാന അവ കാശി. കരണത്തിന് പഞ്ചേന്ദ്രിയം, നൃത്തം ചെയ്യൽ, പ്രധാന പ്രവൃത്തി ചെയ്യൽ എന്നൊക്കെ അർത്ഥമുണ്ട്. അഭിനയത്തിന്റെ വ്യക്തമായ ഭാവങ്ങൾ (ആംഗികം, ആഹാര്യം, വാചികം ഇവ മൂന്നും, ചിലപ്പോൾ സാത്വികവും) തെയ്യങ്ങളിൽ കാണുന്നതിനാൽ അവയിൽ വ്യക്തിമുദ്ര പതിപ്പിക്കും വിധം ആചാരപ്പെടുന്ന വണ്ണാ നാണ് (തെയ്യം കാലാകാരൻ) കരണമൂർത്തി. വണ്ണാന്മാരുടെ തെയ്യം കെട്ടലിനോടനുബന്ധമായ സകലവിധകരണങ്ങൾക്കും കാരണ മായി വർത്തിക്കേണ്ടത് ഇദ്ദേഹമാണ്. തന്റെ നിർദ്ദേശാനുസരണം മറ്റുള്ള തെയ്യം കലാകാരന്മാരും ഇതിൽ ഭാഗഭാക്കുകളാകുന്നു. തെക്കുങ്കര കർണ്ണമൂർത്തിയും കിണാവൂർ നേണിക്കവുമാണ് ഇവിടെ മകളുടെയും അമ്മയുടെയും കോലധാരികളാവുക. മുമ്പ് അവർ യാതൊരുവിധ മുറുമുറുപ്പുമില്ലാതെ തോളോടുതോളുരുമ്മി സഞ്ചരിക്കുന്നവരായിരുന്നു. ഇടയിലെപ്പൊഴോ ചില അസ്വാരസ്യ ങ്ങൾ നിലനിന്നിരുന്നുവത്രേ. ആ സ്ഥിതി ഇപ്പോൾ മാറി വന്ന തായും അറിയുന്നു. ആചാരാനുഷ്ഠാനങ്ങൾക്കൊക്കെ ഓരോ കീഴ്‌വഴക്കങ്ങളുണ്ട്. അതൊക്കെ കടുകിട തെറ്റിക്കരുത് എന്നൊ

ന്നും പറയുന്നതിലർത്ഥമില്ലെങ്കിലും ഒഴിവാക്കാൻ പറ്റാത്ത സാഹചര്യത്തിൽ മാത്രമേ അഭിപ്രായവ്യത്യാസം വന്നുകൂടൂ. അഥവാ അതു വളരെ പെട്ടെന്നു തൃപ്തികരമായി പരിഹൃതമാവുകയും ലേണം. പെരുവണ്ണാൻ, മണക്കാടൻ ഇവരും (പണ്ടത്തെ മണക്കാടൻ ഗുരുക്കളുടെ പേരിൽ നൽകുന്ന ആചാരമാണ് 'മണക്കാടൻ') കോലധാരികളാകും. കരിവെള്ളൂർ വടക്കുമ്പാട്, വടക്കുമ്പാടോൻ എന്നൊരു ആചാരക്കാരനും ഉണ്ട്. അഞ്ഞൂറ്റാൻ, മുന്നൂറ്റാൻ എന്നിവരും തെയ്യം കാലാകാരന്മാർ. തെയ്യം കെട്ടുന്നവരുടെ കൂട്ടത്തിൽ കയ്യൂർ പെരുമലയനാണ് മുഖ്യൻ. മികച്ച പ്രകടനത്തിലൂടെ, സ്വർണ്ണവള സമ്മാനിക്കപ്പെട്ട്, പണിക്കർ എന്ന സ്ഥാനപ്പേര് നേടുന്നവരാണ് മലയർ. 'പണിക്കർ' പൂജകബഹുവചനശബ്ദമാണ്. തെയ്യം കെട്ടുന്ന കലാകാരന്മാരിൽ വേലന്മാരും പെടും. 'വേലൻ പറ്റിൽ കോലം' എന്ന പഴമൊഴി ഇവരുടെ പ്രകടനസാമർത്ഥ്യത്തെ വെളിവാക്കുന്നു. കുനുത്തൂർ വേലന്റെ തെയ്യം ഇല്ല - കുണ്ടോറ ചാമുണ്ഡി, കുറത്തി തുടങ്ങിയവ അവരുടെ തെയ്യങ്ങളാകുന്നു.

തെക്കരോ വടക്കരോ?

നായൻ എന്ന വാക്കിന്റെ ബഹുവചനമാണ് നായർ. ഇവർ കേരളത്തിലെ മലയക്ഷത്രിയരാണ്. ദ്രാവിഡവർഗ്ഗത്തിൽ പെട്ട ഒരു പ്രത്യേക ജാതി. നായന്മാർ മുഖ്യമായി നാലുതരം. ഇല്ലം, കിരിയം, തൊരുവം, പാതമംഗലം. നായർക്കു ഭർത്താവെന്നു മറ്റൊരർത്ഥം. അച്ചിക്ക് ഇഞ്ചി പക്ഷമെന്നും നായർക്ക് കൊഞ്ചു പക്ഷമെന്നും മറ്റൊരു പഴമൊഴി. നായർക്കു നിലംകൃഷിയുണ്ടെങ്കിൽ അച്ചിക്ക് പൊലുകടമുണ്ട്. ഒരേ ഇല്ലക്കാർ തമ്മിൽ വിവാഹം പാടില്ല. ഇല്ലം വീടും നമ്പൂതിരിഗൃഹവും ആകുന്നു. കിരിയത്തിനും ഗൃഹം, കുടുംബം, തറവാട് എന്നും ശബ്ദഭേദം. കിരിയക്കാർ അതിൽ ഉയർന്ന ജാതിയിൽപ്പെട്ടവരാണ്. കിരിയത്തു നായന്മാർ ക്ഷേത്രസംബന്ധമായ ജോലികളിൽ ഏർപ്പെട്ടിരുന്നവരായിരുന്നു. സ്വതവം എന്ന ദേശ്യഭാഷാപദവുമായി ബന്ധപ്പെട്ടതാണ് തൊരുവം. നായന്മാർ നാലുവിധത്തിലുള്ളതിൽ ഒന്ന് എന്നേ പാതമംഗലത്തിനർത്ഥം പറഞ്ഞിട്ടുള്ളൂ. ഇവയൊക്കെ അധികം പ്രചാരത്തിലുള്ളത് തെക്കൻ കേരളത്തിലാണ്. കുറുപ്പ് ആണ് നാം ശ്രദ്ധിക്കേണ്ട മറ്റൊരു പദം. കുറുമ്പുള്ളവൻ കുറുപ്പ്. ഇത് നായന്മാരുടെ ഒരു സ്ഥാനപ്പേരാണ്. ഒരു ജാതി. കുറുപ്പന്മാർ ആയുധവിദ്യയുടെ ആചാര്യന്മാരാണ്. തീയ്യക്കുറുപ്പും ഈഴവക്കുറുപ്പുമുണ്ട് തിരുവിതാംകൂറിൽ. നായർ കുറുപ്പ്, വണ്ണാത്തൻ കുറുപ്പ്, കണിയാർ കുറുപ്പ് ഇവർ വടക്കൻ കേരളത്തിൽ. കളരി

യഭ്യാസങ്ങൾ ശീലിപ്പിക്കുന്ന ശാലകളിൽ അതിന്റെ തലപ്പത്ത് ഒരു കുറുപ്പ് വേണം. 'കുറുപ്പില്ലാക്കളരിയിൽ' - അങ്ങനെയൊരു നാടകമുണ്ട് - യാതൊന്നും നടക്കുകയില്ല. പാടില്ലാത്തവനോ പാടവമില്ലാത്തവനോ നേതാവായി വരുമ്പോൾ ആ വീട് (കുടുംബം, പ്രദേശം) കുറുപ്പില്ലാക്കളരിയാവും. നാഥനില്ലാത്ത സ്ഥാപനം എന്ന ആശയം.

ഇതോടൊപ്പം നാഗശബ്ദത്തിന്റെ പൊരുളും പരിശോധിക്കപ്പെടേണ്ടതാണ്. ഇത് പ്രാണാദി വായുക്കളുടെ അവാന്തരവിഭാഗത്തിൽ പെട്ട ഒന്നാണ്. പകുതി മനുഷ്യരൂപവും പകുതി നാഗരൂപവുമുള്ളവൻ- നാഗനാഗൻ. സർപ്പാരാധന മുഖ്യമാണെന്ന് വിചാരിച്ചുവന്ന ഒരുകൂട്ടം മലവാസികളാണ് നാഗന്മാർ അഥവാ നായന്മാർ. നായർ ക്രൂരനും ആണത്രേ. നായന്മാർക്ക് നാഗാരാധന പ്രധാനമാണ്. മിക്കവാറും ക്ഷേത്രങ്ങളോടും തറവാടുകളോടും അനുബന്ധിച്ച് നാഗങ്ങൾ (നാഗക്കാവുകൾ) ഉണ്ട്. നാഗാലാന്റ് സംസ്ഥാനക്കാർ സർപ്പാരാധനക്കാരാണെന്നു കേൾക്കുന്നു. നായരുടെ മറ്റൊരു പൂജകബഹുവചനമാണ് നായനാർ. അദ്ദേഹം യജമാനനും നാഥനുമാകുന്നു. ക്ഷേത്രത്തിലെ പ്രധാന ഉടമയും നാഥനും അതോടൊപ്പം ശിവനും ശിവഭക്തനുമാണ് നായനാർ. നാടൻ ഭാഷയിൽ നാവിന് ആറു നൽകുന്നയാൾ. മറ്റുള്ളവരുടെ ദാഹം തീർക്കുന്നയാൾ എന്നർത്ഥം. ഉത്തരകേരളത്തിൽ വാരിക്കര നായനാർ, വേങ്ങയിൽ നായനാർ (ആദ്യത്തെ മലയാള ചറുകഥാകൃത്തുക്കളിൽ ഒരാളായ വേങ്ങയിൽ കുഞ്ഞിരാമൻ നായനാർ), ഏറമ്പാല നായനാർ (മുൻ മുഖ്യമന്ത്രി ഇ. കെ. നായനാർ) ഇവർ നായനാന്മാരിൽ പ്രധാനികൾ. ജാതിയിൽ താഴ്ന്നവർ ഉയർന്ന ആരെയും സംബോധനചെയ്യുവാൻ നായനാർ എന്ന പദം ഉപയോഗിച്ചിരുന്നു. പട്ടേലർ മുസ്ലീമാണെങ്കിലും വിളിക്കുന്നത് പട്ടേലർ നായനാർ എന്നാകും. ഇന്നത്തെ വില്ലേജ് ഓഫീസറുടെ പഴയപേരാണ് പട്ടേലർ. അതു മിക്കവാറും കുടുംബപാരമ്പര്യം വഴിക്ക് സിദ്ധിച്ചിരുന്നു. ഇദ്ദേഹം ഗ്രാമമുൻസീഫുമായിരുന്നു. വില്ലേജ് പഞ്ചായത്ത് ഇദ്ദേഹത്തിന്റെ കീഴിൽ പ്രവർത്തിക്കുന്നു. കേരളത്തിൽ പ്രാചീനകാലത്ത് അറുപത്തിമൂന്ന് നായനാന്മാർ ഉണ്ടായിരുന്നു. ഇവർ അറുപത്തിമൂവ്വർ എന്നു തന്നെ അറിയപ്പെട്ടു. നായനാന്മാർ വലിയ ശിവഭക്തരായിരുന്നു. തിരുനാവുക്കരശൻ, തിരുജ്ഞാനസംബന്ധർ, സുന്ദരമൂർത്തി തുടങ്ങിയ നായനാന്മാർ ധാരാളം വിശിഷ്ടങ്ങളായ ഗാനങ്ങളുടെയും കർത്താക്കന്മാരായിരുന്നു.

കേരളത്തിലെ നായന്മാരുടെ പൊതുസ്വഭാവവും തരംതിരിവും കാണിക്കുന്നതിന് വേണ്ടിയാണ് ഇത്രയും വിശദീകരിച്ചത്. പഴയ

കോലത്തുനാട്ടിലും അള്ളടസ്വരൂപത്തിലും നായന്മാരുടെ എണ്ണം (സ്വരൂപാചാരത്തിൽ എത്രയായിരുന്നാലും) താരതമ്യേന കുറ വാണ്. എണ്ണിത്തിട്ടപ്പെടുത്താവുന്നത്രയുമേ ഇന്നാട്ടിൽ നായർ കുടുംബങ്ങളുള്ളൂ. തെക്കു കൊടുങ്ങല്ലൂരുതൊട്ട് ഇങ്ങ് വടകര വരെയുള്ള നാടുകളിൽ നിന്നാണ് നായന്മാർ ഇങ്ങോട്ടു പേന്നി ട്ടുള്ളത്. ഉദിനൂർ കോവിലകത്ത് പള്ളിയത്ത് നമ്പ്യാരും മടിയൻ കുറുപ്പും തിരുനെല്ലി നായരും മൂളിച്ചേരി നായരും ആയിരുന്നു പ്രധാനികൾ. ഇവരുടെ കൂട്ടത്തിൽ ഇടയിൽ വെച്ചും ചിലർ കൂടി. പള്ളിയത്തു നമ്പ്യാർ ഇപ്പോഴും കണ്ണൂർ ഭാഗങ്ങളിലുണ്ട്. ഇവി ടെയെത്തിയ ശേഷമാകാം അവർ നമ്പ്യാർ ഉപേക്ഷിച്ചു നായരാ യി. മടിയൻ കുറുപ്പ് മടിയൻ നായരും. ഇപ്പോഴും കോവിലകത്തെ തെയ്യം 'മടിയൻ കുറുപ്പനന്ത്രോൻ' എന്നും 'പള്ളിയത്തു നമ്പ്യാ റനന്ത്രോൻ' എന്നുമാണ് അഭിസംബോധന ചെയ്യുന്നത്. മുഖ്യ പടനായകന്മാരും നായകദൈവങ്ങളുമായ വേട്ടയ്ക്കൊരുമ കനെയും ഊർപ്പഴശ്ശിയെയും പറ്റി നേരത്തേ സൂചിപ്പിച്ചു.

ക്ഷേത്രപാലകനാണ് മറ്റൊരു പ്രധാന കഥാപാത്രം. ക്ഷേത്രം എന്നാൽ അമ്പലം എന്നു മാത്രമല്ല; വയൽ എന്നും അർത്ഥമു ണ്ട്. നെടുനീളത്തിൽ കിടക്കുന്ന നെൽവയലുകളുടെ സംരക്ഷ കന്മാരായി പലയിടങ്ങളിലും കെട്ടിയാടിക്കപ്പെടുന്ന തെയ്യമാണ് ക്ഷേത്രപാലൻ. ക്ഷേത്രപാലനുമായി ബന്ധപ്പെട്ട സ്ഥലങ്ങളി ലെവിടെയും നെൽവയലിന്റെ സാമീപ്യമുണ്ട്. മുഴുക്കഴുങ്ങിന്റെ താങ്ങുവാനേറെ പ്രയാസമുള്ള മുടിയും വഹിച്ചു മുറ്റത്തെത്തുന്ന ക്ഷേത്രപാലനെ, തൊണ്ടച്ചൻ എന്ന വിശേഷണം ചേർത്താണ് പറഞ്ഞുവരാറുള്ളത്. ആയോധനകലയിലും മെയ്യഭ്യാസത്തിലും താൽപ്പര്യമുള്ള നായന്മാർ മലബാറിന്റെ വടക്കൻ പ്രദേശങ്ങ ളിലും തെക്കൻ കർണ്ണാടകത്തിന്റെ തെക്കൻ പ്രദേശങ്ങളിലും തുളുനാടൻ ദിക്കുകളിലും കുടിയേറിപ്പാർത്ത് ഇന്നാട്ടുകാരായി മാറി എന്നു കരുതുന്നതാവും യുക്തി. അടുത്തകാലം വരെ രണ്ടി ല്ലക്കാരും നാലില്ലക്കാരുമുണ്ടായിരുന്ന ഇവിടങ്ങളിൽ കാല ത്തിന്റെ മാറ്റത്തിൽ പ്രസ്തുത വേർതിരിവുകൾ ശിഥിലമായി ക്കൊണ്ടിരിക്കുന്നു. അര നൂറ്റാണ്ടു മുമ്പു വരെ തമ്മിൽ വിവാഹം പാടില്ലെന്നായിരുന്നുവെന്ന് ഓർക്കുക.

വടകര ഭാഗത്തുള്ള നായന്മാർ, രാജ്യവിസ്തൃതി തുളുനാട്ടി ലോളം വ്യാപിച്ചപ്പോൾ വാണവരുടെയോ അദ്ദേഹത്തിന്റെ പ്രതി നിധിയുടെയോ കൂടെ വടക്കോട്ടു മാറിയവരും (ചിലപ്പോൾ തെക്കിന്റെയും വടക്കിന്റെയും ഇടയിലും) സ്ഥിരതാമസം തുട ങ്ങിയവരും പുതിയ പുതിയ കുടുംബങ്ങളുടെ സ്ഥാപകന്മാരും ആണെന്നു പറയാം. തുളുനാട്ടിൽ പയ്യാഡെ എന്ന പേരിലൊരു

പ്രദേശം (ഉടുപ്പിക്കടുത്ത്) ഇപ്പോഴുമുണ്ട്. പയ്യാഡേയിൽ കുടിപാർത്തവർ പയ്യാടക്കന്മാരായി എന്നും വരാം. പയ്യാവൂർ അടക്കിവാണവർ എന്ന വിലയിരുത്തലിൽ അവിടുത്തെ പൂർവ്വികരാണിവിടുത്തെ പയ്യാടക്കന്മാർ എന്നും നിരീക്ഷിക്കാം. പൈ-വിശപ്പ്-അടക്കിയവരാണ് പയ്യാടക്കന്മാർ. അതുകൊണ്ടു തന്നെ സഹാനുഭൂതിയും സത്യസന്ധതയും കൈമുതലാക്കിയവരായിരുന്നു അവർ എന്നൊരു വ്യാഖ്യാനം നിലവിലുണ്ട്. പൈ+അടക്കൻ പറയാനുള്ള സൗകര്യത്തിന് പയ്യാടക്കനായി.

വാശിയടക്കം കോരാ
നെല്ലറയിൽ
പയ്യടക്കം കോരാ

പയ്യാടക്കൻ കോരൻ നായർ കുട്ടമത്തിന്റെ തറവാട്ടിലെ മുഖ്യോപദേശകൻ ആയിരുന്നു. പത്തായത്തിൽ നിന്ന് നെല്ലളന്നു കൊടുക്കേണ്ടതും കോരൻ നായർ. അദ്ദേഹത്തൊടൊരു പദേശം അതും യമകരൂപത്തിൽ. വാശി, നുരി, മുക്കാൽ, ശീലക്കാൾ എന്നിവ വാരമളക്കുന്നതിന്റെ കൂടെയുള്ള അക്രമപ്പിരിവുകളായിരുന്നു. ജന്മിത്വത്തിന്റെ ആ ബാക്കിപത്രങ്ങളൊന്നും ഇന്നവശേഷിക്കുന്നില്ല. ആചാരരീതി, ഭക്ഷണരീതി, പെരുമാറ്റരീതി, സംസാരരീതി ഇവയുടെ പ്രത്യേകത നിമിത്തം പയ്യനും പയ്യാക്കനും കുപ്പാടക്കനും അടുക്കാടക്കനും മറ്റും തെക്കരല്ല, വടക്കർ തന്നെയാണെന്നു വിചാരിക്കാൻ തോന്നുന്നു. ഇക്കൂട്ടരെല്ലാം വെവ്വേറെ ഇല്ലങ്ങളിൽ പെട്ടവരാകയാൽ വിവാഹബന്ധവും എളുപ്പമായി. വിശപ്പടക്കിയവൻ പയ്യാടക്കൻ എന്നതുപോലെ, കുപ്പയെ (ചപ്പുചവറുകൾ) അടക്കി കുപ്പാടക്കന്മാരും, അടുത്തുള്ളതിനെയെല്ലാമടക്കി അടുക്കാടക്കന്മാരും വേർതിരിഞ്ഞുവരുന്നതിൽ യുക്തിയുടെ നേരിയ അംശമുണ്ട്. അടുക്കത്തിന് അടുത്ത് എന്നതുകൂടാതെ കുന്നിന്റെ/ചാലിന്റെ സമീപമെന്ന അർത്ഥമുണ്ടെന്നു മറക്കുന്നില്ല. മേൽക്കുമേലെ അടുക്കിവെച്ച എന്നതുപോലെ അടുത്തടുത്ത് താമസിച്ചവർ എന്നായാലും അസാംഗത്യമില്ല. ഏതായാലും ഇന്നത്തെ കണ്ണൂർ, കാസറഗോഡുജില്ലകളിലെ നായന്മരുടെ പൂർവ്വികർ മദ്ധ്യകേരളത്തോളം വേരുള്ളവരായിരുന്നുവെന്ന് പൊതുവേ പറയാം. ഇങ്ങെത്തിയപ്പോൾ അവർ ഇവിടത്തുകാർ തന്നെയായി. വ്യത്യസ്തപ്രദേശങ്ങളുടെ ആധുനികാവസ്ഥ പരിശോധിക്കുമ്പോൾ ഓരോസ്ഥലത്തും മേൽവിവരിച്ച നായന്മാരുടെ കുടുംബങ്ങൾ തിരിച്ചറിയപ്പെടുന്നുണ്ട്.

തെക്കരെ വഴിക്കുകാണണം,
വടക്കരെ വീട്ടിൽകാണണം.

ഇതൊരു പഴമൊഴി. രണ്ടുകൂട്ടരും മറ്റുള്ളവരെ സൽക്കരിക്കുന്നതിൽ വളരെ ശ്രദ്ധാലുക്കളാണ്. വീട്ടിൽ കൂട്ടിക്കൊണ്ടുവന്ന് ചായയും പലഹാരങ്ങളും സദ്യയും ഉണ്ടാക്കിക്കൊടുത്തു ബുദ്ധിമുട്ടുന്നതിനു പകരം ഏതെങ്കിലും ഹോട്ടലിൽ ഒന്നിച്ചുകൂടി ഭക്ഷണം കഴിച്ചു പിരിയുന്ന ഒരു ശീലമുണ്ട് തെക്കർക്ക്. എന്നാൽ ഇറച്ചിയും മീനും കറിവെച്ചും പൊരിച്ചും സമയമെടുത്ത് സ്വാദിഷ്ഠവിഭവങ്ങുണ്ടാക്കി, ചിലപ്പോൾ ദിവസം മുഴുവനും താമസിപ്പിച്ചു സൽക്കരിച്ച് മാനം നേടുന്ന ഒരു സ്ഥിതിവിശേഷമാണ് വടക്കരിലുണ്ടാവുക. ഇവിടെ വിഭാഗീയത ഒട്ടും ഉദ്ദേശിച്ചിട്ടില്ലാത്തതാണ്. ഇതൊരു പക്ഷേ, രണ്ടുകൂട്ടരുടെയും ബാഹ്യാഡംബരപ്രവണതയെ ഉദാഹരിക്കുന്നതായി കണക്കാക്കാം. മാളുകളുടെ സംസ്കാരം പട്ടണങ്ങളിൽ വലിയ സ്വാധീനം ചെലുത്തുമ്പോൾ ഇപ്പറഞ്ഞവ അനുചിതമായി എന്നു കരുതി തള്ളിക്കളയുകയുമാകാം.

മേൽപ്പറയപ്പെട്ട തറവാട്ടുകാർ എല്ലാ കാര്യത്തിലും യോജിപ്പോടെയും ഒത്തൊരുമയോടെയും കാലത്തിന്റെ മാറ്റത്തെ ഉൾക്കൊണ്ട് കഴിഞ്ഞുകൂടുന്നവരാണ്. ഒരു കാര്യം വ്യക്തം. ഇവർ മണ്ണിനോടു കൂറുള്ളവരും അദ്ധ്വാനശീലരുമായി ജീവിതം മുന്നോട്ടുനയിക്കുന്നു. എല്ലാവരും സാമാന്യവിദ്യാഭ്യാസം നേടിയിട്ടുണ്ട്. പലരും ഉന്നതവിദ്യാഭ്യാസം പൂർത്തിയാക്കിയവരും ഉദ്യോഗസ്ഥരുമാണ്. ഒരു നൂറ്റാണ്ടുമുമ്പ് പയ്യാടക്കൻ കണിച്ചുവീട്ടിൽ ചിണ്ടൻ നായർ എന്നൊരു കാരണവരുണ്ടായിരുന്നു. അദ്ദേഹം പേരുകേട്ട കൃഷിക്കാരനാണെന്നു പറയുന്നു. വീട്ടുമുറ്റത്തു സമൃദ്ധമായി ചീര കൃഷിചെയ്യുന്ന ഒരു സമ്പ്രദായമുണ്ടായിരുന്നു അദ്ദേഹത്തിന്. ആരെങ്കിലും വന്ന്

കുറച്ചു ചീര തരുമോ നായനാരേ/ചിണ്ടാട്ടാ/
അമ്മാവാ

എന്നു ചോദിച്ചാൽ നല്ല ചീര കുറച്ച് നുള്ളിയെടുത്ത് (പൊരിച്ചെടുത്ത്) കൊടുക്കുന്നതോടൊപ്പം ഒരു പിടി മണ്ണും വാരിക്കൊടുത്തിരുന്നുവത്രേ.

നിനക്കും നിന്റെ വീട്ടുമുറ്റത്ത് ഇതൊക്കെ
കൃഷിചെയ്തുണ്ടാക്കാം.

മണ്ണുവാരിക്കൊടുത്തതിന്റെ അർത്ഥം അങ്ങനെ. പലപ്പോഴും തറവാട്ടുകാർ തമ്മിൽ നിസ്സാരകാര്യങ്ങൾക്കു വഴക്കുകൂടിയിരു

ന്നുവെങ്കിലും കാലത്തിന്റെ മാറ്റത്തിൽ ആരുമാരും തമ്മിൽ ഒരെതിർപ്പും പ്രകടിപ്പിക്കുന്നില്ല. തെക്കർ വടക്കരും വടക്കർ തെക്കരും ആയി മാറുന്നു. മാത്രവുമല്ല, വടക്കിന്റെയും തെക്കി ന്റെയും പരിധി ആധുനികയാത്രാസൗകര്യങ്ങളുടെ പശ്ചാത്തലത്തിൽ പ്രത്യേകിച്ച് വളരെ പരിമിതമായിരിക്കുന്നു.

ഒരു കളിയാട്ടം ആരംഭിക്കുന്നു

കുനുത്തൂരിൽ മൂന്നു കൊല്ലത്തിലൊരിക്കലാണ് കളിയാട്ടം. മൂവ്വാണ്ടു മുപ്പത്താറു മാസം കഴിഞ്ഞ്. മേടം 2 വൈകുന്നേരം മുതൽ മേടം 5 വൈകുന്നേരം വരെ. ഇതിന്റെ പ്രാരംഭം കുറിക്കുന്നത് അടയാളം കൊടുക്കലോടെയാണ്. തലേ ദിവസം വിഷുവിൻ നാളാണ് ഈ ചടങ്ങ് നടക്കുക. എല്ലായിടത്തും തലേ ദിവസം തന്നെയാകണമെന്നില്ല. ദിവസങ്ങൾക്കു മുമ്പേ ആകാം. ബഹുഭൂരിപക്ഷം തെയ്യക്കാവുകളിലും ക്ഷേത്രങ്ങളിലും ഒരു നിശ്ചിത തീയ്യതി കീഴ്വഴക്കാമയി തീരുമീനിച്ചിട്ടുണ്ടാകും. അടയാളം കൊടുക്കുകയെന്നാൽ ആചാരക്കാരനായ വണ്ണാനും മലയനും (കരണമൂർത്തിയും പണിക്കരും) കലശക്കാരനും ഒരേ സമയത്ത് കൊടിയിലയിൽ വെറ്റിലടക്ക, മഞ്ഞപ്പൊടി, ദക്ഷിണ ഇവ ഉപചാരപൂർവ്വം സ്ഥാനികരിലെ കാരണവർ (പയ്യാടക്കത്ത കമ്പടി) നൽകുകയാണ്.

നാളെയാണ് കളിയാട്ടം കീഴ്നടപ്പനുസരിച്ച്
എല്ലാം ഭംഗിയായി നടത്തിത്തരണം

എന്നായിരിക്കും അകമ്പടിയുടെ അഭ്യർത്ഥന. പ്രസ്തുത സമയത്ത് അനന്തിരവന്മാരും നാട്ടുകാരും തറവാട്ടുകാരും മനുഷ്യങ്ങളുമൊക്കെയായി സമ്മേളിച്ചിരിക്കും. കലശക്കാരുടെ തലവനായ ചേന്തട്ട നാല്പാടിയാണ് ആദ്യമായി അടയാളം സ്വീകരിക്കുന്നത്. കൂറുവാഴ്ച്ചക്കാരൻ, നാലുപാടും അധികാരമുള്ളവൻ, ഗ്രാമാധികാരി എന്നൊക്കെ നാല്പാടി എന്ന വാക്കിന് അർത്ഥം. ക്ഷേത്രനടത്തിപ്പുമായി ബന്ധപ്പെട്ടവരിൽ പ്രധാനിയാണ് നാല്പാടി. ഇതു പാരമ്പര്യവഴിക്കു സിദ്ധിക്കുന്ന ഒരു ആചാരമാണ്. നാല്പാടിക്കു പ്രാദേശിക വ്യത്യാസമുണ്ട്. രണ്ടാമതു കരണമൂർത്തിക്കും മൂന്നാമത് പണിക്കർക്കും അതാതു പള്ളിയറയുടെ മുമ്പിൽവെച്ച് അടയാളം കൊടുത്തു കഴിയുന്നതോടെ ആ ചടങ്ങ് അവസാനിക്കും. രണ്ടാം ദിവസം വൈകുന്നേരം കളിയാട്ടം തുടങ്ങും. ജന്മക്കണിശന്റെ കുടയൊപ്പിക്കലാണാദ്യം. നീളൻ കാലുകളുള്ള ചെറിയ രണ്ട് ഓലക്കുടകൾ. ശാന്തിക്കാരന്റെയും മറ്റവകാശികളുടെയും സാന്നിധ്യത്തിൽ ആയതു സ്വീക

രിക്കുകയും ചെയ്യും. എഴുന്നള്ളത്തിന്റെ കൂടെ രണ്ടു പേർ ഈ കുട പിടിച്ചിരിക്കും. ബാക്കി സമയങ്ങളിൽ നടയുടെ വശങ്ങളിൽ കെട്ടിവെക്കും.

താംബൂലദാനമാണ് പിന്നീട്. അതിനു ശേഷം തെയ്യം തുടങ്ങൽ. ഒരു വെള്ളമുണ്ടുടുത്ത് അതിൻമേൽ ഒരു തോർത്തുമുണ്ടുകൂടി ഉടുക്കലാണ് വേഷം. ആചാരക്കാർ കച്ച കെട്ടിയിരിക്കും. വാദ്യക്കാരുണ്ടാകും. ക്ഷേത്ര പരികർമ്മി പടിഞ്ഞാറോട്ടു തിരിഞ്ഞ് ശ്രീകോവിലിനെ ലക്ഷ്യമാക്കി അരി ചാർത്തുന്നു. അപ്പോൾ വാദ്യം ആരംഭിക്കുന്നു. ഈ ഗാനാലാപനവും (തുടക്കത്തിന്റെ വരികൾ നേരത്തേ എഴുതിയത് നോക്കുക). തുടർന്ന് കുറച്ചുനേരം കൊട്ടിപ്പാടും. ഇത് പ്രധാന പള്ളിയറയിൽ. വടക്കേ പള്ളിയറയിൽ തുടങ്ങൽ ഇതു കഴിഞ്ഞ്. ഇതൊക്കെ ഏകദേശം ഒരേ രീതിയിൽ. ഏതാനും സമയത്തിനുശേഷം ഉച്ചത്തോറ്റം ആരംഭിക്കുകയായി. പ്രധാന കോലക്കാർ രണ്ടുപേരും തിരുനടയിലെത്തി കൊടിയില സ്വീകരിച്ച് കുറിയിട്ട്, തലയിൽ അലങ്കരിച്ച തൊപ്പിത്തലപ്പാളിയണിഞ്ഞ് രണ്ടു പീഠത്തിൽ ഓരോ വീക്കുചെണ്ടയും വെച്ച് അതിൻമേൻ കോലുകൊണ്ട് നിയതമായ താളവും പിടിച്ച് തോറ്റം പാട്ടു പാടാൻ ആരംഭിക്കുകയും ഇടക്കിടെ വാദ്യഘോഷം മുഴക്കുകയും ചെയ്യും. അതൊന്നൊന്നര മണിക്കൂർ നീണ്ടുനിൽക്കും. പുലിദൈവങ്ങളുടെ ഇതിവൃത്തം തോറ്റം പാട്ടിൽ മുഴുവനായി അവതരിപ്പിച്ചിട്ടുണ്ട്. പക്ഷേ, പലപ്പോഴും പല പരിമിതികളാൽ മുഴുവൻ ചൊല്ലിത്തീർക്കാൻ സാധിച്ചെന്നു വരില്ല. അപ്പോഴേയ്ക്കും തോറ്റമുറയലും (ക്ഷേത്രത്തിന് മൂന്നുവട്ടം ചുഴലുക) എഴുന്നള്ളത്തും ആയി. തുടർന്ന് വാദ്യം തകൃതിയിലാവുകയും കോമരം അരങ്ങിലിറങ്ങുകയും ചെയ്യും. ലഘുവായ നൃത്തച്ചുവടുകളോടെ, തദനുസരണമായ വാദ്യവിശേഷങ്ങളോടെ കോമരം മുമ്പോട്ടും തോറ്റക്കാർ പിറകോട്ടും പ്രദക്ഷിണം ചെയ്യുന്നതാണ് തോറ്റത്തിന്റെ ആകർഷകമായ ഇനം. ഇതു മൂന്നു വട്ടം പൂർത്തിയാക്കാൻ സമയം കുറച്ചെടുക്കും. അങ്ങനെ കോലക്കാർ (തോറ്റം) നടയിലെത്തുന്നതോടെ അവർ സ്വയം തൊപ്പിത്തലപ്പാളി ഊരിയെടുക്കുകയും കോമരം നൽകുന്ന മഞ്ഞൾപ്പൊടി സ്വീകരിക്കുകയും ചെയ്യും. മൂർദ്ധാവിൽ പ്രസാദമിട്ടനുഗ്രഹിക്കും.

തോറ്റത്തിന്റെ ഈ പരിസമാപ്തിയടുക്കവേ തന്നെ വെള്ളാട്ടങ്ങളുടെ വരവായി. ആർത്തുല്ലസിക്കുന്ന പുലിമക്കൾ, പുലിക്കണ്ടൻ. ഓരോ ദിവസവും വെള്ളാട്ടങ്ങളുടെ എണ്ണം ഒരുപോലെയാവില്ല. രണ്ടാം ദിവസമാണ് കൂടുതൽ. നാലു വെള്ളാട്ടം. എല്ലാം കൂടി അത്യുഗ്രൻ പ്രകടനം. പീഠത്തിന്മേൽ തേങ്ങ ഉടക്കാനുള്ള

ആ വെമ്പലും കളിയും ഒന്നു കാണേണ്ടതു തന്നെ. തേങ്ങയും പിടിച്ച് അങ്ങോട്ടുമിങ്ങോട്ടും പീഠത്തിനുചുറ്റും താളസമന്വിതമായ നൃത്തത്തിനൊടുവിൽ അതെറിഞ്ഞു പൊട്ടിക്കുന്നു. നാലുപേരും ഇങ്ങനെ ചെയ്യുമ്പോഴുള്ള ആത്മഹർഷത്തിനതിരില്ല. കൈവിരൽ കൊണ്ട് പ്രേക്ഷകരായ വാലിയക്കാരെ ചൂണ്ടി ആർപ്പുവിളിക്കുന്നു. അത്യാകർഷകമായ ചടുലനൃത്തങ്ങളും വാൾപ്പയറ്റും വാദ്യവിശേഷങ്ങളും ഓട്ടവും ചാട്ടവും നടക്കുന്നു. അതിനിടയിൽ ജനക്കൂട്ടത്തിലേയ്ക്ക് പാഞ്ഞുകയറുകയും അട്ടഹാസം മുഴക്കുകയുമെല്ലാം കൂടി ചുണക്കുട്ടികളുടെ ആംഗികവും ആഹാര്യവുമായ അഭിനയത്തികവും ഇവിടെ ദൃശ്യമാകുന്നു. കരിന്തിരിക്കണ്ണനൊഴികെ മറ്റെല്ലാവർക്കും ഉന്നം പറ്റിച്ചിരിക്കും. ഒന്നിച്ചല്ല, ഒന്നൊന്നായി വെള്ളാട്ടങ്ങൾ തിരുനടയിലെത്തുകയും അവരുടെ അഭ്യാസപാടവങ്ങൾക്കിടയിൽ കാണികളിൽ നിന്ന് ദക്ഷിണ സ്വീകരിക്കുകയും ചെയ്യും. തുടങ്ങിയ ക്രമമനുസരിച്ചാണ് അണിയറയിലേക്ക് പിന്മാറുക. ആദ്യം വന്നത് ആദ്യം പിരിയുമെന്നർത്ഥം. എല്ലാം കൂടി ഒന്നൊന്നര മണിക്കൂർ സമയമെടുക്കും. സാധാരണനിലയിൽ സന്ധ്യമയങ്ങുന്നതോടെ വെള്ളാട്ടങ്ങൾ അവസാനിക്കും.

തെയ്യം കല പഠിച്ചുവരുന്ന കുട്ടികൾക്കുള്ള ഒരു പരിശീലന കേന്ദ്രം കൂടിയാണ് കുനുത്തൂർ. വെള്ളാട്ടം കഴിഞ്ഞാൽ പ്രധാന പള്ളിയറകളിൽ അന്തിത്തോറ്റമാണ്. ഇടയിൽ കുറച്ച് ഒഴിവുസമയം കാണും. ഉച്ചത്തോറ്റം അതേപടി ആവർത്തിക്കുകയാണ് അന്തിത്തോറ്റത്തിൽ. ദിവസേന രണ്ടു തോറ്റം. കോലക്കാർ രണ്ടുപേർക്കും കോമരത്തിനും അന്നു രാത്രി വിശ്രമമുണ്ടാവില്ലെന്നു തന്നെ പറയാം. അതിനിടയിൽ അരിയളവ് തുടങ്ങിയ അടിയന്തിര കാര്യങ്ങൾ നടക്കും. വടക്കെ പള്ളിയറയിൽ തോറ്റങ്ങൾ ഉറഞ്ഞാടുക തന്നെ. വിഷ്ണുമൂർത്തി, അങ്കക്കുളങ്ങര ഭഗവതി, രക്തചാമുണ്ഡി ഈ മൂവരുടെയും തോറ്റം. തോറ്റത്തിന് ഉടുത്തുകെട്ടും തലയിൽ വട്ടക്കിരീടവും (കഥകളിക്കിരീടത്തിന്റെ ഒരു ചെറിയ പതിപ്പ്) - അങ്കക്കുളങ്ങര ഭഗവതിക്ക് തൊപ്പിക്കിരീടം - കൈകളിൽ വളകൾ തുടങ്ങിയ ആഭരണങ്ങളുമൊഴികെ മുഖത്തോ ശരീരത്തിലോ ചായം പൂശലോ മുഖത്തെഴുത്തോ ഇല്ല. ഇത് എല്ലാ തോറ്റങ്ങൾക്കും ബാധകമാണ്. ഈ തോറ്റങ്ങളുറയുന്നത് ഒന്നിച്ചായിരിക്കും. വിഷ്ണുമൂർത്തിത്തോറ്റത്തിന്റെ ഹിരണ്യവധം കാണേണ്ടതു തന്നെ. മറ്റുരണ്ടും കാളീരൂപത്തിൽ അസുരനിഗ്രഹം ചെയ്യുന്ന തരത്തിൽ. ഈ മൂവരിൽ അങ്കക്കുളങ്ങര ഭഗവതിയെ കെട്ടുന്നത് ആചാരക്കാരനായ വണ്ണാനാകണം. മറ്റു രണ്ടും മലയരുടെ തെയ്യമാണ്. ആട്ടവും ചാട്ടവും നൃത്തവി

ശേഷങ്ങളും വാദ്യാനുസാരിയായ പദപാദചലനങ്ങളും ഏറെ ഹൃദ്യമാണ്. പ്രധാനപള്ളിയറയിൽ അന്തിത്തോറ്റവും വടക്കേ പള്ളിയറയിൽ മൂന്നു തോറ്റവും കഴിഞ്ഞാൽ ഇടവേളയായി. പുലിദൈവങ്ങൾ അതിരാവിലെയും മറ്റു ദൈവങ്ങൾ പുലർന്നു കഴിഞ്ഞതിനു ശേഷവും അരങ്ങത്തു വരും. എല്ലാം കൂടി പിറ്റേ ദിവസം ഉച്ചയ്ക്കുമുമ്പേ ചടങ്ങുകൾ അവസാനിക്കും-ആദ്യ രണ്ടു ദിവസങ്ങളിൽ-തെയ്യത്തിന്റെ എണ്ണത്തിലും പേരിലും വ്യത്യാസമുണ്ടെങ്കിലും ചടങ്ങുകൾ ഒരുപോലെ. പുലിദൈവങ്ങൾക്കും വെള്ളാട്ടങ്ങളെപ്പോലെ ഉന്നം (പഞ്ഞി) പറ്റിക്കും. രണ്ടു കൈയിലും വാൾ മുന്നോട്ടുന്തിപ്പിടിച്ച് നടു കുനിഞ്ഞ് ആർത്തോടിക്കൊണ്ട് പാഞ്ഞുവരുന്ന പുലിദൈവങ്ങൾ ഒരു വേറിട്ട കാഴ്ചയാണ്. മരത്തിൽ തീർത്ത ഒരു പുലിയുടെ ജീവൻ തുളുമ്പുന്ന പ്രതിമ ഉരുട്ടിക്കൊണ്ടുപോകാൻ പാകത്തിലുള്ളതും ഒരു കാഴ്ചയാണ്. പ്രധാനപ്പെട്ട രണ്ടു ഭഗവതിമാരും ഒടുവിൽ അരങ്ങത്തു നിന്നു പിരിയുന്നതിനു പ്രാരംഭമായി ഈ പുലിപ്പുറത്തിരുന്നാണ് അകമ്പടിമാരെ അനുഗ്രഹിക്കുക. പീഠം വഴക്കത്തിന്റെ ശൈലിയിൽ.

ഓത്തുകുന്നിൽ തേങ്ങയുടക്കൽ

പുലിദൈവങ്ങൾക്ക് പുലികൾ തന്നെയെന്നു തോന്നിക്കുന്ന തരത്തിലുള്ള മുഖത്തെഴുത്ത്. ശരീരത്തിൽ അരിച്ചാന്തുപൂശി അതിന്മേൽ ഉണങ്ങിയ ഉന്നം (പഞ്ഞി) പറ്റിക്കുക. ചിറകുടുപ്പുകൾ ധരിക്കുക. കാലിൽ ചിലങ്ക. മുഖത്തു താടി. അച്ഛൻ പുലിക്കണ്ടനാണാദ്യം പുറപ്പെടുക. അദ്ദേഹത്തിനു വെള്ളത്താടി. കഥകളിയുടെ താടിയും തെയ്യത്തിലെ താടിയും ഒന്നല്ല. എന്നല്ല ഒരു സാദൃശ്യവുമില്ല. പുലിക്കണ്ടൻ ഓത്തുകുന്നിലേയ്ക്ക് എതിരെപ്പുലരെ-കിഴക്കു വെള്ള കീറുമ്പോൾ- ഏകദേശം ഒരു കിലോമീറ്ററിലധികം ദൂരമുള്ള സ്ഥലത്തേക്ക് രണ്ടു തേങ്ങയും കൈയിൽ പിടിച്ച് ഒറ്റയ്ക്കു യാത്ര പോവുക. അനുഗാമികളുണ്ടെങ്കിലും ഒന്നിച്ചായിരിക്കുകയില്ല. വഴിയിലുള്ള ചെമ്പിലോട്ടറയിലെ ഉരിയാട്ടം കഴിച്ച് റോഡും പോലീസ് സ്റ്റേഷനും പിന്നിട്ട് വേണം ഓത്തുകുന്നിലെത്താൻ.

പഴയ മദിരാശി സംസ്ഥാനത്തിലെ തെക്കൻ കർണ്ണാടകജില്ലയുടെ (ഇന്നത്തെ കാസറഗോഡു ജില്ലയുടെയും ഹോസ്ദുർഗ്ഗ് താലൂക്കിന്റെയും) തെക്കേയറ്റം. ഇരുപതാം നൂറ്റാണ്ടാദ്യം പ്രവർത്തനമാരംഭിച്ചതാണ് ചന്തേര പോലീസ് സ്റ്റേഷൻ. അത് 1938 ൽ പൊളിച്ചു പണിതു. അതും പുനർനിർമ്മിച്ചതാണ് ഇപ്പോഴത്തെ സ്റ്റേഷൻ കെട്ടിടം. അവിടെ ജോലിക്കെത്തുന്ന മംഗ

ലാപുരം, ഉടുപ്പി, കുന്ദാപുരക്കാരായ പോലീസുദ്യോഗസ്ഥന്മാരുടെ മക്കൾക്ക് (മലയാളത്തിലായാലും) പഠിക്കാനായി മാണിയാട്ടു മദ്ധ്യത്തിൽ മഞ്ഞരാമനെഴുത്തച്ഛന്റെ മേൽനോട്ടത്തിൽ പ്രവർത്തിച്ചിരുന്ന സ്കൂൾ പ്രവർത്തന സൗകര്യാർത്ഥം, 26 കൊല്ലത്തെ സേവനത്തിനു ശേഷം 1914 ൽ ചന്തേരയ്ക്കു മാറ്റുകയായിരുന്നു. ചന്തേര ബോർഡ് എലിമെന്ററി സ്കൂൾ എന്ന് അതിന്റെ പേര്. സ്കൂളിന്റെ തൊട്ടു വടക്കേ പറമ്പിലാണ് പോലീസ് സ്റ്റേഷൻ. അതിന്റെ വടക്കു കിഴക്കേ മൂലയിൽ ഒരു പറമ്പ് (വഴി) വിട്ട് ഓത്തുകുന്ന്. അതൊരു സ്വകാര്യ വ്യക്തിയുടെ സ്ഥലമാണ്. നേരേ കിഴക്ക് വീട്. ഈ വഴിയുടെ പകുതി കഴിഞ്ഞ് വടക്കു വശം ഓത്തുകുന്ന്. തെക്കുനിന്നും കയറിപ്പോകാവുന്ന ഒരു ചെറിയ കുന്ന്. ഓത്തുകുന്നിന്റെ വടക്കു വശം പഞ്ചായത്തുറോഡായതിനാൽ ആ ഭാഗത്തു മതിൽ കെട്ടിയിട്ടില്ല. മറ്റു മൂന്നു ഭാഗവും മതിൽ കെട്ടി സംരക്ഷിച്ചിരിക്കുന്നു. തെക്കു ഭാഗം വിട വടക്കം പുതിയ താമസക്കാരായ വ്യക്തികളുടെ മേൽനോട്ടത്തിൽ അവരുടെ ആവശ്യത്തിനുവേണ്ടിയാണ് മതിലുയർത്തിയത്. അവിടെ കുനുത്തൂർ ദേവസ്വത്തിന് എഴുപതോളം സെന്റ് സ്ഥലമുണ്ടെന്നറിയുന്നു. മേപ്പടി മതിലുകളുടെ ഏതാണ്ടു മദ്ധ്യത്തിൽ ചെത്തുകല്ലുകൊണ്ടുണ്ടാക്കിയ ഒരു കൊച്ചു തറ. ഇതാണ് തേങ്ങാക്കല്ല്. കല്ലിന്മേൽ നടുക്ക് മറ്റൊരു കരിങ്കല്ലുകൂടിയുണ്ട്. ഇവിടെയാണ് തേങ്ങയുടക്കേണ്ടത്. പള്ളിയറകൾ പോലുള്ള മറ്റു സംവിധാനങ്ങളൊന്നുമില്ല. ചുറ്റും കുറ്റിച്ചടികൾ. ആ തേങ്ങാക്കല്ലിൽ നിലത്തു നിന്നു തന്നെ തേങ്ങയുടക്കാൻ പറ്റും. ഇവിടെ തേങ്ങയുമുടച്ചു വെളിച്ചം തെളിയുമ്പോഴേക്കും കുനുത്തൂരിലേക്ക് തിരിച്ചെത്തും. മൂന്നു ദിവസവും ഈ യാത്ര പതിവുണ്ട്. ഒരുപക്ഷേ, പണ്ടത്തെ താതേനാർകല്ലിനെയും ഗിരിഗഹ്വരങ്ങളെയും ഓർത്തുകൊണ്ടുള്ള സംവിധാനമാകാമിത്.

ഇനി ഓത്തുകുന്നിന്റെ മറ്റു വസ്തുതകൾ. മാണിയാട്ട് ചന്തേര ഭാഗങ്ങളിൽ മുമ്പു ധാരാളം ബ്രാഹ്മണഗൃഹങ്ങൾ ഉണ്ടായിരുന്നുവെന്നു മനസ്സിലാക്കാൻ പ്രയാസമില്ല. ഇവിടെ ഇല്ലത്തുവളപ്പുകൾ തന്നെ ഇപ്പോഴുമുണ്ട്. കപോതനില്ലം, ഇരട്ടിയില്ലം, പാക്കത്തില്ലം തുടങ്ങി പല ഇല്ലങ്ങളും. ചില ഇല്ലങ്ങൾ അന്യം നിൽക്കുകയോ അകന്നുപോവുകയോ ചെയ്തിരിക്കുന്നു. അന്ന് അവരുടെ കുട്ടികൾക്ക് ഓത്തുപഠിക്കാൻ പറ്റുന്ന ഒരു പ്രത്യേക ശാല അവിടെ ഉണ്ടായിരുന്നുവെന്ന് കരുതുന്നതിൽ തെറ്റുണ്ടാവില്ല. ഋഗ്വേദം അറുപത്തിനാലു അഷ്ടകങ്ങളായി വേർതിരിച്ചിരിക്കുന്നു. എട്ട് ഓത്തുകൂടിയതാണ് ഒരു അഷ്ടകം. അങ്ങനെ അതിന്റെ കണക്ക് (512 ഓത്ത്) അപ്പോൾ വൈദികസാഹിത്യത്തിൽ

ഓത്തിന് വളരെയധികം പ്രാധാന്യമുണ്ടായിരുന്നുവെന്ന് വ്യക്തം[5].

ഇതു സൂചിപ്പിക്കുന്നതോടൊപ്പം ഇപ്രദേശത്തേയ്ക്ക് താമസം മാറിയ മുസ്ലീം വിഭാഗക്കാർ ഇവിടെ ഓത്തു പള്ളിയുണ്ടാക്കി പഠനം നിർവ്വഹിച്ചിരുന്നതായി മറ്റൊരഭിപ്രായവും ഉയർന്നുവരികയുണ്ടായി. പക്ഷേ, ഇത് താരതമ്യേന പുതിയ കാലത്തായതിനാൽ ആദ്യത്തെ അഭിപ്രായത്തിനാണ് സാധുത എന്നു വ്യക്തമാക്കാൻ തോന്നുന്നു. അവിടങ്ങളിൽ താമസിച്ചിരുന്ന ബ്രാഹ്മണപൂർവ്വികരുടെ കുടുംബക്കാരെപ്പറ്റി വളരെ പ്രയാസമില്ലാതെ അറിയാൻ കഴിയും. തർക്കമൊഴിവാക്കി കാര്യത്തിലേയ്ക്കു കടക്കാം. അച്ഛൻ പുലിക്കണ്ടൻ (ശ്രീപരമേശ്വരൻ) ഇവിടത്തോളം വന്ന് തേങ്ങയുടച്ചുമടങ്ങുന്നതിൽ ചരിത്രപരമായ എന്തോ സാംഗത്യം ഉണ്ടാകാതിരിക്കാനിടയുണ്ട്. കളിയാട്ടത്തിന്റെ മൂന്നു പ്രഭാതങ്ങളിലും ഒരു മുടക്കവും കൂടാതെ ഈ പ്രക്രിയ ആവർത്തിച്ചുകൊണ്ടിരുന്നു. ഒരുപക്ഷേ, മഞ്ഞടുക്കം കോവിൽ പരിസരത്തേ ചന്ദ്രാരൻ മാവിനെയും ഒളിമാടത്തേയും ഈ യാത്ര ഓർമ്മിപ്പിക്കുന്നു. പണ്ടത്തെ ഓത്തുകുന്നിന് മാറ്റം വന്നിട്ടുണ്ടാകാമെന്നും കരുതാം.

ഒരു വസ്തുതകൂടി പരിഗണിക്കാനുണ്ട്. ഇപ്രദേശത്തിൽ ആദ്യം ബുദ്ധമതവും പിന്നീട് ജൈനമതവും ആധിപത്യം സ്ഥാപിച്ചിരുന്നു. അച്ഛന്മാരുടെ തലമുടിയുടെ വട്ടച്ചെത്തും കോമരത്തിന്റെ മുൻകുടുമയുമൊക്കെ ഈ സംസ്കാരങ്ങളുടെ ശേഷിപ്പുകളാകാം. മാണിയാട്ടെ തിരുനെല്ലൂർ ശിവക്ഷേത്രം നിർമ്മിച്ചത് മാണിക്യദേവൻ എന്ന ജിനൻ ആയിരുന്നുവെന്നും ജിനന്റെ ആരാധനാമൂർത്തി ശിവനായിരുന്നുവെന്നും തെളിയിക്കാൻ വേറെ ഉദാഹരണം വേണ്ട. ധർമ്മസ്ഥലയിലെ മഞ്ജുനാഥവിഗ്രഹം ശിവന്റേതാണ്. അതൊന്നും കൂട്ടിക്കുഴച്ച് ഇവിടെ പരത്തുന്നില്ല. കൂടുതൽ വിശ്വസനീയമായ വസ്തുതകളിലേയ്ക്ക് നാം തിരിച്ചുവരിക.

പുലിക്കണ്ടനെക്കൂടാതെ മറ്റു പുലിദൈവങ്ങളും അരങ്ങേറും. വടക്കേ പള്ളിയറയിൽ അവിടുത്തെ തെയ്യങ്ങളും. തെയ്യക്കോലങ്ങളുള്ള ഓരോ ക്ഷേത്രത്തിലെയും പ്രധാനപ്പെട്ട ചടങ്ങുകൾ സമാനമാണ്. തെയ്യങ്ങളിൽ-തോറ്റം പാട്ടുകളിൽ-ആംഗികാഹാര്യപ്രകടനങ്ങളിൽ മാത്രം വ്യത്യാസം. ഇവിടെ പ്രസ്താവിച്ച പതിമൂന്നു തെയ്യങ്ങളും എല്ലാ ദിവസവും ഉണ്ടാവില്ല. അതിനേതായാലും സമയവും മതിയാകില്ല. ചില തെയ്യങ്ങൾ ഒറ്റ ദിവസം മാത്രമേയുള്ളൂ. ആചാരാനുഷ്ഠാനങ്ങൾക്ക് മൊത്തത്തിൽ കീഴ്നടപ്പുകൾ മാതൃകകളായുണ്ട്.

കോലത്തിന്മേൽ കോലം

തെയ്യങ്ങളെ മഞ്ഞടുക്കം കോവിലിൽ നിന്ന് മാണിയാട്ടേക്കും പിന്നീട് ചന്തേരയ്ക്കും കൊണ്ടു വന്ന കാരണവർ ദയരപ്പൻ നായർ പില്ക്കാലത്ത് ദൈവക്കോലമായി. കരിന്തിരി കണ്ണൻ നായരുടെ അനന്തിരവൻ. ആ നേരനന്തിരവനെ, ഇപ്പോഴത്തെ അനന്തിരവന്മാർ ഭയഭക്തിബഹുമാനങ്ങളോടെ ആദരിക്കുന്നു. അവിടുന്ന് പറയുന്ന മൊഴികൾ സശ്രദ്ധം കേൾക്കുകയും ആവലാതികളറിയിച്ച് പരിഹാരമുണ്ടാക്കുകയും ചെയ്യുന്നു. വെള്ളാട്ടം കെട്ടി വടക്കേ പള്ളിയറയുടെ തിരുനടയിലെത്തുന്ന ദയരപ്പൻ തെയ്യം എല്ലാം ചടുലമായും ധൃതിയിലും ചെയ്തുതീർക്കുന്നു. വെള്ളാട്ടത്തിന്റെ ഒരു ഘട്ടത്തിൽ ആ മുടി അഴിച്ചുമാറ്റി മറ്റൊരു തിരുമുടി വെച്ച് (ഇത് കതിവനൂർ വീരൻ തെയ്യത്തിന്റേത് പോലുള്ള മുടിയാണ്) തെല്ലുനേരം അഭ്യാസമുറകൾ നിർവ്വഹിക്കുകയും എല്ലാവർക്കും ഗുണം വരുത്തി പെട്ടെന്ന് രംഗം വിടുകയും ചെയ്യും. ഇതാണ് കോലത്തിൻമേൽ കോലം. ഏകദേശം രാത്രി പന്ത്രണ്ടുമണിയോടടുപ്പിച്ചാണ് ഈ തെയ്യം. വെള്ളാട്ടം കെട്ടി വന്നുള്ള കളിയിൽ 'പയ്യാടക്കത്തകമ്പടീ' എന്ന് അഭിസംബോധന ചെയ്യുന്ന ദയരപ്പൻ തെയ്യം മുടിമാറ്റിവെക്കുന്നതോടെ 'പയ്യാടക്കത്തനന്ത്രോൻ' എന്ന വാത്സല്യപൂർണ്ണമായ വിളിയിലേയ്ക്കു മാറും. അപ്പോൾ ആന്തരികമായി അമ്മാമനും മരുമക്കളും എന്നൊരന്തരീക്ഷത്തിലേയ്ക്ക് ഉയരുന്നതായി അനുഭവപ്പെടും. പല ക്ഷേത്രങ്ങളിലും ഇത്തരം കാരണവർ തെയ്യങ്ങൾ ഉണ്ടാകാറുണ്ട്. ചില ദിക്കിൽ ഇവർ തൊണ്ടച്ചന്മാരാകുന്നു.

കുണ്ടാമണ്ടികളുണ്ടാക്കി-
ശ്ശുണ്ഠകൂട്ടും രിപുക്കളെ
കണ്ടമാനം കൊന്നു കാത്ത
തൊണ്ടശ്ശൻ ദൈവമാശ്രയേ

വലിയ പുരാവൃത്തങ്ങളുടെ പരിവേഷമൊന്നുമില്ലാതെ തൊണ്ടച്ചനെ സ്മരിക്കാൻ ഇങ്ങനെയൊരു ശ്ലോകം പണിക്കന്മാർ ചൊല്ലിവരാറുണ്ട്. ഒരു വേഷം കെട്ടി അതിന്മേൽത്തന്നെ മറ്റൊരു വേഷമായി അഭിനയിക്കുകയെന്നത് ഇപ്പോൾ ലൗകിക ജീവിതത്തിലെ ഒരു ശൈലിയായി പ്രയോഗിക്കപ്പെടുന്നു. ഒരു കാര്യം സാധിക്കുന്നിടത്തുനിന്ന് മറ്റൊരു കാര്യം കൂടി സാധിക്കുക എന്ന് ഈ ശൈലിക്ക് അർത്ഥം വരാം. നെയ്യപ്പം തിന്നാൽ രണ്ടുണ്ട് കാര്യം എന്നതുപോലെയല്ല ഇത്. നാടകത്തിലും സിനിമയിലും ഒരാൾ തന്നെ രണ്ടു വേഷത്തിൽ (ചിലപ്പോൾ അതിലധികവും) വരും. ഇവിടെ ഒരു മുടി മാറ്റിവെക്കലിൽത്തന്നെ രൂപ

ത്തോടൊപ്പം ഭാവവും മാറുന്നത് തീർത്തും വ്യത്യസ്തമായ തലങ്ങളിൽ. ഒന്ന് ആരംഭം. മറ്റേത് അവസാനം. ഇടയിൽ വിടവു വരുന്നില്ല.

എന്റെ നായനാറു രായരമംഗലത്ത് ഭഗവതി

ഓരോ പ്രദേശത്തും അതാതു പ്രദേശത്തിന്റെ ആധിപത്യം പുലർത്തുന്ന ഭഗവാന്മാരോ ഭഗവതിമാരോ ഉണ്ട്. ഉദാഹരണത്തിന്, പയ്യന്നൂർ പെരുമാൾ (പെരും+ ആൾ)- സുബ്രഹ്മണ്യൻ, ഉദിനൂർ ക്ഷേത്രപാലൻ, നീലേശ്വരം തളിയിലപ്പൻ, മടിയൻ ക്ഷേത്രപാലൻ, ചെറുവത്തൂർ വീരഭദ്രപ്പെരുമാൾ എന്നിവർ. ഇതു പോലെ ഭഗവതിമാരുടെയും സങ്കേതങ്ങളുണ്ട്. വടക്ക് മഞ്ഞടുക്കം കോവിലടക്കമുള്ള ഉത്തരദേശത്ത് തുളുമംഗലം (തുളുവർവനം) തെക്കു രായരമംഗലം. കൃഷ്ണദേവരായരുടെ പേരുമായി ബന്ധപ്പെട്ടുനിൽക്കുന്നതിനാൽ (രായരന്മാരുടെ ഭരണം ഇവിടുത്തോളം വ്യാപിച്ചിരുന്ന ഒരു ചെറിയ കാലഘട്ടമുണ്ടായിരുന്നു) രായരമംഗലം. പിലിക്കോട്ടെ രായരമംഗലം ക്ഷേത്രം വടക്കോട്ടഭിമുഖമായി സ്ഥിതിചെയ്യുന്നു. വടക്കു മംഗളാദേവിയെയാണ് നോട്ടം (മംഗലാപുരം). രായരമംഗലത്തിന്റെ പരിധിയിലുള്ള ദേവിമാർ 'എന്റെ നായനാറുരായരമംഗലത്ത് ഭഗവതി'. പ്രത്യേകിച്ച് മുച്ചിലോട്ട് ഭഗവതിക്ക് അഭയവും ആശ്രയവും നൽകിയത് ആ അമ്മയാണ്; ശ്രീപാർവ്വതി. പല ദേവിമാരും പടുവളത്തിൽ പരദേവതമാരായ അങ്കക്കുളങ്ങര ഭഗവതിയും രക്തചാമുണ്ഡിയും മറ്റും. പരദേവത്യ്ക്ക് (വിഷ്ണുമൂർത്തി) തളിയിലപ്പൻ. ഇപ്രദേശത്തെ പല പല ദേവിമാരും മേൽമൊഴി പറഞ്ഞ് അവരുടെ വിധേയത്വം പ്രകടമാക്കും. പ്രത്യേകിച്ച് മഞ്ഞൾ പ്രസാദം വിതരണം ചെയ്ത് ഗുണം വരുത്തുമ്പോഴും പീഠം വഴക്കങ്ങളിലും. രായരമംഗലത്തിനു തൊട്ടടുത്തുള്ള കുട്ടമംഗലവും വടക്കുപടിഞ്ഞാറു നിലമംഗലവും ഉണ്ട്. നായനാർ-നാവിനു ആർ-ദാഹജലം നൽകുന്നതിനാൽ. കേൾക്കുമ്പോൾ പുല്ലിംഗവാചിയാണെങ്കിലും ഇവിടെ സ്ത്രീലിംഗവാചിയാകുന്നു. പുലിദൈവങ്ങൾക്കും അവിടെനിന്നു വന്ന മറ്റുദൈവങ്ങൾക്കും 'എന്റെ നായനാറു തുളുവനത്തു ഭഗവതി' ആണ്. തെയ്യങ്ങളുടെ വാചാലുകളിലും അവരുടെ ആഗമം വിസ്തരിക്കുന്ന പീഠം വഴക്കത്തിലും ഈ സംബോധനാരീതിയുടെ നല്ല സ്വാധീനം കാണാം.

ക്ഷേത്രപാലകൻ, കാളരാത്രി (ഭദ്രകാളി), വേട്ടയ്ക്കൊരുമകൻ, ഊർപ്പഴശ്ശി തുടങ്ങിയ തെയ്യങ്ങൾ തെക്കുനിന്നും ഇങ്ങെത്തി. എന്നാൽ ഭൂരിപക്ഷം ഭഗവതിമാർ പായ്ക്കപ്പലിൽ (അന്നത്തെ മരക്കലം) തെക്കോട്ടു കടലിൽ സഞ്ചരിച്ച് തീരങ്ങളിൽ ഇറങ്ങി

യെന്നും സൂചിപ്പിച്ചു. ഇവിടെ അങ്ങിങ്ങായുള്ള ക്ഷേത്രങ്ങളിൽ അവർ പ്രതിഷ്ഠിക്കപ്പെട്ടു. ജാതീയമായ പരിഗണനകളൊന്നും ഈ ആരാധനാരീതിയിൽ പ്രതിഫലിക്കുന്നില്ല. പലതരം സമുദായക്കാർ ഒരേ തെയ്യങ്ങളെത്തന്നെ കെട്ടിയാടിക്കുന്നുവെന്നു വരുമ്പോൾ, യാതൊരു വിധ ഉച്ചനീചത്വങ്ങൾക്കും (സവർണ്ണ കീഴാള വ്യവസ്ഥ) അർത്ഥമില്ലാതാകുന്നു. അഥവാ അർത്ഥമുണ്ടാകുന്നുവെങ്കിൽ തന്നെ അതു സഹജസ്വഭാവം വിട്ടു കാലുഷ്യത്തിന്റെയോ വൈരനിര്യാതനത്വത്തിന്റെയോ മാർഗ്ഗത്തിലേയ്ക്ക് നീങ്ങുന്നില്ല എന്നു വ്യക്തം. തൊട്ടടുത്ത് നിൽക്കുന്ന മൂന്നു സ്ഥാനങ്ങളാണ് കുനുത്തൂറും ചെമ്പിലോട്ടും കരക്കക്കാവും. യഥാക്രമം പയ്യാടക്കത്തകമ്പടിയും കൊടക്കൽ അകമ്പടിയും കാട്ടൂർ അകമ്പടിയും മേൽക്കോയ്മക്കാർ. എന്നാൽ കുനുത്തൂർ നായന്മാരുടെയും ചെമ്പിലോട്ടും കരക്കക്കാവും തീയ്യന്മാരുടെയും അറകളാണ്. കുനുത്തൂരിൽ വാണിയരുടെ സഹവർത്തിത്വമുണ്ടായാലും കരക്കക്കാവുമായി ബന്ധമൊന്നുമില്ല. എന്നിട്ടും പുലിദൈവങ്ങൾ രണ്ടുസ്ഥലത്തും വിളയാടുന്നു. പൊതുവാളുടെ രാമരത്തും തീയരുടെ കണ്ടോത്തും പുലിദൈവങ്ങൾ. മണിയാണിമാരുടെ പണയക്കാട് (യാദവന്മാർ)-കൊടക്കാട്-സർവ്വയശസ്സോടും പുലിക്കണ്ടൻ വാഴുന്നു. അങ്ങനെ നോക്കിയാൽ ഇങ്ങുനിന്നങ്ങോളം പലയിടങ്ങളിലും അമ്മയും മകളും ആൺമക്കളും കളിയാടുന്നുവെന്നു കാണാം.

കൈലാസക്കല്ലും മണിക്കിണറും

പ്രധാനക്ഷേത്രത്തിന്റെ തെക്കുപടിഞ്ഞാറേ കോണിൽ (കന്നിമൂല) കൈലാസക്കല്ലു സ്ഥിതിചെയ്യുന്നു. പേരുകൊണ്ടുതന്നെ പ്രാധാന്യം വ്യക്തം. കല്ലുകൊണ്ടു പീഠം പോലെ കെട്ടിയതാണ് കൈലാസക്കല്ല്. തെയ്യം മതിൽക്കെട്ടിനു പുറത്തുള്ള അണിയറയിൽ നിന്നും മുഖത്തെഴുത്തും ആടയാഭരണങ്ങളുടെ ധാരണവും പൂർത്തിയാക്കി പരികർമ്മികളുടെ കൈയും പിടിച്ച് കൈലാസക്കല്ലിനടുത്തെത്തും. അവിടുന്നാണ് തിരുമുടി അണിയുക. ആളുകൾ ആ ഭാഗത്തേക്കു തിക്കിത്തിരക്കിയെത്തും. ആദ്യദർശനത്തിന് പാകത്തിൽ. സ്ഥാനികന്മാരും പരിവാരങ്ങളും ജന്മക്കണിശനും എഴുന്നള്ളത്തിന്റെ ആരവവും അവിടെ തെളിയും. തളികയിൽ കോടിവസ്ത്രവും കൈയ്യിൽ ചങ്ങലവട്ടവും (വിളക്ക്) പിടിച്ച് കോമരവും അകമ്പടിയും പിന്നിൽ വാലിയക്കാരും അണിനിരക്കും. എല്ലാവരുടെയും കൈയിൽ ഉണക്കലരി കാണും. കൈലാസക്കല്ലിൽനിന്നും കണ്ണാടിനോക്കി നിവർന്നുയരുന്നത് കാണുവാനാണ് ഈ സമയത്തെ വെമ്പൽ. കഥകളിക്ക്

തിരശ്ശീല പിടിക്കുന്നതുപോലെ അണിഞ്ഞൊരുങ്ങുന്നതുവരെ ഇവിടെയും ആ പതിവുണ്ട്. ആ സമയത്ത് നല്ല വെയിലുമായിരിക്കും. സാമാന്യം വലിയ അലങ്കരിച്ച വട്ടമുടിയും ശരീരത്തിൽ നിറയെ പുള്ളികളും (പുലിയുടെ പുള്ളികളെ ഓർമ്മിപ്പിക്കുന്നു) മാറിൽ സ്തനങ്ങളും ഉള്ള (ചിരട്ടകൊണ്ട് കമനീയമാക്കിക്കെട്ടിയുണ്ടാക്കിയത്) തനി സ്ത്രൈണഭാവവും പ്രകടിപ്പിക്കുന്ന അമ്മയാണ് (പുള്ളിക്കരിങ്കാളി) ആദ്യം പുറപ്പെടുക. അഥവാ തിരുമുടി നിവരുക. പുറപ്പെട്ടു കഴിഞ്ഞാൽ ആളുകൾ നിരന്തരമായി തിരുമുടിയിലേയ്ക്ക് ഉണക്കലരി ചാർത്തിക്കൊണ്ടിരിക്കും. പതിഞ്ഞ താളത്തോടെയുള്ള വാദ്യഘോഷമാണപ്പോഴുണ്ടാവുക. തികഞ്ഞ ലാസ്യഭാവത്തോടെ, ശുദ്ധസാത്വികതയോടെ മൂന്നു പ്രദക്ഷിണം പൂർത്തിയാക്കും. ഇതിന് അര മണിക്കൂറോളം സമയം വേണം. ക്രമേണ വാദ്യം മുറുകും. ഈ ഘട്ടത്തിൽ മുടി നിലത്തുമുട്ടുന്ന വിധത്തിൽ മണങ്ങി അരക്കെട്ടു തിരിച്ച് നിവർന്ന് (ഇതാണ് പ്രസിദ്ധമായ മണങ്ങിയാട്ടം) കൊണ്ടുള്ള ആട്ടം ഏതു വിശ്വാസിയെയും അത്ഭുതപ്പെടുത്തും. ഇങ്ങനെ കുറച്ചുനേരം കൂടി അമ്മയുടെ ആട്ടം നടന്നുവരവേ, കൈലാസക്കല്ലിനടുത്ത് വീണ്ടുമൊരു പോക്ക്. അവിടെ മകളുടെ തിരുമുടി അണിയാനുള്ള സമയമായി. പൂർവ്വാധികം തിക്കും തിരക്കും നേരത്തേ സൂചിപ്പിച്ചതുപോലുള്ള എല്ലാ പ്രക്രിയയും ആരംഭിക്കും. അങ്ങനെയൊരു സ്വാഭാവികവും ഭക്തിസാന്ദ്രവുമായ പശ്ചാത്തലത്തിൽ മകളുടെയും തിരുമുടി നിവരും. പിന്നീടങ്ങോട്ടു അമ്മയും മകളും ഒന്നിച്ചായി ആട്ടവും പ്രദക്ഷിണവും. മൂന്നു പ്രദക്ഷിണവും മണങ്ങിയാട്ടവും പൂർത്തിയാകുന്നതോടെ ഒരു ഘട്ടം തീരും. പിന്നീട് ആട്ടവും തിരിയലും മറിയലും (ആംഗികവും ആഹാര്യവുമായ അഭിനയത്തിന്റെ പാരമ്യം) വാദ്യതാളഗന്ധിയായ പദവിന്യാസങ്ങളും -ശരിയായ തെയ്യമുറയൽ-ഈ സമയത്തും നടക്കുന്നു. അപ്പോഴേയ്ക്കും വടക്കേ പള്ളിയറയിൽ നിന്നു ലോകനാഥൻ വിഷ്ണുമൂർത്തി ഹിരണ്യവധവും മറ്റും കഴിഞ്ഞ് അമ്മയുടെയും മകളുടെയും കൂടെ ആട്ടത്തിനു തയ്യാറായിരിക്കും. ഒരു കളിയാട്ടത്തിന്റെ ഏറ്റവും ഹൃദയസ്പർശിയും ഉന്നതസ്ഥാനീയവുമായ ഭക്തിശ്രദ്ധാവിശ്വാസങ്ങളുടെ പരകോടിയിലായിത്തീരും ഈ സങ്കേതങ്ങളും ആട്ടവിശേഷങ്ങളും. ഗീതം തോറ്റം പാട്ടിലും തുടക്കത്തിലും കഴിഞ്ഞെങ്കിലും നൃത്തനൃത്യങ്ങൾ -താളലയാന്വിതമായ നൃത്തവും ഭാവാശ്രിതമായ നൃത്യവും. ധീരോദാത്താദി നായികാനായകരൂപങ്ങൾ അധികമില്ല. എങ്കിലും അവയുടെ സ്വഭാവം സാമാന്യമായി ഇവിടെ സമ്മേളിക്കും. എല്ലാം കൂടി ഒന്നൊന്നര മണിക്കൂർ കൊണ്ട് തെയ്യാട്ടം എന്ന പരിപാടി സമാപിക്കുകയും

പീഠം വഴക്കമെന്ന വാചാൽ പരിപാടി സമാരംഭിക്കുകയും ചെയ്യും. (പീഠം വഴക്കം -തെയ്യത്തിന്റെ ആഗമാദി കാര്യങ്ങൾ ഗദ്യരൂപ ത്തിൽ വിവരിക്കുക). ഇവിടുന്നങ്ങോട്ട് ആട്ടത്തിനും വാദ്യ ത്തിനും വലിയ പ്രസക്തിയില്ല. പിന്നീട് 'അകത്തൂട്ടെ തന്ത്രി' എന്നും 'പയ്യാടക്കത്തകമ്പടീ' എന്നും മൂന്നു പ്രാവശ്യം വിളി ക്കുന്നതോടെ അവർ തമ്മിലുള്ള അഭിമുഖവും തുടർന്ന് മഞ്ഞൾപ്പൊടി പ്രസാദവിതരണവും ആരംഭിക്കും. തന്ത്രിക്കും അകമ്പടിക്കും അതുപോലുള്ളവർക്കും കൊടിയിലയിൽ പ്രസാദം. മറ്റെല്ലാവർക്കും വെറും കയ്യിൽ. ദക്ഷിണ കൊടുത്തു പ്രസാദം വാങ്ങുക. ഇതിന്നാണ് കുഞ്ഞുകുട്ടി പരാധീനങ്ങളു ടെ കാത്തിരിപ്പ്. നാട്ടുകാരും ധാരാളമായി എത്തിച്ചേരും. അപ്പോ ഴേക്കും പലരും ഭക്ഷണശാലയിലേയ്ക്ക് പോയിക്കഴിഞ്ഞിരി ക്കും. പിന്നെയും തെയ്യം ഏതാനും മണിക്കൂറുകൾ കൂടി (ഏക ദേശം സന്ധ്യവരെ) അരങ്ങിലുണ്ടാവും. അവസാന ഘട്ടത്തി ലാണ് തറവാട്ടുകാരണവന്മാരെയും അനന്തിരവന്മാരെയും മനു ഷ്യങ്ങളെയും മറ്റും ഒന്നിച്ചു വിളിച്ചുനിർത്തി ശുദ്ധമലയാളത്തി ലുള്ള ചരിത്രകഥനവും അനുഗ്രഹവർഷവും. എന്റെ നായനാറു തുളുവനത്തു ഭഗവതിയുടെ സന്നിധിയിൽ നിന്നും കുനുത്തൂർ മാടത്തിലേയ്ക്ക് എത്തിച്ചേർന്നതിന്റെ കഥ ആദ്യം അമ്മയും പിന്നീട് മകളും ഉരിയാടിക്കൊണ്ടിരിക്കും. ആ സമയത്തൊക്കെ മരപ്പുലിപ്പുറത്താണ് ആസനസ്ഥരായിരിക്കുക. ആദ്യം അമ്മയും പിന്നെ മകളും. അന്തിമമമായി ഊരാളന്മാർക്കും മറ്റും പ്രസാദം കൊടുത്തു ബോദ്ധ്യപ്പെടുത്തി, താൽക്കാലിക സ്ഥിതിഗതികൾ വിശേഷിച്ച് അന്യോന്യം ബോദ്ധ്യപ്പെട്ട് ഇനിയത്തെ കളിയാട്ടം വരെ സൂക്ഷിക്കുവാനായി അരിയും കുറിയും വാങ്ങി മുഖ്യ അക മ്പടി സൂക്ഷിച്ചു ദക്ഷിണ നൽകിപ്പോരുകയും ചെയ്യുന്നു.

ഏറിയോരു ഗുണം വരണം
ഗുണം വരണം ഗുണം വരണം

ഇത്രയും കൊണ്ട് സന്ധ്യയാവുകയും തിരുനടയിൽ നിന്നും തിരുമുടി അഴിച്ച് ആദ്യം അമ്മയേയും പിന്നെ മകളേയും യഥോ ചിതം യാത്രയാക്കുകയും ചെയ്യും. അതിനിടയിൽത്തന്നെ വടക്കേ പള്ളിയറയിലെ വിഷ്ണുമൂർത്തി ദക്ഷിണ സ്വീകരിച്ച് പ്രസാദം നൽകിക്കഴിഞ്ഞാൽ കാരണവൻമാർക്കും അനന്തിരവ ന്മാർക്കും മുൻകൂട്ടി സൂക്ഷിച്ചുവെച്ച ഇളനീർ വിതരണം ചെയ്യു കയും പതിവാണ്. എല്ലാ തെയ്യങ്ങളും തേങ്ങയുടച്ചു പിറകിലേ ക്കെറിയും. രണ്ടു പിളർപ്പും ഏകദേശം ഒരേ വലിപ്പമായിരിക്കും. രണ്ടും മലർന്നു വീണാൽ എല്ലാം ശുഭവും ഒന്നു കമിഴ്ന്നും

ഒന്നു മലർന്നും വീണാൽ ശുഭാശുഭസമ്മിശ്രവും രണ്ടും കമിഴ്ന്നു വീണാൽ ദോഷവും ഫലമാകുന്നു. സാധാരണ നിലയിൽ അങ്ങനെ വരാറില്ല.

കോലം പിരിയുന്നതോടെ അടിയന്തിരക്കാർക്കും അകമ്പ ടിമാർക്കും കൊടിയിലയും വണ്ണാത്തൻ കുറുപ്പിന് ഉടുത്ത തുണി യുടെ മട്ടത്തിലും മറ്റുള്ളവർക്ക് ഉള്ളതിനനുസരിച്ച് രണ്ടോ മൂന്നോ എണ്ണം കൈയ്യിലും മേൽശാന്തി നെയ്യപ്പം വിതരണം ചെയ്യും. അതൊന്നെങ്കിലും കിട്ടുവാൻ വലിയ തിരക്കു കൂട്ടുന്നതു കാണാം. കളിയാട്ടം അവസാനിക്കുന്നതോടെ തെയ്യക്കാർക്കുള്ള കോള് (മുൻകൂട്ടി നിശ്ചയിച്ച പ്രതിഫലം) കൊടുക്കുന്നു. ദക്ഷി ണയായി കിട്ടിയതൊക്കെ കോലക്കാർക്കു തന്നെ. മുൻകാലങ്ങ ളിൽ കളിയാട്ടത്തിന്റെ അവസാനദിവസത്തിൽ കഞ്ഞിയും ഉപ്പി ലിട്ട മാങ്ങയും ചക്കക്കറിയും (വെള്ളരിക്കയോ) ചന്തേര മീത്തലെ വീട്ടുകാർ തയ്യാറാക്കി ഉപചാരപൂർവ്വം കോലക്കാർക്കുമുഴുവൻ പകർന്നുകൊടുക്കുന്ന പതിവുണ്ടായിരുന്നു. ഇപ്പോൾ എല്ലാ വർക്കും സദ്യ ഒരുക്കുന്ന നിലയിൽ ഈ പ്രക്രിയ തുടരുന്നുണ്ടോ എന്നു നിശ്ചയമില്ല.

മണിക്കിണറിന്റെ സ്ഥാനം കരിവെള്ളൂർ മുച്ചിലോട്ടൊഴികെ എല്ലായിടത്തും ഈശാനകോണിൽ തന്നെ (വടക്കുകിഴക്കേ മൂല) - മീനം രാശി. കന്നിയുടെ നേരെ എതിർ കോണിൽ. വീടുക ളിലും ക്ഷേത്രങ്ങളിലുമൊക്കെ കിണറിന്റെ സ്ഥാനത്തിന് വിധിച്ച രാശി. കരിവെള്ളൂരിൽ കിണറിന്റെ രാശിയിൽ ഭണ്ഡാരപ്പുര വന്നു. ക്ഷേത്രം പിന്നീടു വന്നതാകാം. കിണറു കോരാത്ത, തിര ക്കുപിടിച്ച സമയങ്ങളിൽ മരപ്പലകകൊണ്ട് ഉറപ്പായി കിണർ മൂടി യിരിക്കും. പുലിദൈവങ്ങൾ എണ്ണത്തിലുമധികമുണ്ടെങ്കിലും വെള്ളാട്ടമൊഴികെ തെയ്യങ്ങളധികവും ജനശ്രദ്ധയിൽ പെടുന്നില്ല. കാരണം, അതിരാവിലെ തുടങ്ങി ചുരുങ്ങിയ സമയം കൊണ്ട് അവ പൂർത്തിയാകും. ഇത്തരം കളിയാട്ടങ്ങളിൽ സാധാരണ യായി ഏറ്റവുമവസാനം മുടിയെടുക്കുന്നതാരോ അതാണ് പ്രധാന ധർമ്മദൈവം. വൈകി തിരുമുടി നിവരുകയും ഒടുവിൽ മാത്രം അരങ്ങിൽ നിന്ന് പിരിയുകയുമാണതിന്റെ സ്വഭാവം. അത്തിരുമുമ്പിൽ പിന്നിട്ടുപോയ മൂന്നു വർഷങ്ങളിലെയും ദുര നുഭവങ്ങളുണ്ടെങ്കിൽ അവയും സന്തോഷകരമായ അനുഭവങ്ങളും പങ്കുവെച്ച് പിരിയുന്ന സന്ദർഭം ശ്രദ്ധേയമാണ്. ദു:ഖമുണ്ടെങ്കിൽ അവിടങ്ങളിലൊക്കെ ഞാനെത്തി പരിഹാരം കണ്ടില്ലേ എന്ന ചോദ്യത്തിന് ഉണ്ട് എന്ന ഉത്തരം തന്നെ കിട്ടും. തുടർന്ന് മൂവാ ണ്ടുമുപ്പത്താറുമാസം കഴിഞ്ഞ് വീണ്ടും കാണുവാൻ പാകത്തിൽ തന്റെ വൽമീകത്തിലേക്ക് കൈയെടുക്കാൻ പാകത്തിൽ ആത്മം

കൊടുക്കുന്നതോടെ നിർവിഘ്നപരിസമാപ്തിയാകുന്നു.

തെയ്യത്തിന്റെ മൂന്നാം ദിവസം മൂന്നു തവണ തോറ്റമുണ്ടാകുമെന്ന് നേരത്തേ വ്യക്തമാക്കി. ഒരേ ആചാരവിശേഷങ്ങളോടെയാണെങ്കിലും അവസാനത്തേതിന് അൽപ്പം വ്യത്യാസമുണ്ട്. കുടമണിമുഴക്കിയാണ് അവരുടെ പ്രദക്ഷിണം. ഒരു കൈയ്യിൽ കുടമണിയും മറു കൈയ്യിൽ കൊടിയിലയിൽ കത്തിച്ചു വെച്ച തിരിനാളങ്ങളും. ഇത്തരുണത്തിൽ പ്രത്യേക രീതിയിലുള്ള നൃത്തച്ചുവടുകളുണ്ട്. താരതമ്യേന വട്ടത്തിലുള്ള പാദചലനമാണ്. ഇതിന് കൊടിയിലപിടി എന്നു പേര്. വീരഭദ്രന്റെയും മറ്റും കൊടിയിലപിടി സർവ്വപ്രാധാന്യത്തോടെ വർത്തിക്കുന്ന ഒരു ചടങ്ങാണ്. അത് ഒരു തരത്തിൽ, തെയ്യം കെട്ടുന്നതിന്നു തയ്യാറെടുക്കാനുള്ള ഒരു സമ്മതമെടുക്കൽ കൂടിയാണ്. കരിവെള്ളൂർ മുച്ചിലോട്ടുമായുള്ള ബന്ധം സൂചിപ്പിക്കുമ്പോൾ പ്രത്യേകം ശ്രദ്ധിക്കേണ്ട ഒരു വസ്തുത, കളിയാട്ട ദിവസങ്ങളിൽ കുനുത്തൂരെ കോമരം നിർബന്ധമായും മുച്ചിലോട്ടുണ്ടാകും എന്നതാണ്.

അമ്മയെയും മകളെയും തിരക്കിൽ അല്പമകലെ നിന്ന് നിരീക്ഷിക്കുമ്പോൾ രണ്ടു വട്ടമുടികൾ അന്തരീക്ഷത്തിൽ കറങ്ങിക്കൊണ്ടിരിക്കുന്നതായാണ് ബോദ്ധ്യപ്പെടുക. അത്യന്തം നിർണ്ണായകമായ ഒരു സന്ദർഭമാണത്. അത് ഗുരുവായൂരപ്പനെയോ അയ്യപ്പനെയോ അതതു തിരുനടയിൽ നിന്നു കൺകുളുർക്കെ കാണുകയല്ല; നിർമ്മാല്യദർശനമോ സർവ്വാഭരണവിഭൂഷിതമായ അയ്യപ്പസ്വാമിയുടെ അനന്യസാധാരണമായ പ്രഭാതനിരീക്ഷണമോ അല്ല. അഭൗമമായ, മായികമായ, അസദൃശമായ ഒരു നേർക്കാഴ്ച്ചയാണ്. ചിലർ തിരുനടയിൽ കണ്ണടച്ചുനിന്നുകൊണ്ട് പ്രാർത്ഥിക്കുന്നു. ഇതൊരുതരം ആത്മൈക്യപ്രകടനമാണ്. ഇവിടെ നാസ്തികതയോ ആസ്തികതയോ ഏറ്റുമുട്ടുന്നില്ല. അഥവാ അത്തരമൊരു വൈരുദ്ധ്യം നിലനിൽക്കുന്നില്ല. ചലിക്കുന്ന, ബുദ്ധിയും വിവേകവുമുള്ള, വികാരവും വിശ്വാസവും ഭരിക്കുന്ന ഒരു സാധാരണ മനുഷ്യന്റെ ബാഹ്യവും ആഭ്യന്തരവുമായ പരിവർത്തനത്തിന്റെ സുവർണ്ണ നിമിഷം. ഒരു നല്ല കോലക്കാരനോട് താൻ കുറച്ചുമുമ്പ് (നേരത്തേ) പ്രദർശിപ്പിച്ച അഭ്യാസപാടവത്തെപ്പറ്റി ചോദിച്ചുവെന്നിരിക്കട്ടെ.

അതൊന്നും അടിയനിപ്പോൾ ഓർമ്മയില്ല.

പല വെളിച്ചപ്പാടുകളും കോമരങ്ങളും അങ്ങനെ പറയുന്നത് കേട്ടിട്ടുണ്ട്. ദൈവികതയിലേയ്ക്കുയരുന്ന മനുഷ്യന്റെ ഉത്തമദൃഷ്ടാന്തമായി തെയ്യക്കോലങ്ങൾ നമ്മെ ആത്മനിർവൃതിയുടെ

അത്യുന്നതങ്ങളിലേക്കു നയിക്കുന്നുവെന്നത് വാസ്തവം.

നാടോടിവിജ്ഞാനീയത്തിന്റെ തലത്തിൽനിന്നും ഇനി തെയ്യങ്ങളെ നോക്കിക്കാണുക. ചില തെയ്യങ്ങൾക്ക് ഗ്രാമീണതയുടെ സ്വച്ഛമായ ഒരു പരിവേഷമുണ്ടെന്ന് സമ്മതിക്കാം. പ്രകൃതിയിൽ നിന്ന് നേരിട്ടുകിട്ടുന്ന സാധനസാമഗ്രികൾ മാത്രം ആടയാഭരണങ്ങളായി അവർ ഉപയോഗപ്പെടുത്തുന്നു. പൊട്ടൻ, ഗുളികൻ, പനിയൻ എന്നീ ജനകീയ തെയ്യങ്ങൾക്ക് കുരുത്തോലയുടെ ഉടയാടകളും കവുങ്ങിൻ പാള കൊണ്ടുള്ള മുഖപ്പാളയുമേ ഉപയോഗിക്കേണ്ടതുള്ളൂ. കുടമണിയും ശൂലവും കത്തിയും മറ്റും ആയുധങ്ങളും. ഒറ്റക്കോലത്തെയും നാം പ്രത്യേകമായി കണ്ടുനിന്നിട്ടുണ്ട്. ശരീരത്തിൽ കുരുത്തോലയുടെ അരയാടയും മറ്റണിയലങ്ങളും മാത്രം. കനൽക്കൂമ്പാരത്തിൽ എത്രയോ തവണ വീഴുകയും വലിച്ചുകയറ്റപ്പെടുകയും ചെയ്യുന്നുണ്ടവിടെ. പൊട്ടൻ എത്രയെങ്കിലും നേരം കനലിൽ (ചെറിയ നെരിപ്പ് ആയിരിക്കും) മലർന്നുകിടന്ന് കാലിന്മേൽ കാലും കയറ്റിവെച്ച് നാടൻ ഫലിതങ്ങൾ പറഞ്ഞ് പ്രേക്ഷകരെ പൊട്ടിച്ചിരിപ്പിക്കാറുണ്ട്. കേവലം ഗ്രാമീണമായ ഇതിവൃത്തങ്ങളൊന്നും ഈ തെയ്യങ്ങളെ ഭരിക്കുന്നില്ലെങ്കിലും അപരിഷ്കൃതവും അനുകമ്പാർഹവുമായ ഒരു സംവിധാനഭംഗി പൊതുജനമദ്ധ്യത്തിൽ ഇവ കാഴ്ച്ചവെക്കുന്നു. ക്ലാസിക് ശൈലിയിലല്ല, പുരാതനവും ശ്ലഥബദ്ധവുമായ ഒരു ശൈശവാവസ്ഥയിലൂടെ പ്രയാണം ചെയ്യുന്നതേയുള്ളൂ ഈ ഹാസ്യകഥാപാത്രങ്ങൾ.

എന്നാൽ പ്രധാനപ്പെട്ട ധർമ്മദൈവങ്ങളിലാകട്ടെ, തനി ക്ലാസിക്കലായ ബഹുധാവൈവിദ്ധ്യമാർന്ന, നയനാനന്ദകരമായ, അവാച്യമായ ആനന്ദാതിരേകം പ്രദാനം ചെയ്യുന്ന ഒരു പുതുപുത്തൻ കലാവിന്യാസനൈപുണി പ്രകടമായി കളിയാടുന്നു. മുഖത്തെഴുത്ത്, ആടയാഭരണങ്ങൾ, കൈക്കോപ്പുകൾ, മെയ്ക്കോപ്പുകൾ, ചായങ്ങളുടെ മിശ്രണം, ചമയങ്ങളുടെ ആധുനികവൽക്കരണം, വർണ്ണത്തുണികളുടെ തെരഞ്ഞെടുപ്പ് എന്നിവയിൽ വന്ന മാറ്റങ്ങൾ തെയ്യം കാണുക എന്ന പ്രക്രിയയെ പ്രേക്ഷകമനസ്സുകളിൽ കൂടുതൽ അടുപ്പമുണ്ടാക്കിയിരുന്നു. കഥകളിയിലെ രസാഭിനയഭാഗമൊഴിച്ച് ഏറെക്കുറെ മറ്റംശങ്ങൾ പല തെയ്യങ്ങളിലും കൂടിക്കലർന്നിട്ടുണ്ട്. അതിലില്ലാത്ത വാചികത്തിന്റെ സമ്പൂർണ്ണമായ പ്രത്യക്ഷം ഒരുവേള, കൂടുതൽ ആസ്വാദ്യത കൈവരുത്തിയിരുന്നുവെന്നും പറയാം.

ആകാശനീലിമയും കലർപ്പില്ലാത്ത പച്ചപ്പും ചെക്കിപ്പൂവിൻ ചുവപ്പും ഒരു നേർത്ത പച്ച ഈർക്കിൽ കഷണം കൊണ്ട് മുഖത്തിൽ പ്രത്യേകമായും വയറ്റത്തും പ്രാക്കെഴുത്തിൽ വരച്ചുണ്ടാ

ക്കുന്ന ചിത്രകലാവൈദഗ്ധ്യം വാചാമഗോചരം തന്നെ. എണ്ണമയമുള്ള കരിനീലക്കൺതടവും അതിന്റെ കടക്കോൺവരയും ഇരുകവിളിലും കെട്ടിയുറപ്പിക്കുന്ന വെള്ളെകിറിൻ മനോഹാരിതയും നോക്കിനിന്നു പോകും. ഇതൊക്കെ ചെയ്യുന്നത് ഒരു സാധാരണ മനുഷ്യമുഖത്താണ്. അവിടയാണ് കലാപരമായ ഔന്നത്യം. മുഖത്തുമാത്രമല്ല, ശരീരത്തിലും കാണാം വരകളുടെയും വർണ്ണങ്ങളുടെയും ഈ സമ്മേളനം. പുലിയെ പുലിയായും നരസിംഹത്തെ നരസിംഹമായും അവതരിപ്പിക്കുന്നു. സ്ത്രീകളായി പരിണമിക്കുന്ന പുരുഷന്മാരുടെ സ്ത്രൈണഭാവത്തിന്റെ പരകോടിയും ഇവിടെയൊഴിച്ച് മറ്റെവിടെയും കാണാൻ പറ്റില്ല. ദേവക്കൂത്തൊഴിച്ച് മറ്റൊരു തെയ്യവും സ്ത്രീകൾ കെട്ടുന്നില്ല എന്നോർക്കുക. നെഞ്ചിൽ വെള്ളിയിലോ വെള്ളോടിലോ ചിരട്ടയിലോ നിർമ്മിച്ച സ്തനഭാരവും കൗതുകകരം. പണ്ട് ജവഹർലാൽ നെഹ്രു ഈ ഭാഗം തൊട്ടുനോക്കി വിസ്മയം പ്രകടിപ്പിച്ചിരുന്നുവത്രേ.

പയ്യാടക്കൻ കണിച്ചുവീട്ടിൽ തറവാട്

പഴയ വടക്കെ മലബാർ. ഇന്നത്തെ കണ്ണൂർ ജില്ല. തളിപ്പറമ്പ് താലൂക്ക്. അതിന്റെ ഏറ്റവും വടക്കെ അറ്റത്തെ അംശം. കരിവെള്ളൂർ. പടിഞ്ഞാറെ അതിർത്തി വടക്കു നിന്നു തെക്കോളം ഇന്നത്തെ കാസർകോട് ജില്ലയിലെ ഹൊസ്ദുർഗ് താലൂക്ക്. ഗ്രാമം മാണിയാട്ട്. കരിവെള്ളൂരുദേശം, വടക്കുമ്പാടു ദേശം. വടക്കുമ്പാടു എന്ന സ്ഥലനാമം തന്നെ ഇതിന്റെ കിടപ്പിനെ അന്വർത്ഥമാക്കുന്നു. വടക്കുമ്പാടുകളും തെക്കുമ്പാടുകളും പലയിടങ്ങളിലും ഉണ്ട്. പടിഞ്ഞാറെ അതിർത്തിയിലുട നീളം നെൽവയലാണ്. ചില ദിക്കിൽ മൂന്നു വിളവെടുത്തിരുന്നു. ഇപ്പോൾ ഒരു വിള (മുണ്ടകൻ - വിളയാൻ ഒമ്പതു മാസം)യുണ്ടാക്കാൻ തന്നെ വലിയ ബുദ്ധിമുട്ടാണ്. അതിർത്തിയിൽ കിടക്കുന്ന മാണിയാട്ടെ തോട്ടിൽ വെള്ളമില്ല. വറ്റി വരണ്ടും ഉപയോഗശൂന്യമായും കിടക്കുന്ന നെടുനീളൻ പ്രദേശം. തോട്ടിൽ നിറയെ ശുദ്ധ ജലവും, കുറുകേ അവിടവിടെ പാലങ്ങളും, നടവരമ്പുകളും ധാരാളമുണ്ടായിരുന്നു. ഇന്നാരും നടന്നു പോകാറില്ല. എവിടെയാണ് പണ്ടത്തെ നടവഴി എന്നുപോലും ആർക്കും നിശ്ചയമില്ല. മഴപെയ്താൽ ചെളി നിറഞ്ഞും ഉപയോഗ ശൂന്യമാകും. ജനസഞ്ചാരമേറ്റ്, യാതൊരുവിധ വാഹന സൗകര്യവുമില്ലാതെ ഒറ്റപ്പെട്ടു കിടക്കുന്ന അവസ്ഥ. ഏഴുമേഴും പതിനാല് മിനിട്ടുകൊണ്ട് യാത്ര പൂർത്തിയാക്കിയ ദിക്കിൽ ഇന്ന് ഓട്ടോയ്ക്ക് എഴുപത്തിയഞ്ച് രൂപ വേണം. പിന്നാമ്പുറത്തു കൂടി മൂക്കു പിടി

ക്കുക. ഇതൊക്കെയാണെങ്കിലും വടക്കുമ്പാടിന്റെ പടിഞ്ഞാറു ഭാഗങ്ങളെ പടിഞ്ഞാറൻ കാറ്റേൽക്കുന്ന സുഖശീതളമായ ഒരന്തരീക്ഷമുണ്ട്. വയൽക്കരയിൽ തെക്കു നിന്നും വടക്കു നിന്നും രണ്ടു കിലോമീറ്ററിലധികം ദൂരെ നിന്നേ കാണാവുന്ന (അൽപ്പം വയലിലേക്കു നിൽക്കുന്ന) ഒരു ഭവനം. താഴെ കുളം, തെങ്ങുകൾ, ഫലവൃക്ഷങ്ങൾ, പയ്യാടക്കൻ കണിച്ചുവീട്ടിൽ തറവാട്. വയൽ കഴിഞ്ഞുള്ള പാടം മുഴുവൻ പറമ്പുകൾ.

ജനവാസമുള്ള വീടുകൾ, തറവാടുകൾ, സസ്യശ്യാമളം, തെക്കു കാവുന്താഴ നിലം. വേനൽക്കാലത്ത് വെയിലിൽ നിന്നും, ചൂടിൽ നിന്നും മഴക്കാലത്ത് മഴയിൽ നിന്നും രക്ഷകിട്ടുവാൻ ആ വീടിന്റെ മൂന്നു ഭാഗവും നിർമ്മിച്ചിട്ടുള്ള സിമന്റു തറയിൽ (ഇരുത്തിയിൽ)വിശ്രമിച്ചാൽ മതി. മൂന്നുകൊല്ലം മുമ്പു പുതുക്കിപണിതു. കലശാട്ടും കളിയാട്ടവും നടത്തി പൂർവ്വാധികം പ്രൗഢിയോടെ ആ തറവാടു വീടു ഒരാശ്വാസമായി നില കൊള്ളുന്നു. വടക്കു കിഴക്കുള്ള പാലക്കുന്നിൽ നിന്ന് തറവാട്ടു പറമ്പു വരെ ഇപ്പോൾ പഞ്ചായത്ത് റോഡും വാഹന സൗകര്യവുമുണ്ട്. കരിവെള്ളൂരിന്റെ പല ചരിത്ര സംഭവങ്ങൾക്കും ദൃക്സാക്ഷിയായി, ജനത്തെ കുളിർനീർ നൽകിയാശ്വസിപ്പിച്ച മാണിയാട്ടെതോട് ചൈതന്യം വറ്റിയനിലയിലും ഗതകാല സംഭവങ്ങൾ ഓർമ്മപ്പെടുത്തി നിശബ്ദം നിൽക്കുന്നു. വടക്കുമ്പാട്ടേക്കു പടിഞ്ഞാറു നിന്നും വാഹന സൗകര്യമില്ലായ്മ ആധുനിക കാലത്തെ ഒരു വിരോധാഭാസം തന്നെ എന്നു പറയാം.

കണിച്ചു വീട്. കണിച്ചു, കണിച്ചി, ഗണിച്ചു എന്നിങ്ങനെയൊക്കെ വിശേഷണ പദം വരുന്നു. തറവാട്. ഗണിച്ചു-പലപ്പോഴും ഖരത്ത മൃദുവായി ഉച്ചരിക്കുന്നു. ഗണിക്കുകയുടെ പ്രാദേശിക രൂപമാകാം കണിക്കുക. ഗണിക്കുന്നവൻ ഗണകൻ, അങ്ങനെയെങ്കിൽ കണിക്കുന്നവൻ കണകനല്ല, കണിശൻ. ഗണിക്കുക – കണിക്കുക – കണക്കു കൂട്ടുക എന്നർത്ഥം. കണിശനെ കണിയാൻ എന്നും പറയും. നായർ പണിക്കർ, കണിയാൻ പണിക്കർ, മലയൻ പണിക്കർ, ബിരുദവും വീരശൃംഖലയും തേടി പണിക്കരായവരും ധാരാളം. “ഭണതി” എന്ന സംസ്കൃത ശബ്ദം പറയുക എന്നർത്ഥത്തിൽ പ്രയോഗിക്കുന്നു. പറയുന്നതിൽ അഥവാ തർക്കിക്കുന്നതിൽ ശ്രേഷ്ഠൻ ഭണിഗ്വരൻ. അതു മലയാളത്തിൽ പണിക്കർ ആയി. ഭാഷാന്തരത്തിൽ പണിക്കുന്നവൻ പണിക്കൻ - പൂജക ബഹുവചനത്തിൽ പണിക്കർ. പൂരക്കളിപ്പണിക്കർ. സംസ്കൃത ഭാഷയിലും സാഹിത്യത്തിലും പാണ്ഡിത്യമുള്ളവർ. പണിക്കർ മറത്തു കളിയിൽ ഏർപ്പെടുന്നു. ഏതായാലും കണിയാൻ പണിക്കർ അഥവാ ഗണകൻ ജ്യോതിഷവും

ജ്യോതിശാസ്ത്രവും പഠിച്ചവനാണ്. പ്രശ്നം വെച്ചും ഫലമറിയാൻ ജനം അന്നും ഇന്നും കണിശനെ സമീപിക്കുന്നു. ഇക്കാലത്ത് കണിശന്മാർ മാത്രമല്ല, മറ്റു പല സമുദായക്കാരും, നമ്പൂതിരിമാരും, ജ്യോതിഷത്തിന്റെയും ഗോളഗണിതത്തിന്റേയും മറുകര കണ്ടവരായിട്ടുണ്ട് എന്നും വ്യക്തമാക്കാം. അങ്ങനെയൊരു കണിശൻ കുറെക്കാലമായി ഈ പറമ്പിൽ താമസിച്ചിരുന്നിരിക്കണം. ആ കണിയാനിൽ നിന്നു ഈ പേരു വന്നതാകാം. ഗണിച്ച വീട് - കണിച്ച വീട് - കണിച്ചു വീട്. ശരിയായാലും തെറ്റായാലും വേറെ പ്രത്യേകിച്ചു പേരിന് ഒരുൽപത്തിയും കാണുന്നില്ല. നാട്ടു രാജാക്കന്മാരുടെ, പ്രത്യേകിച്ച് മലബാർ മാമ്പലിൽ പറയുന്ന നായർ പ്രഭുക്കന്മാരുടെ - നായർ ഫ്യൂഡൽ കിങ്ഡം - കാലത്തു തെക്കു നിന്നു കുടിയേറിപ്പാർത്തവരുടെ കൂട്ടത്തിൽ, തുളുനാട്ടിൽ സ്ഥിരതാമസമാക്കിയ നായന്മാരുടെ ഒരു കുടുംബമായിരിക്കണം പയ്യാടക്കന്മാരുടേത്. എട്ടുവീട്ടുകാരായിരുന്ന പയ്യാടക്കന്മാരിൽ ഒരു പ്രബല കുടുംബമായിരുന്നു, കണിച്ചുവീട്ടിൽ പയ്യാടക്കന്മാർ. ഇപ്പോൾ എട്ടുവീട്ടുകാരിൽ പലരും ഇല്ലാതായി. അഥവാ പുതിയ പയ്യാടക്കന്മാർ ഉണ്ടായി. കണിച്ചു വീട്ടുകാർ പെരളം, ചെറുവത്തൂർ എന്നിവിടങ്ങളിൽ താമസിക്കുന്നു.

തറവാടിന്റെ പുനർനിർമ്മാണത്തിന്റേയും പ്രതിഷ്ഠാകർമ്മത്തിന്റേയും അവസരങ്ങളിൽ പുതുതായി ഒന്ന് രണ്ട് വീട്ടുകാർ കൂടി ഇതിന്റെ ഭാഗങ്ങളായി. കണിച്ചുവീട്ടിൽ തറവാടിന്റെ ആദ്യ പ്രതിഷ്ഠ എന്നാണെന്നു നിശ്ചയമില്ല. അറിഞ്ഞേടത്തോളം വസ്തുതകൾ വെച്ച് ഇവർ പടനായകന്മാരും യോദ്ധാക്കളും അകമ്പടിക്കാരും ആയിരുന്നു. അഞ്ചാറു ദശകം മുമ്പുവരെ പയ്യാടക്കന്മാരിൽ തല മുതിർന്ന ആൾ ചിറക്കൽ കോവിലകത്തു നിന്നും കച്ചും ചുരികയും സ്വീകരിച്ച് ഗുരുക്കളച്ചന്റെ (പയ്യാടക്കൻ കുറുപ്പ്) എന്ന സ്ഥാനപ്പേരിൽ അറിഞ്ഞു പോന്നു. കണിച്ചു വീട്ടിൽ തറവാട്ടിലും ഇത്തരം സ്ഥാനികന്മാർ വേറെ ഉണ്ടായിരുന്നുവെന്നതിന് തർക്കമില്ല. അവൻ ആയുധ പരിശീലനം നേടിയവരും നായാട്ടു തുടങ്ങിയ വിനോദങ്ങളിൽ ഏർപ്പെട്ടിരുന്നവരും ആയിരുന്നു. ഇന്നും തറവാട്ടിൽ ഇരുവശവും കൂർപ്പിച്ച നീളമുള്ള കുന്തം മുതലായ ഉപകരണങ്ങൾ കാണാനുണ്ട്. മൂന്നു നൂറ്റാണ്ടിൽ കുറയാത്ത പഴക്കം കണിച്ചുവീട്ടിനു കൽപ്പിക്കാം. തറവാട്ടംഗങ്ങളിൽ പുരുഷന്മാരെ പോലെ സ്ത്രീകൾക്കും വിദ്യാഭ്യാസമുണ്ടായിരുന്നു. കർക്കടക മാസത്തിൽ രാമായണവും ചിങ്ങമാസത്തിൽ കൃഷ്ണ ഗാഥയും എല്ലാ ദിവസവും ഭാഗവതവും പാരായണം ചെയ്യുന്ന പതിവ് പഴയ തറവാടുകളിലൊക്കെ

ഉണ്ടായിരുന്നതായി അനുഭവമുണ്ട്. തറവാട്ടിൽ സൂക്ഷിച്ചിരുന്ന താളിയോല ഗ്രന്ഥങ്ങൾ ഇതിന് തെളിവാണ്. കാലപ്പഴക്കത്താൽ പലതും നശിച്ചുപോയിരിക്കുന്നു. അഥവാ കൈമോശം വന്നിട്ടും ഉണ്ടാകാം. എഴുത്തും വായനയും അറിയുന്നവരെക്കൊണ്ട് കൂലി കൊടുത്ത് രാമായണാദി ഗ്രന്ഥങ്ങൾ പാരായണം ചെയ്യിച്ചിരുന്ന പതിവു മറ്റു ചില തറവാടുകളിൽ പതിവായിരുന്നു.

പയ്യാടക്കന്മാരിൽ മുതിർന്ന കാരണവൻ ചിറക്കൽ കോവിലകത്തു നിന്നും കച്ചും ചുരികയും സ്വീകരിച്ച് ആചാരപ്പെട്ട് പയ്യാടക്കൻ കുറുപ്പ്/പയ്യാടക്കത്തച്ഛൻ എന്ന സ്ഥാനപ്പേരിൽ അറിഞ്ഞുപോന്നു. അകമ്പടിമാർ പലപ്പോഴും മേൽകോയ്മകളും ആണ്. അവർ മുമ്പിൽ നിന്നാലെ ദൈവങ്ങൾക്ക് എഴുന്നള്ളത്തിനും മറ്റും സഞ്ചരിക്കാൻ പറ്റു. പ്രത്യേകിച്ച് കോമരങ്ങൾക്ക്. ഇപ്പോഴും ചെറുവത്തൂർ വീരഭദ്ര ക്ഷേത്രവും (കമ്പിക്കാത്തിടം/ചെറുവത്തൂരിടം) രയരമംഗലം ക്ഷേത്രവും തമ്മിലുള്ള പയ്യാടക്കൻ കുറുപ്പു ബന്ധം തുടർന്നു പോരുന്നുണ്ട്. അവരോരുതരം വെളിച്ചപ്പാടിന്റെ പ്രതീകങ്ങളായി മാറും. വാളും കൈയിൽ പിടിച്ച് ഉറഞ്ഞുകൊണ്ടുള്ള ഓട്ടവും ഉരിയാടലും ഉണ്ടാകാറുണ്ട്. ചന്തേരയിൽ അര നൂറ്റാണ്ട് മുമ്പുവരെ പയ്യാടക്കൻ, ഗുരുക്കളച്ഛൻ, കച്ചും ചുരികയും ആചാരക്കുടയുമായി സന്ദർഭാനുസാരം ദൈവിക കാര്യങ്ങളിൽ ഇടപെട്ടിരുന്നു. ചന്തേര റെയിൽവേ സ്റ്റേഷന്റെ തൊട്ട് പടിഞ്ഞാറ്, കുനുത്തൂർ ക്ഷേത്രത്തിനു മുമ്പിൽ താമസിച്ചിരുന്ന പയ്യാടക്കൻ വലിയ വീട്ടിൽ കണ്ണൻനായർക്കു ശേഷം ഇവിടെ ഗുരുക്കളച്ഛന്മാർ സ്ഥാനാരോഹണം ചെയ്തിരുന്നതായി അറിയുന്നില്ല.

ആചാര പേരുകളിൽ നിന്നു തന്നെ അവർ ആയുധ പരിശീലനം നേടിയവരും നായാട്ടു തുടങ്ങിയ വിനോദങ്ങളിൽ ഏർപ്പെട്ടിരുന്നവരും ആയിരുന്നു. ഇന്നും തറവാട്ടിൽ ഇരുവശവും കൂർപ്പിച്ചു നീളമുള്ള കുന്തമടക്കമുള്ള പഴയ ഉപകരണങ്ങൾ കാണാനുണ്ട്. രാമായണ മാസമായ കർക്കിടകത്തിൽ എഴുത്തച്ഛന്റെ അധ്യാത്മ രാമായണം കിളിപ്പാട്ടും-അദ്ധ്യാത്മ രാമായണം മൂല കൃതി സംസ്കൃതത്തിലുമുണ്ട്; അതിന്റെ മലയാള ഭാഷാന്തരം ഇപ്പോൾ കിട്ടാനുമുണ്ട്. ചിങ്ങമാസത്തിൽ ചെറുശ്ശേരിയുടെ കൃഷ്ണപ്പാട്ടും കൊല്ലം മുഴുവൻ ഭാഗവതം കിളിപ്പാട്ടും ഒട്ടുമിക്ക തറവാടുകളിലും പാരായണം ചെയ്തുവരുന്നു. ഇവയടക്കമുള്ള ഗ്രന്ഥങ്ങൾ ആലേഖനത്തിലോ പനയോലയിലോ നാരായം കൊണ്ടെഴുതി ചട്ടയിൽ നൂലിട്ടു കെട്ടി സൂക്ഷിച്ചിരുന്നു. ആ പഴയ ഗ്രന്ഥക്കെട്ടുകളെല്ലാം ഇപ്പോൾ പുരാവസ്തുക്കളാവുകയോ ചിതലിനു തീറ്റയായി മാറുകയോ ചെയ്തു പോയി. പണ്ഡിതഗവേ

ഷകന്മാരായ ചിലർ അവ യൂണിവേഴ്സിറ്റി കൈയെഴുത്തു ശേഖരത്തിലേക്കെന്നു പറഞ്ഞ് നീക്കം ചെയ്തിട്ടും ഉണ്ട്. കൊണ്ടുപോയതു സൂക്ഷിച്ചിട്ടുണ്ടോ, ആവശ്യത്തിന് ഉപയോഗിച്ചിട്ടുണ്ടോ എന്നൊന്നും ഒരു നിശ്ചയവുമില്ല. ഇതൊരു ഗതികേടായി പലർക്കും അനുഭവപ്പെടുന്നു. കണിച്ചുവീട്ടിൽ വളരെ ചുരുക്കം ചില ഗ്രന്ഥങ്ങൾ കാണാനുണ്ടെങ്കിലും പലതും കൈമോശം വന്നു പോയിട്ടുണ്ടാകണം.

തറവാട്ടു കർമ്മങ്ങൾ അംഗങ്ങൾക്കെല്ലാം ബാദ്ധ്യതപ്പെട്ടതാണെങ്കിലും അതു ചുരുങ്ങിചുരുങ്ങി വന്നു. തറവാടിന്റെ കാലപ്പഴക്കം കൊണ്ടു ചിരപുരാതനത്വം നഷ്ടപ്പെട്ടു. എല്ലാം പഴകി ദ്രവിച്ചു. പല കുടുംബാംഗങ്ങളും ഇണങ്ങന്മാരായ കൊടക്കൽ വീട്ടുകാർ, കരിവെള്ളൂർ കഴകം എന്ന നമ്പി വീട്ടുകാർ, തൃക്കരിപ്പൂർ കഴകം എന്ന മഞ്ഞ വീട്ടുകാർ ഈ അവസ്ഥയിൽ സഹതപിച്ചു. ഒടുവിൽ തറവാട്ട് അംഗങ്ങക്കെല്ലാം പ്രവേശനമുള്ളത്. തറവാട്ട് പൈതങ്ങൾക്കൊക്കെ അവകാശപ്പെട്ടത്. അവരുടെ അനന്തര പരമ്പരകൾക്കും പ്രവേശിക്കാവുന്നത്. അങ്ങനെയൊക്കെയായിട്ടും സാമ്പത്തിക പരാധീനതകൾ ഒക്കെ വിലക്കി. കുറെക്കാലം അനാഥമായി തോന്നിക്കുന്ന നിലയിൽ തന്നെ കിടന്നു. തുടർന്ന് അടുത്തും അകലെയുമുള്ള തറവാട്ടംഗങ്ങൾ ഒരേ വേദിയിലേക്ക് ആനയിക്കപ്പെട്ടു. മൊത്തം പുതുക്കി പണിതു വേണ്ടതാണെന്നും ഈ നിലയിൽ തുടരുന്നത് ശുഭകരമല്ലെന്നും കണ്ടു ഒരു തറവാട്ടു ട്രസ്റ്റിനു രൂപം നൽകി. അതിന്റെ കീഴിൽ മറ്റു പ്രവർത്തകസമിതികളുണ്ടായി. അത്യാവശ്യമായ പണം പിരിച്ചുണ്ടാക്കി. സ്വാർത്ഥകമായ ഒരു കൂട്ടായ്മ. മൂന്നു കൊല്ലം കൊണ്ടു തറവാടു പുതുക്കി പണിതു. പഴയതറവാട്ടു രീതിയിൽ മാത്രം അൽപം കുറവു ചെയ്ത് അതേ പടി നിർമ്മാണം പൂർത്തിയാക്കി. അവിടെ താമസിക്കുന്നവർക്ക് പ്രയാസം വരാതിരിക്കാൻ ഒരടുക്കളയും കിടപ്പുമുറിയും വരാന്തയും കുളിമുറി ശൗചാലയ മടക്കം ഒരു കൊച്ചു കെട്ടിടം വടക്കിനിക്കു പകരം കെട്ടിപ്പടുത്തു. ഇത്രയൊക്കെയായിട്ടും താമസിക്കാനാളുകളെത്തിയില്ല. ഒടുവിൽ അതിനും പരിഹാരമായി.

മൂവാണ്ടു മുപ്പത്താറു മാസം കഴിഞ്ഞ് കളിയാട്ടം. പുനഃപ്രതിഷ്ഠാകർമ്മങ്ങൾ യഥാവിധി നിർവ്വഹിച്ച് പ്രാർത്ഥനയായി രണ്ടു കളിയാട്ടവും കഴിഞ്ഞു. എന്നാൽ ഇനിയങ്ങോട്ട് കീഴ് വഴക്കമനുസരിച്ച് മൂന്നു കൊല്ലത്തിലൊരിക്കൽ പടിത്തരം കളിയാട്ടം മതിയെന്നും, പ്രാർത്ഥന കളിയാട്ടമുണ്ടെങ്കിൽ അതു പടിത്തരവുമായി ബലപ്പെടുത്തി മൊത്തം ചെലവു കുറയുന്ന തരത്തിൽ, തിരക്കൊഴിവാക്കാനും കൂട്ടായ തീരുമാനമെടുത്തു മുന്നോട്ടു

പോകയാണിപ്പോൾ. കൊല്ലംതോറും മകരം 28 നു പ്രതിഷ്ഠാദിനം. നാലു വാവടിയന്തിരങ്ങൾ. അടിച്ചു തളിയും നിത്യ ദീപവും. കർക്കടക മാസത്തിൽ എല്ലാവരും സംബന്ധിച്ചു കൊണ്ടുള്ള അഖണ്ഡ രാമായണ പാരായണം ഇത്യാദികർമ്മങ്ങൾ മുടക്കം കൂടാതെ നിർവ്വഹിച്ചു വരുന്നു.

ക്ഷേത്രങ്ങളിലേയും കാവുകളിലേയും പോലെ തന്നെ തറവാടുകളിലേയും ചിട്ടവട്ടങ്ങളും ആചാനുഷ്ഠാനങ്ങളും പൊതുവെ സമാനമാണ്. കണിച്ചു വീട്ടിൽ കളിയാട്ടമുണ്ടെങ്കിൽ പരിസരത്തെ നായർ തറവാടുകളിലും വാണിയില്ലം സോമേശ്വരി ക്ഷേത്രത്തിലും വിവരമറിയിക്കണം. ചേന്തട്ട നാൽപ്പാടിയോടു - കലശക്കാരൻ, കൂട്ടുവാഴ്ചക്കാരൻ - പ്രത്യേകിച്ചും. ദിവസങ്ങൾക്കു മുമ്പു തന്നെ അടയാളം കൊടുക്കൽ(തെയ്യമുണ്ടെന്നും, ഇന്ന് തീയ്യതികളിലാണ് അത് നടക്കുന്നതെന്നും , നാൽപ്പാടി, വടക്കുമ്പാടൻ (വണ്ണാൻ)പെരുമലയൻ ഇവരെ ഔപചാരികമായി അറിയിക്കൽ നടക്കും. തെയ്യം കെട്ടാനുള്ള കോള് (പ്രതിഫലം) എത്രയാകണമെന്ന് തീർച്ചപ്പെടുത്തലും പതിവാണ്. കളിയാട്ട ദിവസം ഇവരൊക്കെ നേരത്തെ എത്തിച്ചേരും. വാണിയില്ലത്തു നിന്നും അവിടുത്തെ അച്ഛന്മാരും, വെളിച്ചപ്പാടആചാരക്കാരും വന്നു ചേരും. അവർ തിരുവായുധങ്ങളുമെടുത്ത് അനുഷ്ഠാന പൂർവ്വമാണ് ആഗമിക്കുക.വെറും കൈയോടെയല്ല, അഞ്ച്, ഏഴ്, ഒമ്പത്, പതിനൊന്ന് തുടങ്ങി ഒറ്റ സംഖ്യയിലുള്ള ഇളനീരോടു കൂടിയാകും വരവ്. അവ ഉപചാര പൂർവ്വം ഓലത്തടുക്കിൽ പെറുക്കി വെച്ചാൽ ഇങ്ങോട്ടെണ്ണിയെടുക്കും. അങ്ങോട്ടു അരിയളവും(എല്ലാ അടിയന്തിരക്കാർക്കും കീഴ്നിലയനുസരിച്ച്)പതിവുണ്ട്.വെളിച്ചപ്പാട് (വിഷ്ണുമൂർത്തിയുടെ)തിരുവായുധമെടുത്ത് കൂട്ടായ്ക്കാരന്മാർ അവരുടെ ആചാര വടിയും വഹിച്ചിരിക്കും. വിഷ്ണുമൂർത്തിയുടെ തോറ്റവും തെയ്യവും ഉറഞ്ഞാടുമ്പോൾ വെളിച്ചപ്പാടും ഉറഞ്ഞിളകും. തെയ്യം പുറപ്പെട്ടു കഴിഞ്ഞ ഒരു പ്രത്യേക ഘട്ടത്തിൽ ഈ തിരുവായുധവും വടികളുമേന്തി ആട്ടം നടത്തുകയും ഒടുവിൽ അവ അവർക്കു നൽകി അനുഗ്രഹിക്കുകയും ചെയ്യും. തിരുവായുധമേന്തിയ വെളിച്ചപ്പാടൻ മേപ്പടി അനുഗ്രഹം കിട്ടുന്നതുവരെ നിന്നു വിറക്കുകയും ഓടുകയും തീക്കനലിൽ ചവിട്ടുകയും മറ്റും ചെയ്യും. പരദേവത (വിഷ്ണുമൂർത്തി, നരസിംഹാവതാരം)ഉള്ളിടത്തെല്ലാം ഇത്തരം വെളിച്ചപ്പാടിന്റെ സാന്നിധ്യം നിർബന്ധം.

തുടങ്ങൾ, തോറ്റം, കോലം എന്നിവ ക്ഷേത്രങ്ങളിലേതു പോലെ തന്നെ. പക്ഷേ എഴുന്നള്ളത്തുണ്ടാവില്ല. തറവാടുകളിൽ പള്ളിയറകൾ വെവ്വേറെയില്ലാത്തതിനാലും തെയ്യങ്ങളുടെ എണ്ണം

സാമാന്യം കുറവായതിനാലും വളരെ തിരക്കു പിടിച്ച ചടങ്ങുകളില്ല. "നോറ്റിരിക്കുന്ന" ആൾ തന്നെ - കാര്യങ്ങളറിയുന്ന തറവാട്ടിലെ ഒരംഗം - കാര്യങ്ങളൊക്കെ നോക്കിക്കൊള്ളും. അറകളിൽ അന്തിത്തിരിയൻ എന്നു പ്രത്യേക പേരുള്ള ഒരാചാരക്കാരനുണ്ട്. അയാളുടെ അഭാവത്തിൽ ഒരു മുട്ടുശാന്തിയും. 'അന്തിക്കു തിരികൊളുത്തുന്നവൻ'അന്തിത്തിരിയൻ. സന്ധ്യയോടുകൂടി തുടങ്ങലും അർദ്ധരാത്രിക്കുമുമ്പ് തോറ്റങ്ങളും അവസാനിക്കും. മദ്ധ്യരാത്രിയിൽ കോലത്തിന്മേൽ കോലം - കാരണവൻ തെയ്യപണി മാത്രമേയുള്ളു. തെയ്യങ്ങളൊക്കെ രാവിലെ.

പയ്യാടക്കൻ കണിച്ചുവീട്ടു തറവാട്ടിൽ ആകെ അഞ്ചു തെയ്യങ്ങളേയുള്ളു. വലിയമുടിമ്പ് ഭഗവതി എന്ന കോലസ്വരൂപത്തിങ്കൽത്തായി, പടുവളത്തിൽ പരദേവതമാർ മൂവർ (അങ്കക്കുളങ്ങര ഭഗവതി, രക്തചാമുണ്ഡി, വിഷ്ണുമൂർത്തി, രയരച്ചൻ തെയ്യം എന്നു അഞ്ച്. ധർമ്മ ദൈവമാണ് തായി പരദേവത. ഇതിവിടെ വെള്ളാരങ്ങര ഭഗവതി എന്ന പേരിലാണ് അറിയപ്പെടുക. വെള്ളാരങ്ങര ഭഗവതിയുടെ തോറ്റത്തിനു തറവാടുകളിൽ തൊപ്പി കീരടമുള്ളതായി കാണാറില്ല. ക്ഷേത്രങ്ങളിലുണ്ടുതാനും. ഉച്ചയ്ക്ക് ഒരു മണിയോടെ ധർമ്മ ദൈവം പുറപ്പെടും. വിഷ്ണുമൂർത്തിയും ഒപ്പം തന്നെ അരങ്ങിലുണ്ടാകും. ഒരു പ്രധാനപ്പെട്ട വസ്തുത, തറവാട്ടു ദൈവങ്ങളുടെ അധിവാസം കൊട്ടിലകത്തെ തൂണിലാണ്. തൂണിൽ ഒരു വിളക്കു തറച്ചിരിക്കും.മറ്റു പ്രതിഷ്ഠാദികളൊന്നുമില്ല. കളിയാട്ടമാസങ്ങളിൽ പുറത്തു പടിഞ്ഞാറുവശം വരാന്തയിൽ (ഇതിനു തൊട്ടു പിറകിൽ) ഓലകൊണ്ടു പ്രത്യേകം തയ്യാറാക്കിയ താൽക്കാലിക പന്തലിലാണ് വിളക്കു തൂക്കി തിരുവായുധങ്ങളും മറ്റും ചാരിവെക്കുകയും നിവേദ്യങ്ങളർപ്പിക്കുകയും ചെയ്യുക. വാവുബലി പോലുള്ള മറ്റടിയന്തിരാദികൾ നിർവ്വഹിക്കുന്നത് പടിഞ്ഞാറ്റകത്തു വെച്ചാണ്.കൊട്ടിലും പടിഞ്ഞാറ്റവും പരമാത്മാവും മിക്കവാറും വലിയ ശീവോതി വിളക്കുകളായിരിക്കും തൂക്കിയിട്ടിരിക്കുക. വിളക്കുകൾ എല്ലായിടത്തും വേണ്ടിവരും. ചിലപ്പോൾ ചങ്ങല വട്ടത്തിലൂടെയും ആവശ്യം പരിഗണിക്കാം. വാളുകൾ, പരിചകൾ, വെൺമ, തളികകൾ, മഞ്ഞൾപ്പൊടി സൂക്ഷിക്കുകയും... കൊടുക്കുകയും ചെയ്യുന്ന മൺകലങ്ങളും കുറിത്തട്ടും - ലോഹനിർമ്മിതം-ഇവയൊക്കെ ആവശ്യം ആവശ്യമായ ഉപകരണ വിശേഷണങ്ങളാണ്. വാളിന്റെ രൂപത്തിലും വ്യത്യാസമുണ്ട്. വിഷ്ണുമൂർത്തിക്കും പുലി ദൈവങ്ങൾക്കും മറ്റും നീണ്ടു പരന്ന് മേലറ്റം കൂർത്ത്, താഴെ പിടിയോടുകൂടിയ വാളാണ് ഉപയോഗക്കുക. ഭഗവതിമാരുടേത് പകുതി സുസ്തികപോലെ വളവുള്ളതാണ്. വേറെയും പലതരം തിരുവായുധങ്ങളുള്ള തെയ്യ

ങ്ങളുണ്ട്. ഇവ അവസ്ഥാനുസാരം പുതിയവയോ പഴയവയോ മറ്റു സംസ്ഥാനങ്ങളിൽ നിന്നു കൊണ്ടുവന്നവയോ ആകാം.

കോലസ്വരൂപത്തിങ്കൽ തായി

പയ്യാടക്കത്തകമ്പടിമാർ കോല സ്വരൂപത്തിലെ പടനായക ന്മാരും കോവിലകത്തു നിന്ന് മൂപ്പുമൂപ്പനുസരിച്ച് കച്ചും ചുരി കയും വഴിപോലെ സ്വീകരിച്ച് ആചാര്യസ്ഥാനീയരായി തീരു ന്നവരാണ്. അതുകൊണ്ടു തന്നെ കോവിലകത്തെ ധർമ്മ ദൈവ മായ വലിയമുടി ഭഗവതി (കോല സ്വരൂപത്തിങ്കൽതായി)മേപ്പടി അകമ്പടിമാരുടേയും കോവിലകത്തിന്റെ അധികാര പരിധി യിൽപെട്ട കേന്ദ്രങ്ങളിലും ആരാധനാമൂർത്തിയായി ഈ ദേവി പ്രതാപത്തിലും ഭരണാധികാരിയായിരുന്ന ഒരു തമ്പുരാട്ടിയുടെ (ലക്ഷ്മിക്കുട്ടിക്കെട്ടിലമ്മ)തിരുവവതാരമായിരുന്നു. തറവാടി ന്റെയും സ്ഥാനത്തിന്റെയും സ്ഥലത്തിന്റെയും പേരിനനുസരിച്ച് തായി പരദേവത പല തിരുനാമങ്ങളിൽ പ്രഖ്യാതയായിരിക്കു ന്നു. മാടായക്കാവിൽ മാടായിക്കവിലച്ചി/തിരുവാർക്കാട്ട് ഭഗവതി എന്ന പേരിൽ പ്രസിദ്ധിയാർജ്ജിച്ചു. ചെറുകുന്നിലാകട്ടെ, അന്ന പൂർവ്വേശ്വരി (സാക്ഷാൽ ശ്രീ പാർവ്വതി)യായും, സർവ്വമംഗല പ്രദയായും അറിയപ്പെടുന്നു. ഓരോ ദേശപ്പേരു ചേർത്തുകൊ ണ്ടാണ് ഇവരെ ആരാധിക്കുന്നത്. ചന്തേര ചെമ്പിലോട്ടു ക്ഷേത്ര ത്തിൽ ചെമ്പിലോട്ടു ഭഗവതി, പിലിക്കോട് കരക്കക്കാവ് ക്ഷേത്ര ത്തിൽ കരക്കയിൽ ഭഗവതി അങ്ങനെ. ഏതാനും മാസം മുമ്പ് പയ്യന്നൂർ തായിനേരിയിൽ തൊണ്ണൂറ്റിയഞ്ചി കൊല്ലത്തിനുശേഷം വെള്ളാരങ്ങര ഭഗവതിയുടെ ഒരു പെരുങ്കളിയാട്ടമുണ്ടായി. അതു യാദവരുടേതാണെന്നു പത്രത്തിൽ വായിച്ചതായി ഓർമ്മ. കോയ്മയാകട്ടെ, പയ്യന്നൂരിലെ അത്തായി പൊതുവാളും. ഈ ഭഗവതിയുടെ ആദ്യസ്ഥാനം അതായിരുന്നിരിക്കാം. കോലസ്വ രൂപത്തിങ്കൽതായി എന്ന നിലയിൽ ഇതേ ദേവിയെ മറ്റു പല സമുദായക്കാരും - സവർണ്ണരുമവർണ്ണരുമൊരുപോലെ - വിഭാ ഗീതയ പൂർണ്ണമായും ഒഴിവാക്കിക്കൊണ്ടു തന്നെ - കൊണ്ടാടി വരുന്നു.

ഇരുപത്തൊന്നുകോൽ (നാൽപ്പത്തീരടി) നീളമുള്ള കഴുങ്ങിൻ തടി പിളർന്ന് തിരുമുടി (ഓങ്കാരമുടി) നിർമ്മിക്കുന്നു. വർണ്ണാ ലങ്കാരഭാസുരമായ തുണികൊണ്ട് മോടി വരുത്തി താഴെനിന്നു വലുതായി തുടങ്ങി മേലോട്ടു പോകുന്തോറും ചെറുതായി കാണ പ്പെടുന്നു. പുറത്തു ചതുരാകൃതിയിലുള്ള അലങ്കരിച്ച പുറമുടിയും ശരീരവുമാണ്. കാറ്റത്തു മറ്റുള്ളവർ പിടിച്ചു നിർത്തുകയോ, എവി ടെയെങ്കിലും താങ്ങി നിർത്തുകയോ ചെയ്യേണ്ടി വരാറുണ്ട്. അ

ലങ്കരിച്ച മുടിയുടെ ഭാഗത്ത് ഒരാൾക്ക് നിവർന്ന് നിന്ന് പ്രസാദം വാങ്ങിക്കുവാൻ കഴിയുമെന്നതാണിതിന്റെ പ്രത്യേകത- അൽപ്പം കുനിഞ്ഞാലും-വളരെ യാദൃച്ഛികമായി കരുണരസം കരകവി യുന്ന ഭാഷയിലാണ് ഭഗവതി സംസാരിക്കുക.

ഗുണം വരണം ഗുണം വരണം
ഗുണം വരുത്തി രക്ഷിച്ചോള്ന്ന്ണ്ട്

എന്നാവും അനുഗ്രഹം. പിന്നീടു കുറച്ചു ചടുലമായി

പെറ്റ മാതാവിനെ കഴിച്ചാൽ പൊറ്റിക്കൊണ്ട
അച്ച് ഞാനല്ലേ ആകുന്നത് പൈതങ്ങളെ!

എന്നും മറ്റും ചൊല്ലിക്കൂടിയാണ് ദക്ഷിണ സ്വീകരിച്ച് മഞ്ഞൾ പ്രസാദം വിതരണം ചെയ്യുക. പലപ്പോഴും തറവാട്ടു ദൈവങ്ങ ളിൽ നിന്നു കോടി വസ്ത്രവും ദക്ഷിണയായി നൽകിവരാറു ണ്ട്. ഭഗവതിമാർക്കു പൊതുവെ വായിൽ വളഞ്ഞെകിർ (ദം ഷ്ട്ര) ഘടിപ്പിച്ചിരിക്കും.

മൂന്നാമതൊരു ആരാധനാ കേന്ദ്രം

വെള്ളാങ്കര ഭഗവതിയെപ്പറ്റി നേരത്തെ സൂചിപ്പച്ചു. ഇന്നത്തെ പയ്യന്നൂർ പട്ടണത്തിന്റെ സമീപം, ബി.കെ.എം.ആശുപത്രിക്കു കുറച്ചു വടക്കുമാറി - ബൈപാസ് റോഡിന്റെ കിഴക്കോട്ടുള്ള വളവിൽ തൊട്ടു പടിഞ്ഞാറു വശം വെങ്ങാരങ്കര ഭഗവതി എന്നൊരു ബോർഡു കാണാം. നേരത്തെ സൂചിപ്പിച്ച പെരുങ്ക ളിയാട്ടം നടന്നതും അവിടെ. ആ പരിസരത്തിലെവിടെയോ, അതോ, അതേ സ്ഥലത്തോ രണ്ടു രണ്ടര നൂറ്റാണ്ട് മുമ്പ് ഒരു പൊതുവാൾ കുടുംബം താമസിച്ചിരുന്നു. “ മോളേ വീട്ടിൽ” എ ന്നാണ് അവർ അറിയപ്പെട്ടിരുന്നത്. പ്രസ്തുത ഭഗവതിയേയും മറ്റു ചില ദൈവങ്ങളേയും അവിടെ പ്രതിഷ്ഠിച്ച് ആരാധനാനു ഷ്ഠാനങ്ങൾ മുറയ്ക്ക് നിർവ്വഹിച്ച് അവരവിടെ കഴിഞ്ഞുവന്നു. കാലം കഴിയവെ, ആ കുടുംബം പയ്യന്നൂരിൽ നിന്നും കരിവെ ള്ളൂർ അംശത്തിലെ വടക്കുമ്പാട് ദേശത്തേക്കു മാറി താമസി ക്കാൻ തയ്യാറായി. കൂടെ തങ്ങളുടെ ആരാധനാ മൂർത്തികളെയും കൊണ്ടുപോന്നു. അവർ വടക്കുമ്പാടു വന്നു, സ്ഥലത്തെ ഒരു പ്രധാന കുടുംബക്കാരും വിശ്വാസികളുമായ പയ്യാടക്കൻ കണി ച്ചുവീട്ടിൽ തറവാട്ടുകാരുമായി ബന്ധപ്പെടുകയും സൗഹൃദം സ്ഥാപിക്കുകയും ചെയ്തു. അവിടുത്തെ കാരണവന്മാരിൽ നിന്നും ഒരു വീടും സ്ഥലവും വാങ്ങി ഒരു ചെറിയ പള്ളിയറ സ്ഥാപിച്ചു. പൊതുവാൾ തന്റെ ധർമ്മദൈവങ്ങളെയും അവിടെ പ്രതിഷ്ഠിച്ചു. അങ്ങനെ വടക്കുമ്പാട് ഒരു മോളേവീട്ടിൽ തറ

വാടു രൂപപ്പെട്ടു. വെള്ളാരങ്ങര ഭഗവതിയുടെ കൂടെ ഊർപ്പഴശ്ശി ദൈവവും - പ്രസിദ്ധനായ പടനായകൻ മേലൂർ ദയരപ്പൻനായരുടെ പുനരവതാരം - ദേവിയോടൊപ്പം സ്ഥാനം നേടി. അന്നും ഇന്നും പടനായകൻ എന്ന നിലയിൽ പല തറവാടുകളിലും കളരികളിലും ഊർപ്പഴശ്ശിയെ കെട്ടിയാടിക്കുന്നു. ഊർപഴശ്ശി പുരുഷനാണ്, സ്ത്രീയല്ല. കണ്ണൂരിനടുത്തുള്ള ഒരു സ്ഥലമാണ് ഊർപഴശ്ശി. അവിടെ ഊർപഴശ്ശിക്കാവും ഉണ്ട്. ഈ രണ്ടു ദൈവങ്ങൾ മാത്രമേ ആരംഭത്തിൽ ഉണ്ടായിരുന്നുള്ളു എന്നാണ് വിചാരിക്കേണ്ടത്. നാലഞ്ചു ദശകം കഴിഞ്ഞപ്പോൾ പൊതുവാൾക്കു പ്രായമാവുകയും കൊണ്ടു നടത്താൻ പ്രാപ്തിയുള്ള അനന്തിരവന്മാർ ഇല്ലാതെ പോവുകയും ചെയ്തു. ഏതായാലും മോളേ വീട്ടിൽ പൊതുവാൾ, തന്റെ അയൽവാസിയും യാഥാസ്ഥികനുമായ പയ്യാടക്കൻ കണിച്ചു വീട്ടിൽ കാരണവരെ ചെന്നു കണ്ടു. തനിക്കു പ്രായമായെന്നും ഇവിടെ താമസിക്കാനും ആരാധനാകർമ്മങ്ങൾ നടത്താനും കഴിയാതെ വന്നിരിക്കുന്നുവെന്നും അറിയിച്ചു.

“താങ്കളുടെ തറവാട്ടിൽ ഏതായാലും എന്റെ അമ്മയുണ്ടല്ലോ. ദയവുചെയ്ത് ഈ അമ്മയെക്കൂടി അങ്ങു സ്വീകരിച്ച് വേണ്ടതു ചെയ്യണം. സ്ഥലവും വസ്തു വകകളും പള്ളിയറയും അൽപം കൃഷി ഭൂമിയുള്ളതും ഞാൻ അവിടുത്തെ ഏൽപ്പിക്കുന്നു. എനിക്കൊന്നും നേരെ ചൊവ്വേ നടത്താൻ സാധിക്കുന്നില്ല. എനിയുള്ള കാലം ഏതെങ്കിലും പുണ്യസ്ഥലത്തു ചെന്ന് ഭജിച്ച് ഈ ജന്മം അവസാനിപ്പിക്കണമെന്നാണ് ആഗ്രഹം.”

ആ കൃഷിസ്ഥലം പിന്നീട് ‘ലോകർ ഒടി’ മോളൂട്ടിലറയായി അറിയപ്പെടുകയും കണിച്ചുവീട്ടിൽ തറവാട്ടുകാരുടേതായി ഇന്നും തുടരുകയും ചെയ്യുന്നു. സ്നേഹിതനും വിശ്വാസിയുമായ പയ്യാടത്തകടമ്പടിയാകട്ടെ, ആയതിനു സമ്മതിക്കുകയും തന്റെ തറവാടു പോലെ തന്നെ പുതിയസ്ഥാനത്തെയും ആരാധനാ ക്രമങ്ങൾ ചിട്ടപ്പെടുത്തുകയും ചെയ്തു.

കോലസ്വരൂപത്തിങ്കൽ തായി, ഊർപ്പഴശ്ശി ദൈവം ഇവരുടെയൊപ്പം മോളൂട്ടിലറയിൽ പ്രാദേശികദൈവങ്ങളും കണിച്ചു വീട്ടിൽ തറവാട്ടിൽ കെട്ടിയാടിക്കപ്പെടുന്നവരുമായ പടുവളത്തിൽ പരദേവതമാരും കൂടിച്ചേർന്നു. കൂടാതെ കാരണവർ തെയ്യവും ഒന്നിച്ചു. അങ്ങനെ ആറു തെയ്യങ്ങളായി. നിത്യദീപാദികൾ തറവാട്ടുകാർ നിർവഹിക്കുമെങ്കിലും അടിയന്തിരാദി ദിവസങ്ങളിൽ പൂജാവിധികൾക്കായി ശാന്തിക്കാരൻ നമ്പൂതിരി വേണമെന്ന അവസ്ഥ വന്നു. തറവാട്ടിൽ തന്ത്രിയില്ലാതെ ശാന്തിക്കാരുടെ പതിവില്ല. നിത്യശാന്തിയായിട്ടെങ്കിലും.

നേരത്തേ പറഞ്ഞ പൊതുവാൾ വടക്കോട്ടു യാത്ര പോവുകയും പിന്നീട് തിരിച്ചുവരാതിരിക്കുകയുമാണുണ്ടായത്. കണിച്ചുവീട്ടിൽ തറവാട്ടുകാർ സ്വന്തം തറവാടോടൊപ്പം പുതിയ സങ്കേതത്തെയും ഭക്തിശ്രദ്ധാവിശ്വാസങ്ങളോടെ പരിപാലിച്ചുപോന്നു. ഒറ്റപള്ളിയറയും അതിനോടനുബന്ധിച്ച് ചുറ്റു മതിലും സംവിധാനങ്ങളുമുണ്ടായിരുന്ന ഈ ദേവാലയവും കാലപ്പഴക്കത്താൽ ജീർണ്ണിച്ചു പോവുകയും തറവാട്ടുകാരുടെയും നാട്ടുകാരുടെ കൂട്ടമായും ഉള്ള ശ്രമഫലമായി അതും നവീകരിച്ചു പുനഃപ്രതിഷ്ഠകൾ നടത്തി മുന്നോട്ടു പോവുകയുമാണ്. നാട്ടുകാരുടെ കമ്മിറ്റിക്കാണ് ഇന്ന് ഭരണപരമായ ഉത്തരവാദിത്വം.

ഇതിനിടയിൽ രസകരമായ ഒരു ഐതിഹ്യവും സൂചിപ്പിക്കാം. മഞ്ഞവീട്ടിൽ പൊതുവാൾമാരുടെ (തൃക്കരിപ്പൂർ കഴകം) മുഖ്യമായ ദൈവസങ്കേതമാണ് കരിവെള്ളൂർ നിടുവപ്പുറത്തെ, മഞ്ഞമ്മാട കിരാതേശ്വരിക്ഷേത്രം. അവിടെ പൂളോൻ, പുതിച്ചോൻ എന്ന രണ്ടു തെയ്യങ്ങൾ. ഒരേ ദൈവത്തിന്റെ രണ്ടു പേരുകൾ. ഇവർ പയ്യാവൂർ തട്ടിനുമീത്തൽ ശേഷിപെട്ട ദൈവീരുവരും അവിടം സന്ദർശിച്ചു മഞ്ഞപൊതുവാളുടെ പട്ടോലക്കുടയിലൂടെ ഇങ്ങോട്ടെഴുന്നെള്ളിയവരും ആണ്. പാശുപതാസ്ത്രം നേടാൻ തപസ്സു ചെയ്തിരുന്ന അർജ്ജുനന്റെ മുമ്പാകെ, കിരാതന്റെ രൂപത്തിൽ (കാട്ടാളവേഷം) പ്രത്യക്ഷപ്പെട്ട് പരമേശ്വരന്റെ ഉഗ്രരൂപമാണ് പൂളോൻ തെയ്യത്തിന്റേത്. ഈ തെയ്യം അർദ്ധരാത്രിയിലാണ് കെട്ടിയാടുക. ഒരു പന്നിയുടെ രൂപത്തിൽ മൂകാസുരൻ അർജ്ജുനന്റെ മുമ്പാകെ, കിരാതനിൽ നിന്നും രക്ഷിക്കണമെന്ന അഭ്യർത്ഥനയുമായി ഓടിക്കിതച്ചെത്തിയ സന്ദർഭമായിരുന്നു അത്. താനെയ്ത പന്നി തനിക്കാണെന്നു പറഞ്ഞ് കിരാതനോട് അർജ്ജുനൻ ഒട്ടും വിട്ടുകൊടുത്തില്ല. ആ ഘട്ടത്തിൽ അവിടെ രണ്ടുപേരും തമ്മിൽ ഒരു വലിയ യുദ്ധം നടന്നു. സവ്യസാചിക്കു പക്ഷേ, പിടിച്ചു നിൽക്കാൻ കഴിഞ്ഞില്ല. ഒടുവിൽ പരാജയപ്പെട്ട നിലയിൽ തന്റെ ഇഷ്ടമൂർത്തിയായ പരമേശ്വരനെ പ്രകീർത്തിച്ചു വീണ്ടും കഠിനമായ തപം ചെയ്തു. താൻ അർപ്പിച്ച പുഷ്പങ്ങളെല്ലാം കിരാതന്റെ തലയിൽ നിരന്നുനിൽക്കുന്നതു കണ്ട് അർജ്ജുനന്നു പരമാർത്ഥം മനസ്സിലാവുകയും തുടർന്ന് കാട്ടാളൻ സ്വന്തം രൂപത്തിൽ പ്രത്യക്ഷപ്പെടുകയും അനുഗ്രഹിച്ച് പാശുപതാസ്ത്രം നൽകുകയും ചെയ്ത കിരാത വൃത്തം കഥ സുപരിചിതമാണല്ലോ. തകർത്താടുന്ന പുള്ളോൻ തെയ്യം, യുദ്ധമൂർത്തിയുടേയും അനുഗ്രഹം നൽകുന്ന ശാന്ത ഗംഭീരനായ ശിവൻ പുതുച്ചോനുമാണെന്നാണ് വിശ്വാസം. രണ്ടുപേരുടെ വേഷഭൂഷാദികളിലും ആട്ടവിധാനങ്ങളിലും ഈ വ്യത്യാ

സം ദർശിക്കാം. പൂളോനു വെള്ളാട്ടത്തിനും തെയ്യത്തിനും പന്നി ച്ചൂട്ടുകൾ വേണം. കൊത്തോല കുറെയെണ്ണം കൂട്ടിക്കെട്ടി ഒരാൾക്ക് ചുമലിലെടുക്കാൻ പാകത്തിൽ ചൂട്ടായി കെട്ടിയുണ്ടാ ക്കുന്നതാണ് പന്നിച്ചൂട്ട്.

ഈ രണ്ടു തെയ്യങ്ങളും അവിടുത്തെ വലതു ഭാഗം (തെക്ക്) ശ്രീകോവിലും രുധിരമണി ഭഗവതി, മാഞ്ഞാളമ്മ, കോലസ്വരൂ ത്തിൽത്തായി എന്നീ കാളി സങ്കൽപ്പത്തിലുള്ള തെയ്യങ്ങൾ ഇട തുഭാഗം ശ്രീകോവിലും പ്രതിഷ്ഠിതരായിരിക്കുന്നു. കുംഭമാസം പതിനൊന്നു മുതൽ പതിനാലു വരെ കൊല്ലന്തോറും ഇവിടെ കളിയാട്ടമുണ്ട്. ചിലപ്പോൾ തുടർച്ചയായി ഒന്നോ രണ്ടോ ദിവസം പ്രാർത്ഥനയായും തെയ്യമുണ്ടാകും.

ഒരു കൊല്ലം മോളൂട്ടറയിലും മഞ്ഞമ്മാടയും ഒരേ ദിവസ ങ്ങളിൽ തെയ്യം നടക്കുകയായിരുന്നു. പ്രസ്തുത അവസരത്തിൽ മാണിയാട്ടു മഞ്ഞ വീട്ടിൽ നിന്നും മഞ്ഞമ്മാടയിലേക്കുള്ള ബലി ക്കോഴിയെ ആ വഴിയാലെ കൊണ്ടുപോവുകയായിരുന്നു. മാണി യാട്ടിന്റെയും നിടുവപ്പുറത്തിന്റേയും ഏതാണ്ട് മദ്ധ്യത്തിലാണ് മോളൂട്ടറ. അവിടെ വെള്ളാരങ്ങര ഭഗവതിയുടെ കലശ പ്രതിഷ്ഠാ ചടങ്ങ് നടക്കുകയായിരുന്നു. വാദ്യഘോഷവും മറ്റും കേട്ടു പരിഭ്രമിച്ചിട്ടോ, എന്തോ, കാലുകെട്ടി കൈയിലേന്തി ക്കൊണ്ടു പോയിരുന്ന പൂവൻ കോഴി ഒന്ന് ശക്തിയായി കൂവി. ആ കോഴിയുടെ കൂടെ വെള്ളാരങ്ങര ഭഗവതിയും മഞ്ഞമ്മാട യിലേക്ക് എത്തിച്ചേർന്നു എന്നു ഐതിഹ്യം. അടുത്ത കൊല്ലം തൊട്ട് നിടുവപ്പുറത്തെ രണ്ട് വെള്ളാരങ്ങര ഭഗവതിമാർക്കു (നീ ളമുടി പോതി എന്ന് വിശ്വാസികൾ) കെട്ടിയാടിക്കാൻ തുടങ്ങി. ഇപ്പോഴും അതു തുടരുന്നതു കാണുമ്പോൾ എന്തൊ പ്രത്യേക തയുള്ളതായി ഐതിഹ്യം കൂടാതെ തന്നെ തോന്നുന്നില്ലേ ? പൂളോനും പുതിച്ചോനും കലശമെടുക്കൽ ചടങ്ങുകളില്ല എന്നതു ശ്രദ്ധേയം. മഞ്ഞമ്മാടയിലും തൊട്ടടുത്ത കുറുന്തിൽ തറവാട്ടിലും മാത്രമേ പൂളോനും പുതിച്ചോനും കെട്ടിയാടപ്പെടുന്നുള്ളു. അ തിന്റെ പിന്നിലുള്ള ഒരു ഐതിഹ്യം ഇങ്ങനെ:

കുറുന്തിൽ തറവാട്ടിലെ പ്രായമായ ഒരമ്മയായിരുന്നു, മഞ്ഞ മ്മാടക്കാർക്കു പുല-വാലായ്മ വരുന്ന അവസരങ്ങളിൽ നിത്യ ദീപം തെളിയിച്ചിരുന്നത്. അങ്ങനെ, ഒരുനാൾ കുറുന്തിലെ അമ്മ വിളക്കുവെക്കാൻ കൊണ്ടുപോയ ചങ്ങല വട്ടയിലൂടെ പുള്ളോനും പുതിച്ചോനും "കുറുന്തിൽ കൊട്ടാരത്തിലേക്ക്" എഴു ന്നള്ളി. അക്കാരണത്താൽ അവിടെയും വർഷംതോറും ദൈവീ രുവർ നർത്തനം ചെയ്യുന്നു. ഏതു കളിയാട്ടത്തിനും പ്രാരംഭ മായി പ്രാദേശികാധിപത്യം വഹിക്കുന്ന ദേവാലയങ്ങളിൽ നിന്ന്

(പയ്യന്നൂർ പെരുമാൾ, ഉദിനൂർ കോവിലകം, രയരമംഗലത്തു ഭഗവതി) ദീപവും തിരിയും എഴുന്നള്ളിച്ചുകൊണ്ടുവരുന്ന ഒരു പതിവുണ്ട്. ആചാരാനുഷ്ഠാനങ്ങൾ ഈ ചടങ്ങിൽ ശക്തമാണ്. എത്ര ദൂരമായാലും നടന്നു തന്നെ പോകണം. പാദരക്ഷ ഉപയോഗിക്കരുത്. അകമ്പടിക്കാരും ആചാരക്കാരും വാല്യക്കാരും പോകണം. ദീപം യാതൊരു കാരണവശാലം അണഞ്ഞു പോകരുത്. അതിനാവശ്യമായ പ്രത്യേക സംവിധാനം വേണം. മഞ്ഞമ്മാട ദീപവും തിരിയും കൊണ്ടുവരുന്നതു നൂറോളം കിലോമീറ്റർ ദൂരമുള്ള പയ്യാവൂർ ക്ഷേത്രത്തിൽ നിന്നാണ്. മുമ്പുകാലത്ത് നടന്നു തന്നെയായിരുന്നു ഇത് പതിവ്. പക്ഷേ, കാലത്തിന്റെ മാറ്റത്തിൽ അവശ്യം ആവശ്യമായവർ മാത്രം വാഹനത്തിൽ (ജീപ്പ് തുടങ്ങിയവ) അന്യസ്പർശമേൽക്കാതെ ദീപവും തിരിയും എത്തിക്കുന്ന പതിവു സ്വീകരിച്ചിരിക്കുന്നു. മഞ്ഞൾപ്പൊടി വിതരണം ചെയ്തു ഗുണംവരുവാൻ അനുഗ്രഹിക്കുന്ന സ്ഥാനത്ത് ഇവിടെ ദൈവീരുവർ 'ഹിതം ചെയ്തേക്കുവാൻ, ഹിതം ചെയ്തേക്കുവാൻ, ഹിതം ചെയ്തിരിക്കവനേ' എന്നുരിയാടുകയാണു ചിട്ട.

നാടോടി വിജ്ഞാനീയത്തിന്റെ നാലതിരുകൾക്കുള്ളിൽ നിന്നുകൊണ്ടു നല്ലവരും ഭക്തന്മാരുമായ ഒരു വലിയ ജനത തെയ്യങ്ങളെ അകം കുളിർക്കെ കണ്ടാനന്ദിക്കുന്നു. പക്ഷേ പല തെയ്യങ്ങളും ഫോക്‌ലോറിന്റെ പരിധിയിൽ നിന്നും വിട്ടു ശാസ്ത്രീയതയുടെ വിശാലസ്ഥലികളിലേക്കു ഉയർന്നിരിക്കുന്നു എന്നു വേണം കരുതാൻ. കേവലം ഗ്രാമീണമായ പശ്ചാത്തലത്തിലും ആടയാഭരണങ്ങളുടെ പ്രത്യേകതകൾ കൊണ്ടു വേർതിരിഞ്ഞു നിൽക്കുന്ന അധികം ചമയങ്ങളോ മുഖത്തെഴുത്തോ ആവശ്യമില്ലാത്ത ചില തെയ്യങ്ങളുമുണ്ട്. പൊട്ടൻ, ഗുളികൻ, പനിയൻ തുടങ്ങിയവ പ്രത്യേകിച്ചും. വേറെ ചില ഭഗവതിമാർക്ക് കുരുത്തോല കൊണ്ടുള്ള അരയാടകളാണ് ഉപയോഗിക്കുക. ഒറ്റക്കോലം പോലുള്ള തെയ്യങ്ങൾ ശ്രദ്ധേയം. പരദേവതമാർ, വിഷ്ണുമൂർത്തി, അങ്കക്കുളങ്ങര ഭഗവതി, രക്തചാമുണ്ഡി, ഇവയ്ക്കൊക്കെ തിരുമുടിയും കൈവളകളുമൊഴിച്ച് മറ്റൊക്കെ തിരിയോലകൾ തന്നെ. പൊട്ടൻ, പനിയൻ, ഗുളികൻ എന്നിവർക്കു കഴുങ്ങിൻ പാളകൊണ്ടുള്ള മുഖപാളിയും ഉപയോഗിക്കുന്നു. കമ്മാടത്തു ഭഗവതിക്കും മറ്റും (നീളമുടി) പാളകൊണ്ടു തന്നെയാണ് ഇത്രയും വലിയ മുടി നിർമ്മിക്കുന്നത്. കാലിൽ ചിലമ്പും, കയ്യിൽ കുടമണിയും, ശൂലവുമൊക്കെയുണ്ടാവും. ഗുളികൻ തെയ്യത്തിന് പകലും കൈയിൽ ചൂട്ടു കത്തിച്ചു പിടിക്കും. പൊട്ടൻ തെയ്യത്തിന് കൈയിൽ കത്തിയാണായുധം. ഇത്തരം നാടോടിയായ യാതൊരു വേഷവിധാനങ്ങളുമില്ലാതെയാണ് ഭൂരി

പക്ഷം ഭഗവതിമാരും ദൈവങ്ങളും പ്രത്യക്ഷപ്പെടുന്നത്. വിഷ്ണുമൂർത്തി, അരയാടയ്ക്കും ഉടുപ്പുകൾക്കുമൊക്കെ തിരിയോല ഉപയോഗിക്കുമ്പോൾ മുഖത്തെഴുത്താകട്ടെ, വളരെ സങ്കീർണ്ണമാണ്. സമയമെടുത്തു ചെയ്യേണ്ടതാണ്. തെയ്യത്തിന്റെ മുഖത്തെഴുത്ത് വളരെ ശാസ്ത്രീയവും സങ്കേതബദ്ധവുമാണ്. അതുതന്നെ ഒരു വലിയ പഠനത്തിനുവരെയുള്ളതാകയാൽ ഇവിടെ ഒഴിവാക്കുന്നു. മുഖത്തെഴുത്തിലെ കളർ കോമ്പിനേഷൻ അത്ഭുതകരവും അത്യാനന്ദകരവും തന്നെ. ലോകത്തിലെവിടെയും എത്രയേറെ വർണ്ണ ഭംഗിയുള്ള ഒരു കലാരൂപങ്ങളുണ്ടോ എന്നു സംശയമാണ്.

കഥകളിയിലെ പതാകദികളായ ഹസ്തമുദ്രകൾ അതേ രൂപത്തിൽ തെയ്യത്തിനില്ല. എന്നാൽ ചില ചടുലങ്ങളായ അംഗ ചലനങ്ങളും, സാത്വികതയില്ലാത്ത ഭാവാഭിനയവും പല തെയ്യങ്ങളിലും ഉണ്ട്. ആട്ടം, പാട്ട്, കൊട്ട്, ചതുർവാിധാഭിനയങ്ങൾ ഇങ്ങനെയൊക്കെ കഥകളിയിലെപ്പോലെയില്ലെങ്കിലും ഒരളവോളം തെയ്യത്തിലും സ്ഥാനം നേടിയിരിക്കുന്നു. പക്ഷെ, പാട്ട് (തോറ്റംപാട്ട്) അത്ര തന്നെ ശാസ്ത്രീയത അവകാശപ്പെടാൻ പറ്റാത്തതും പതിഞ്ഞ താളത്തിലുള്ളതുമാകുന്നു. കഥകളിയുടെയും തെയ്യത്തിന്റെയും സാജാത്യവൈജാത്യങ്ങൾ വേറെ ചർച്ച ചെയ്യപ്പെട്ടിട്ടുള്ളതുകൊണ്ടു ഇവിടെ അതും നിർത്താം.

നാം കാണുന്ന രൂപത്തിൽ തെയ്യം, പഴയ കോലത്തു നാട്ടിലും അള്ളട നാട്ടിലും, ഏറെക്കുറെ തുളുനാട്ടിലും മാത്രമേ നിലനിന്നു വരുന്നുള്ളു. തൊണ്ണൂറ്റഞ്ചുശതമാനവും അങ്ങനെ. വടക്ക് ആര്യനാട്ടിലുള്ള ഒരു ദേവകന്നി (ആര്യന്മാരുടെ തെക്കേ ഇന്ത്യയിലേക്കുള്ള ആഗമനവുമായി ഇതിനു ബന്ധമുണ്ടാകാം) സ്വപ്നത്തിൽ കോലത്തുനാടും അള്ളടനാടും കണ്ടു കൺകുളിർക്കണമെന്നു തോന്നുകയാൽ, തന്റെ ചില അനുചരന്മാരോടൊപ്പം കടപ്പുറത്തേക്കു ചെന്നു. അവിടെയുണ്ടായ മരക്കലത്തിൽ (പഴയ കപ്പൽ തോണി) തെക്കോട്ടു യാത്ര പുറപ്പെട്ടു.

(അപൂർണ്ണം, 2018)

കുറിപ്പുകൾ

1. മാഹേശ്വരസൂത്രങ്ങൾ - അഇഉണ്, ഋഌക്, ഏഓങ്, ഐഔച്, അംഔട്ശസ്, ഹയവരട്, ലണ്, ഞമങ്ങണനമ്, ഝഭഞ്, ഘഢധഷ്, ജബഗഡദശ്, കപയ്, ശഷസര്, ഹല് - പതിനാല് സൂത്രങ്ങൾ. ഇവയുടെ അന്ത്യം ഇത്തുകൾ. ഇവ സംസ്കൃതത്തിലെ അക്ഷരമാലയുടെ സംവിധാനമാണ്. സംസ്കൃതത്തിലെ അക്ഷരമാലയിൽ നാൽപ്പത്തി ആറ് അക്ഷരങ്ങളേയുള്ളൂ.

2. സി.എം.ശങ്കരൻ നായർ, 1935 ൽ ജനിച്ചു. വടക്കൻ കേരളത്തിലെ ആദ്യ

കാല ഫോക്‌ലോറിസ്റ്റുകളിൽ പ്രധാനി. ചിറക്കൽ രാജാസ് ഹൈസ്കൂളിൽ ദീർഘകാലം മലയാളം അധ്യാപകനായിരുന്നു

3. ഇവർ അവിടെ മുമ്പുതന്നെ സ്ഥിരവാസമുള്ളവരോ പിന്നീടവിടെ കുറുപ്പന്മാരായവരോ ആകാം. ബല്ലാൾ തുടങ്ങിയ കർണ്ണാടകകുടുംബക്കാർ ഇവിടുത്തെ പൂർവ്വികരായിരിക്കണം

4. ഗാരുഡപുരാണം പോലുള്ള ഗ്രന്ഥങ്ങളും മറ്റും പന്ത്രണ്ടാം നൂറ്റാണ്ടിലാണുണ്ടാവുന്നത്. അതിനുശേഷമാണ് രാധയ്ക്കു പ്രാധാന്യമുള്ള ജയദേവന്റെ പ്രസിദ്ധമായ കൃതി ഗീതാഗോവിന്ദം (അഷ്ടപദി) വിരചിക്കപ്പെടുന്നത്.

5. വി.ടി.ഭട്ടതിരിപ്പാടിന്റെ 'കണ്ണീരും കിനാവും' എന്ന പുസ്തകത്തിൽ വി.ടി.യോട് 'എത്രട്ടായി?'എന്നു ചോദിച്ചതിന് 'ഒന്നര ഓത്തേ ആയിട്ടുള്ളൂ' എന്നു മറുപടി പറഞ്ഞ വസ്തുത നമുക്കറിയാം.

പൂരക്കളി-മറത്തുകളി: ഒരു ലഘു അവലോകനം

അശ്വതി മുതൽ രേവതി വരെ, ഉത്രാടത്തിനും തിരുവോണത്തിനും ഇടയിൽ വരുന്ന അഭിജിത്തുൾപ്പെടെ ഇരുപത്തെട്ടു നക്ഷത്രങ്ങളുള്ളതിൽ പതിനൊന്നാമത്തേതാണ് പൂരം. "പൂരം പിറന്ന പുരുഷനും," "മകം പിറന്ന മങ്കയും" ജ്യോത്സ്യത്തിൽ വാഴ്ത്തപ്പെടുന്നു. മദ്ധ്യകേരളത്തിൽ പൂരം എന്നാൽ ഉത്സവം. അപ്പോൾ പൂരോത്സവമോ? പൂരം നാളിൽ നടത്തുന്ന ഉത്സവം. പൂരം, പൊടിപൂരം, ഇതു നല്ല പൂരം - ഇവിടങ്ങളിലൊക്കെ പൂരം വ്യത്യസ്ത അർത്ഥവാചികളാണ്. മീനമാസത്തിലെ പൂരം നക്ഷത്ര ദിവസം വടക്കൻ കേരളത്തിലെ മിക്ക ദേവീക്ഷേത്രങ്ങളിലും തറവാടുകളിലും കൊണ്ടാടപ്പെടുന്ന, ജനപങ്കാളിത്തമുള്ള ഒരുത്സവവിശേഷമാണ് പൂരം. ഇതോടനുബന്ധിച്ച് പൂരക്കളിയും മറത്തുകളിയും പൂരങ്കുളിയും ഉണ്ട്. കേരളത്തിലെ പ്രസിദ്ധമായ തൃശൂർപൂരം മേയ് മാസത്തിലെ പൂരം നാളാണെന്നുള്ളതും ഇവിടെ ഓർക്കാം. പൂരമെണ്ണുന്നതുപോലെ പിറകോട്ടെണ്ണുകയാണ് ഇവിടുത്തെ ക്രമം. കാർത്തിക മുതൽ പൂരം വരെ ഒമ്പതു ദിവസങ്ങളിലാണ് ഈ ആഘോഷം. പൂരത്തിൽ നിന്നു പിറകോട്ടു കാർത്തികവരെ. കാർത്തിക നാൾ "ഒമ്പതാരിക്കെ"രോഹിണി എട്ട്, മകം ഏഴ്, അങ്ങനെ പൂരം ഒന്ന്. ആരിക്കെ (ആയിരിക്കെ) വേറെ എന്തെങ്കിലും വിശദീകരണമുണ്ടായിരിക്കാം. പക്ഷേ ആരും ഉറപ്പിച്ചു പറഞ്ഞിട്ടില്ല. ആരിയപ്പൂങ്കന്നി (പൂമാലാദേവി) ദേവിയുമായി ബന്ധപ്പെട്ടതാകാമിത്. ഉത്സവത്തിന്റെ കൊട്ടിക്കലാശം പൂരം ഒന്നായിരിക്കെയാണ്. അഞ്ചുമുതൽ ഒന്നുവരെ ദിവസങ്ങളിലാണ് പണിക്കന്മാരുടെ മറത്തുകളി. പൂരക്കളിയാകട്ടെ, ഒരു മാസത്തോളം മുമ്പു തന്നെ തുടുങ്ങിയിരിക്കും. ആചാരക്കാരും സ്ഥാനികരും വാലിയക്കാരുമടക്കം പണിക്കരെ വിധിപൂർവ്വം കൂട്ടിക്കൊണ്ടുവരുന്ന അന്നു തൊട്ടു കളി

യാരംഭിക്കും. ചില സമുദായങ്ങളിലേ ക്ഷേത്രങ്ങളിലേ പണിക്കന്മാരുണ്ടാകൂ; അഥവാ, മറുത്തുകളി നടക്കൂ. പണിക്കരില്ലാതെ, "പൂരമാല"മാത്രമായും ചിലേടങ്ങളിൽ പതിവുണ്ട്. പൂരക്കളിയുടെ ആഗമത്തെക്കുറിച്ചുള്ള ഒരു പ്രധാന ഐതിഹ്യം ഇങ്ങനെ.

ക്രോധം പ്രഭോ! സംഹര സംഹരേതി
യാവദ്ഗിര! ഖേ മരുതാം ചരന്തി
താവത്സ വഹ്നിർഭവ നേത്രജന്മാ
ഭസ്മാവശേഷം കദനം ചകാര

(കുമാരസംഭവം)

"ഹേ, പ്രഭോ! ക്രോധം പിൻവലിക്കൂ, എന്ന് പലവട്ടം ആകാശത്തിലെ ദേവന്മാർ തപസ്സു ചെയ്യുന്ന പരമേശ്വരനോട് അഭ്യർത്ഥിച്ചുകൊണ്ടിരിക്കെ, ആ മഹാദേവിന്റെ തിരുനിടിലത്തിൽ നിന്നും പൊട്ടിപ്പുറപ്പെട്ട അഗ്നിസ്ഫുലിംഗം, തപസ്സുമുടക്കാനമ്പെയ്ത കാമദേവനെ ഭസ്മമാക്കിതീർത്തു."

പാർവ്വതിയിൽ പരമേശ്വരനു ജനിക്കുന്ന കുട്ടിക്കു മാത്രമേ ത്രൈലോക്യകണ്ഠകനായ താരകാസുരനെ നിഗ്രഹിക്കാൻ കഴിയൂ. അതിനാൽ ശിവൻ പാർവ്വതിയിൽ അഭിരമിച്ചേ തീരൂ. കാമദേവൻ തപസ്സുമുടക്കുകയും അത് കാമദഹനത്തിലേക്ക് നയിക്കുകയും ചെയ്തു. കാമദേവന്റെ തപസ്സ് മുടക്കണം. ഈ കഥ നടന്നത് മീനമാസത്തിലെ (വസന്തകാലം - ചൈത്രമാസം) പൂരം നാളായിരുന്നു. സംഭവിച്ചതെന്തെന്നാൽ കാമദേവൻ കഥാവശേഷനായി. ഫലമോ? ജനഹൃദയങ്ങളിൽ കാമവികാരം പാടേ അപ്രത്യക്ഷമായി. പുരുഷന്മാരിൽ വൈകാരികത തിരോഭവിച്ചു. സ്ത്രീകളിൽ സന്തത്യുൽപാദനശേഷിക്കുറുതി വന്നു. ഈ ദുസ്ഥിതിക്കു പരിഹാരമുണ്ടായേ പറ്റൂ എന്നു കരുതി ത്രിലോകത്തിലെയും വനിതാജനങ്ങൾ ആറാറു പേരുടെ നേതൃത്വത്തിലുള്ള ഒരു സംഘമായി ക്ഷീരസാഗരത്തിൽ പള്ളിക്കുറുപ്പുകൊള്ളുന്ന മഹാവിഷ്ണുവിനെ സന്ദർശിക്കുകയും പ്രാർത്ഥനയും നൃത്തവും കൊണ്ട് അദ്ദേഹത്തെ പ്രകീർത്തിക്കുകയും ചെയ്തു:

നാരായണാ! നാരായണാ!
വാസുദേവാ കൈതൊഴുന്നേൻ!
ആഴിയതിൽ പള്ളികൊള്ളും
ആഴിമാതാവാളും ദേവൻ
വാസുദേവൻ തന്മകനായ്
ദേവകിതന്നിൽ പിറന്നുപണ്ട്
ദേവാലയസമമായ് വിലസും

ദേശമമ്പാടിയിൽ വാഴും കാലം
കാലമവൻ വീടുതോറും
കാണാതെ പൊയ് ചെന്നു നിന്നു
നിന്നുടൻ പാൽതയിർവെണ്ണയുണ്ടു
നിർമ്മലമായ കലം തകർത്തു....

ഇങ്ങനെ നീളുന്നു പാട്ട്. ഈ ഒന്നാംതരം (നിറം)പാട്ടിന്നു പുറമെ, പതിനേഴുനിറവും കൂട്ടി (ആകെ പതിനെട്ട്) ചൊല്ലിക്കാട്ടി അഭ്യർത്ഥന നിർവ്വഹിച്ച കാലത്തു സാക്ഷാൽ പന്നഗശായി അംഗനമാരിൽ പ്രശസന്നനാവുകയും അവരെ അനുഗ്രഹിക്കുകയുമുണ്ടായി.

"ഇതുപോലെ വസന്തർത്തുവിൽ യഥാക്രമം എന്നെ പൂവിട്ടു പൂജിക്കുക, കാലം ചെയ്ത കാമദേവൻ നിങ്ങളുടെയൊക്കെ മനസിജനായി പുനർജനിക്കും."

എന്നായിരുന്നു അനുഗ്രഹം. ക്രമേണ അംഗനമാരിൽ നിന്നും ചില സാങ്കേതിക-ശാരീരികകാരണങ്ങളാൽ പൂജാദി വഴക്കങ്ങൾ വയസ്സറിയിച്ചിട്ടില്ലാത്ത ബാലികമാരിൽ നിക്ഷിപ്തമാവുകയും പാട്ടുകളും കളികളും പുരുഷന്മാർ ഏറ്റെടുക്കുകയും ചെയ്തു. അപ്പോഴും പൂജിക്കുന്ന കൃത്യം കന്യകമാർ തറവാടുകളിലും ക്ഷേത്രങ്ങളിലും കൃത്യമായി മുന്നോട്ടു കൊണ്ടു പോവുന്നുണ്ട്. പുരുഷന്മാരുടെ പൂരക്കളി കാലാന്തരത്തിൽ ഉത്തരകേരളീയ വിശിഷ്ട ദൃശ്യകലാവിശേഷമായി രൂപപ്പെട്ടു വന്നു. പയ്യന്നൂരിലെ ആനിടിൽ എഴുത്തച്ഛൻ നിർമ്മിച്ചതാണെന്ന് പറയപ്പെടുന്ന നാലാം നിറം പാട്ട് ഇങ്ങനെ തുടങ്ങുന്നു.

വാരണാനന! വിഘ്നേശ! ഗുണകാരണ! പോറ്റി
പാദതാരിണ കൂപ്പുന്നേനഘവാരണ! നിത്യം
പദതാരിൽ വണങ്ങുന്നോരടിയന്റെ വിന തീർക്കാൻ
പരമീശോത്ഭവ! നാഥ! വരമരുളുക വേണം
വൃഷ്ണീവീരവിരിഞ്ചാദ്യർച്ചിത കൃഷ്ണഗോവിന്ദ,
തൃപ്പാദങ്ങളിലതിനായ് ഞാനിഹ തൃഷ്ണയോടും ഞാൻ...

പൂരക്കളിയുടെ കഥ പല പ്രകാരത്തിൽ ഹാലാസ്യപുരാണം, ഹാലാസ്യമാഹാത്മ്യം എന്നീ ഗ്രന്ഥങ്ങളിൽ വിസ്തരിച്ചിട്ടുണ്ടത്രെ.

പൂരക്കളി

ഉർവശി, മേനക, രംഭ, തിലോത്തമ തുടങ്ങിയ ദേവസുന്ദരികളും അഹല്യ, ദ്രൗപതി, സീത എന്നീ മാനവമഹിളകളും

മണ്ഡോദരി തുടങ്ങിയിട്ടുള്ള അസുരസ്ത്രീകളും വെവ്വേറെ കൂട്ടമായി പതിനെട്ടു നിറത്തിലുള്ള പാട്ടുകൾ പാടി നൃത്തം ചെയ്തതാണ് പൂരക്കളിഗാനസാഹിത്യത്തിന്റെ തുടക്കം. ഭൂപാളരാഗത്തിൽ അഷ്ടവർണ്ണത്തിലാണത്രെ രംഭ പാട്ടു തുടങ്ങിയത് (ഒന്നാം നിറം). പതിനെട്ടും നാരായണ സ്തുതിയുമായി ബന്ധമുള്ളവയാണ്. ചമയങ്ങളുടെയോ മറ്റ് ആടയാഭരണങ്ങളുടെയോ പ്രസക്തി തെല്ലുമില്ലാത്ത വഴുക്കുമുണ്ടുടുത്ത് (നനച്ചു കുളിക്കുമ്പോഴുപയോഗിക്കുന്ന തോർത്ത്) തനി നാടൻ രീതിയിലാണ് കളിയുടെ പ്രദർശനം. കൂട്ടത്തിൽ രാമായണം, ഇരട്ട, പാതാളരാമായണം തുടങ്ങിയ പാട്ടുകളും മലക്കംമറിയലുമടക്കമുള്ള ഓട്ടംചാട്ടവും കരതാഡനവുമൊക്കെക്കൂടി പൂരക്കളി ഒരു തകർപ്പൻ കായികാഭ്യാസപ്രകടനമായി മാറുന്നു. കളിയുടെ പകുതിയാകമ്പോൾ വാലിയക്കാർ "വകയുന്ന" വെളിച്ചെണ്ണ തലയിലും ശരീരത്തിലും നല്ലപോലെ തേച്ചുപിടിപ്പിച്ചശേഷമാണ് കളി തുടരുക. ചിലപ്പോൾ ഇടയിൽ കട്ടൻ കാപ്പിയും കാണും. കുളി പിന്നീടും. ഓരോ ക്ഷേത്രത്തിലേയും ദേവീ ദേവന്മാരെ പ്രകീർത്തിക്കുന്ന തൊഴുന്ന പാട്ടുകൾ പൂരക്കളിയുടെ അഭേദ്യഭാഗമായിത്തീരുന്നുണ്ട്. അവരുടെ അവിടുത്തേക്കുള്ള ആഗമനം, സ്ഥലപുരാണം, അകമ്പടിമാർ, ആചാരക്കാർ ഇവരുടെ അവതരണം എന്നിവ തൊഴുന്ന പാട്ടുകൾക്ക് വിഷയമായി. കൂടാതെ പള്ളനും പള്ളത്തിയും തമ്മിൽ പറയുന്നതായി സങ്കൽപ്പിക്കുന്ന പള്ളുപാട്ടുകൾ-ആണ്ടും പള്ളും-ഇവയും പൂരക്കളി ഗ്രാമീണ കേരളത്തിന്റെ പ്രത്യേകതകൾ ഉൾക്കൊള്ളുന്നവയെന്നു കാട്ടിത്തരുന്നു.

ഉച്ചയ്ക്കുശേഷം വെയിലാറുമ്പോൾ, പണിക്കർ പാടിക്കൊടുക്കുന്ന പാട്ടുകൾക്കനുസൃതമായി വാല്യക്കാരുടെ പൂരക്കളി നടക്കും. പണിക്കർ അപ്പോൾ സ്ഥലത്തില്ലെങ്കിലും വാല്യക്കാരുടെ തലപ്പത്തുള്ള പലർക്കും പാട്ടുകൾ ഹൃദിസ്ഥമാകയാൽ മുടക്കം വരില്ല. ക്ഷേത്രമതിലിനു പുറത്ത് നിർമ്മിക്കുന്ന താൽക്കാലിക പന്തലിലാണ് കളി നടക്കുക. പന്തലിൽ പൊന്നു വെക്കുക, പന്തലിൽ കളിമാറുക എന്നീ ആചാരങ്ങൾക്കു ശേഷം മറത്തുകളി ആരംഭിക്കുന്നതിനു പ്രാരംഭമായി നടയിൽ (തിരുവരങ്ങത്ത്) കെട്ടിയുണ്ടാക്കി അലങ്കരിച്ച പന്തലിലേക്കു സ്ഥലം മാറിക്കഴിഞ്ഞിരിക്കും. നടുക്ക് തൂണും നീണ്ട നിലവിളക്കും (ആൽവിളക്കും കണ്ടിട്ടുണ്ട്). തൂണിന് (വിളക്കിനു)ചുറ്റുമായി മൂന്നോ നാലോ വരിയായി കളിക്കാർ അണിനിരക്കും. ഏറ്റവും പ്രാഗത്ഭ്യമുള്ളവർ ഏറ്റവും പുറത്തേ വരിയിലും പ്രായമുള്ളവരും കളി പഠിക്കുന്ന കുട്ടികളും തൂണോട് തൊട്ടവരികളിലും മാറിക്കളിക്കുന്നതാണ് പതിവ്. രണ്ടും മൂന്നും വരികളിൽ ഇരുത്തം വന്ന

കളിക്കാരായിരിക്കും.

മുൻകൂട്ടവും പിൻകൂട്ടവും:

എവിടെ മറുത്തുകളി നടക്കുന്നുവോ അവിടുത്തെ പണിക്കർ മുൻകൂട്ടക്കാരനും അവിടെ വന്നു കളിക്കുന്ന പണിക്കർ പിൻകൂട്ടക്കാരനുമായിരിക്കും. അടുത്ത ദിവസത്തോടെ ഈ ചിത്രം നേരെ വിപരീതമായിരിക്കും. തൊട്ടടുത്തുള്ള രണ്ടു ക്ഷേത്രങ്ങൾ തമ്മിൽ മുൻകൂട്ടി തീർച്ചപ്പെടുത്തിയതുപ്രകാരം, പരസ്പരം യോജിച്ചു പൂരക്കളി, മറുത്തുകളി, നാടകം, യോഗി, തൊഴുന്ന പാട്ട് ഇവ യഥാക്രമം അവതരിപ്പിക്കുന്നു. പണിക്കരുടെ നേതൃത്വത്തിൽ വാല്യക്കാരുടെ ഒരു വലിയ സംഘം അതതു സ്ഥലത്തേക്കു എത്തിച്ചേരും. കൂടാതെ ആചാരക്കാരും സ്ഥാനികരും അകമ്പടിക്കാരും മറ്റും. സാധാരണയായി അഞ്ചായിരിക്കെ തൊട്ടു രണ്ടായിരിക്കെ വരെയാണ് രാപ്പകൽ ഭേദമന്യേ മറത്തുകളി പതിവ്. അത്യപൂർവ്വമായി പൂരോത്സവ ദിവസം രാവിലെയും മറുത്തുകളി നടന്നുകാണാറുണ്ട്. മുൻകൂട്ടക്കാർ ആതിഥേയരും പിൻകൂട്ടക്കാർ അതിഥികളുമാണെന്നു ധരിക്കുക- പക്ഷേ മുമ്പ് അവരവരുടെ സ്ഥാനികരും (സ്ത്രീകളും) തന്നെ വന്നുവേണം അവരുടെ ഭക്ഷണാദികാര്യങ്ങൾ ശ്രദ്ധിച്ചുകൊള്ളാൻ. എങ്കിലും പരസ്പര സഹകരണം തുലോം ശ്രദ്ധേയം.

മറുത്തുകളി സംക്ഷേപം

പകൽ പതിനൊന്ന് മണിയോടുകൂടി രണ്ട് സംഘക്കാരും കളിക്കു തയ്യാറാവുന്നു. അതാതു നടയിൽനിന്നും വന്ദനശ്ലോകങ്ങൾ ചൊല്ലി ഒരു നല്ല ശാരീരിക ചലനപ്രക്രിയ നടക്കുന്നു. ഇതിനു കെട്ടിത്തൊഴൽ എന്നു നാമകരണം ചെയ്തിരിക്കുന്നു. മെയ്യഭ്യാസ പ്രകടനം കൊണ്ട് ചടുലമാണ് കെട്ടിത്തൊഴൽ. ഈ സമയത്തു പണിക്കന്മാരും മുതിർന്ന കളിക്കാരും ചല്ലനവും ചുറയും ധരിച്ചിരിക്കും. പട്ടു മുട്ടിനുമേലേ കോർത്തുടുത്തു തറ്റുകെട്ടി അതിന്മേൽ ഉറുമാലും ധരിക്കുന്നതാണിതിന്റെ രീതി. ഈ വേഷം മറക്കുന്ന രീതിയിൽ ഒരു ഖദർ വെള്ളമുണ്ട് ആവശ്യത്തിനു ഉടുക്കുകയും അഴിച്ചു തൂണിന്നു കെട്ടുകയും ചെയ്യും. കെട്ടിതൊഴലിനുശേഷം താംബൂല ദാനം എന്നൊരു ചടങ്ങുണ്ട്. പടിപ്പുരയിൽ ഉപവിഷ്ടരായിരിക്കുന്ന അകമ്പടിമാർക്കും മേൽകോയ്മമാർക്കും ശ്ലോകം ചൊല്ലി താംബൂലം വെച്ചു തൊഴുകയാണീ ചടങ്ങ്. താംബൂലം, അതിന്റെ ആവശ്യം, ഗുണഗണങ്ങൾ, ഉൽപത്തി ഇവയെപ്പറ്റി ചർച്ചയുണ്ടായേക്കാം. ദേവലോകത്ത് നിന്നും താംബൂലവല്ലി ഇങ്ങോട്ടു കൊണ്ടുവന്നതാണെ

ന്നൊക്കെ വാഗ്വാദത്തിൽ വരാം. പണിക്കന്മാരുടെ ഗുരുക്കന്മാർ സന്നിഹിതരായിട്ടുണ്ടെങ്കിൽ അവരെയും താംബൂലം വെച്ചു തൊഴുതു അനുഗ്രഹം വാങ്ങിക്കുന്ന പതിവുണ്ട്. തന്നെയല്ല, ശിഷ്യന്മാരുടെ മറുത്തുകളി കാണുക എന്നത് ഗുരുക്കന്മാർക്ക് ഇഷ്ടവും ബഹുമാനമുണ്ടാക്കുന്ന ഒരു പ്രകക്രിയയത്രെ. പ്രത്യേകിച്ചു എന്തെങ്കിലും തെറ്റുകുറ്റങ്ങൾ ശിഷ്യരിലാപതിക്കുന്നുവെങ്കിൽ ആയതു വരും കൊല്ലത്തേക്കു തിരുത്തിക്കൊടുക്കാനുള്ള ഒരു സാഹചര്യം സംജാതമാവുകയും ചെയ്യും. "താംബൂലവല്ലീ പരിണദ്ധപൂഗാം" തുടങ്ങിയ വരികൾ കേൾക്കുകയും ചെയ്യാം.

ഈ രണ്ടു വന്ദന ചടങ്ങുകൾക്കുശേഷമാണ് "പന്തലിൽ പ്രവേശിക്കുക" എന്ന സവിശേഷപദ്ധതി ആരംഭിക്കുക. ഇന്ന രാശിയിൽ കൂടി പന്തലിൽ പ്രവേശിക്കണമെന്ന ചട്ടമുണ്ട്. മേടം രാശി, കന്നി രാശി, അഷ്ടദിക് പാലന്മാർ.

ഇന്ദ്രോ വഹ്നി:
പിതൃപതിർനിരൃതിർ വരുണോമരുത്
കുബേര ഈശ പതയ:
പൂർവാദീനാം ദിശാം ക്രമാത്

എന്നുണ്ട് അമരകോശത്തിൽ. 'ര'മ്മിനെ അശിക്കുന്നതു രാശി. രം=സമയം. ആ സമയം കണക്കാക്കിയാണ് അറുപതു നാഴിയകയ്ക്കു പന്ത്രണ്ടു രാശി. അപ്പോൾ രാശി സമയവുമായി ബന്ധപ്പെട്ടു നിൽക്കുന്ന ഒരു ശബ്ദമാണ്. ഈശാനരാശി-ഈശാന കോൺ-കിണർ സ്ഥാപിക്കപ്പെടുന്ന രാശിയാണ്. ഇത് മീനം. തുടർന്ന് കിഴക്കുവശം മേടം, ഇടവം, മിഥുനം, കർക്കിടകം, ചിങ്ങം, കന്നി, തുലാം, വൃശ്ചികം, ധനു, മകരം, കുംഭം. ഇങ്ങനെയാണ് പന്ത്രണ്ട്. മേടമോ ഇടവമോ കന്നിയോ എന്ന് മുൻകൂട്ടി രേഖപ്പെടുത്തിയിട്ടുണ്ടാകും. അതതു രാശിയിലൂടെ പ്രവേശിക്കുമ്പോഴാണ് ജോതിഷ പ്രധാനമായ പല ചർച്ചകളും നടക്കുന്നത്. ക്ഷേത്രത്തിന്റെ കന്നിരാശിയിലാണ് കൈലാസ കല്ലിന്റെ പ്രതിഷ്ഠ. പ്രധാന ദൈവം തിരുമുടിയണിയുന്ന സ്ഥലം. പന്തലിൽ പ്രവേശിച്ചാൽ അവിടെ കത്തിച്ചുവെച്ച ദീപത്തെപറ്റിയായിരിക്കും പ്രധാന വാദഗതികൾ. ദീപം തൈലത്തിൽ തീ കൊളുത്തി അഗ്നി നാളമാകുന്നു. അംഗം നയതി ഇതി അഗ്നി. അഗ്നി എല്ലാറ്റിനും മുന്നിൽ നിന്ന് പ്രവർത്തിക്കുന്നു. ഇവിടെ വേദമന്ത്രം:

അഗ്നിമീളേ പുരോഹിതം
യജ്ഞസ്യ ദേവമൃത്വിജം

ഹോതാരം രത്നധാതമം.

(ഋഗ്വേദത്തിന്റെ ആദ്യമന്ത്രം)

സ്തുതിപ്പു ഞാൻ യജ്ഞ
പുരോഹിതനാമഗ്നിദേവനെ
ഋത്വിക്കാക്കിയ ഹോതാവെ-
സ്സുതരാം രത്നധാരിയെ

(വള്ളത്തോളിന്റെ ഋഗ്വേദ വിവർത്തനം)

അമരകോശത്തിൽ അഗ്നി മൂന്നു വിധം.

ദക്ഷിണാഗ്നിർഗാർഹപത്യാ-
ഹവനീയൗ ത്രയോഗ്നയ:
ദക്ഷിണാഗ്നി, ഗാർഹപത്യാഗ്നി,
ആഹവനീയാഗ്നി

സർവ്വത്തിനും ആധാരമായി വർത്തിക്കുന്ന ദീപത്തെപ്പറ്റി അതിലും വിശേഷിച്ച് ത്രൈലോക്യദീപമായ സൂര്യനെപ്പറ്റി (ഹോരാശാസ്ത്രം)യൊക്കെ ചർച്ച വന്നില്ലെങ്കിലെ അത്ഭുതമുള്ളു. കെട്ടിത്തൊഴൽ, താംബൂലദാനം, പന്തലിൽ പ്രവേശം, ദീപവന്ദനം, ഇവ കഴിഞ്ഞാണ് മറത്തുകളിയുടെ മുഖ്യഘട്ടത്തിലെത്തുന്നത്.

ഗണപതീസ്തുതി, കൃഷ്ണസ്തുതി, സരസ്വതീ സ്തുതി എന്ന് മൂന്നു വിധം സ്തുതികൾ. ഇതിൽ ഏതെങ്കിലും ഒന്നിനെ പറ്റി തുടങ്ങാം. മുൻകൂട്ടക്കാരൻ എത്രയെണ്ണം ചൊല്ലുമോ അത്രയും പിൻകൂട്ടുകാരനും ചൊല്ലണം. ശിവശക്തിമാരെപറ്റിയുള്ളതോ, അംബാഷ്ടകം, സൗന്ദര്യശേഷി തുടങ്ങിയ സ്തോത്രങ്ങളോ കൂടി ഇവിടെ വിഷയമാകാം. വിഷയമൊന്നാണെങ്കിലും വ്യത്യസ്ത ശ്ലോകങ്ങളായിരിക്കണം ഓരോ പണിക്കരും ചൊല്ലുന്നത്. ഇവിടെയാണ് പണിക്കന്മാരെ, അവരുടെ കഴിവിനെ നാം കണ്ടെത്തുന്നത്.

പണ്ട് ബ്രാഹ്മണനും സവർണ്ണനുമല്ലാതെ സംസ്കൃതം പഠിക്കാനർഹരായിരുന്നില്ല. അക്ഷര സംയുക്തനായ ശൂദ്രന്റെ ചെവിയിൽ ഈയം ഉരുക്കി ഒഴിച്ചിരുന്നുവത്രെ. എന്നാൽ ഭാഗ്യാതിരേകമെന്നു പറയാം അവർണ്ണന്മാരായ പണിക്കന്മാർ സമർത്ഥരായ സംസ്കൃതപണ്ഡിതന്മാരായിത്തീരുന്നത് വടക്കൻ കേരളത്തെ സംബന്ധിച്ചിടത്തോളം മഹത്വത്തിനും ആഹ്ലാദത്തിനും വക നൽകുന്നു. സിദ്ധരൂപം, അമരകോശം, ബാലപ്രബോധനം, ശ്രീരാമോദന്തം, ശ്രീകൃഷ്ണവിലാസം, കുമാരസംഭവം, രഘുവംശം എന്നിങ്ങനെ ക്രമത്തിൽ ശ്രീഹർഷന്റെ നൈഷധീയചരിതവും (നൈഷധം) മാഘന്റെ മാഘം അഥവാ ശിശുപാലവധവും വരെ

സംസ്കൃതത്തിലെ കാവ്യപ്രപഞ്ചമപ്പാടെ കൈപ്പിടിയിലൊതുക്കുന്നുണ്ട് പണിക്കന്മാർ. അതൊടൊപ്പം സിദ്ധാന്തകൗമുദി (ലഘുകൗമുദി ആദ്യം); പാണിനീയം-അഷ്ടാധ്യായീസൂത്രപാഠം, വൃത്തമഞ്ജരി, വൃത്തരത്നാകരം, കുവലയാനന്ദം, പ്രതാപരുദ്രീയം, ഭരതമുനിയുടെ നാട്യശാസ്ത്രം, നന്ദികേശ്വരന്റെ നാടകദർപ്പണം, കൂടുതൽ വ്യുൽപ്പത്തിക്കുവേണ്ടി സംസ്കൃതത്തിലെ മൃച്ഛകടികം, ഉത്തരരാമചരിതം (ഭവഭൂതി), കാളിദാസന്റെ അഭിജ്ഞാനശാകുന്തളം, വിക്രമോർവശീയം, മാളവികാഗ്നിമിത്രം എന്നിത്യാദി നാടകങ്ങളും, പ്രശ്നമാർഗ്ഗവും ഹോരാശാസ്ത്രവും വരരുചികൃതം വാക്യവും മറ്റും കമ്പോടുകമ്പു പഠിച്ചു ഏതു രൂപത്തിലും അരങ്ങിൽ അവതരിപ്പിക്കാൻ പണിക്കന്മാർക്കു ബുദ്ധിമുട്ടില്ല. അതായത്, സംസ്കൃതകാവ്യനാടകാലങ്കാര ഹോരാശാസ്ത്രാദി വിഭാഗങ്ങളുടെ അഗാധതകളിലൂളിയിട്ട് വിശിഷ്ടരത്നങ്ങൾ വാരിയെടുക്കുന്ന പണിക്കന്മാർ പണ്ഡിതന്മാരെയും സഹൃദയരെയും ഒരു പോലെ ആകർഷിക്കാൻ പര്യാപ്തരായിത്തീർന്നിട്ടുണ്ട്. ഗ്രേഡുകളിൽ ചിലരിൽ വ്യത്യാസം കണ്ടേക്കാമെന്നത് നിഷേധിക്കുന്നില്ല. ഒരു ശ്ലോകം ചൊല്ലി വ്യാഖ്യാനിക്കുന്ന രീതി, സംസ്കൃത പഠനനിയമമനുസരിച്ച് വ്യക്തമാക്കുവാൻ ശ്രമിക്കട്ടെ. (വിഷയവുമായി ഏറെ ബന്ധപ്പെട്ടതല്ലെങ്കിലും എല്ലാവരുടെയും തുടക്കം ഇവിടെ തന്നെ.)

ശ്രീപതിം പ്രണിപത്യാഹം
ശ്രീവത്സാങ്കിതവക്ഷസം
ശ്രീരാമോദന്തമാഖ്യാസ്യേ
ശ്രീവാല്മീകി പ്രകീർത്തിതം.

പദം: ശ്രീപതിം പ്രണിപത്യ അഹം ശ്രീ വത്സാങ്കിതവക്ഷസം ശ്രീരാമോദന്തം ആഖ്യാസ്യേ ശ്രീവാല്മീകി പ്രകീർത്തിതം.

അന്വയം:
അങ്ങുമിങ്ങുമിരിക്കുന്ന പദങ്ങളെ യഥാക്രമം
ചേരുന്നപടി ചേർക്കുന്നതന്വയം പരികീർത്തിതം.
ഇവിടെ,

അഹം ശ്രീവത്സാങ്കിതക്ഷസം
ശ്രീപതിം പ്രണിപത്യ
ശ്രീവാല്മീകി പ്രകീർത്തിതം
ശ്രീരാമോദന്തം ആഖ്യാസ്യേ

അന്വയാർത്ഥം: ഞാൻ ശ്രീ വത്സാങ്കിതവക്ഷസായിരിക്കുന്ന ശ്രീപതിയെ പ്രണിപതിച്ചിട്ട് ശ്രീ വാല്മീകിപ്രകീർത്തിതമായിരി

ക്കുന്ന ശ്രീരാമോദന്തത്തെ ആഖ്യാനം ചെയ്യുന്നു.

പരിഭാഷ: ശ്രീവത്സാങ്കിതവക്ഷസ് – ശ്രീവത്സംകൊണ്ട് അങ്കിതമായ വക്ഷസ്സോടുകൂടിയവൻ. ശ്രീവത്സം – ശ്രീവത്സം എന്നു പേരായ മറുക്. ശ്രീപതി: ശ്രീനാരായണൻ. ശ്രീ വാല്മീകി പ്രകീർത്തിതം: ശ്രീ വാല്മീക മഹർഷിയാൽ പ്രകീർത്തിതമായത്. പ്രകീർത്തിതം പറയപ്പെട്ടത്. ശ്രീരാമോദന്തം ശ്രീരാമന്റെ ഉദന്തം (രാമായണകഥ) ആഖ്യാനം ചെയ്യുക പറയുക. പ്രണിപതിക്കുക നമസ്ക്കരിക്കുക.

സൂചിതകഥ: ഒരിക്കൽ ഭൃഗുമഹർഷി ത്രിമൂർത്തികളിൽ കൊള്ളാവുന്നവൻ ആരാണെന്നു പരിശോധിക്കുവാൻ വേണ്ടി ഒരു പരിശോധനായാത്ര നടത്തി. ആദ്യം ബ്രഹ്മാവിന്റെ അടുത്ത്. സരസ്വതി ദേവിയുടെ മടിയിൽ തലവെച്ച് അഭിരമിച്ചുകൊണ്ടിരിക്കുന്ന ബ്രഹ്മാവിനെക്കണ്ടപ്പോൾ അവിടെ നിൽക്കാനല്ല; പെട്ടെന്ന് അപ്രത്യക്ഷനാകാനാണ് തോന്നിയത്. തുടർന്ന് ഉത്തിഷ്ഠമാനസനായി കൈലാസത്തിലേക്ക്. സ്ഥിതി അവിടെയും ഏറെ വ്യത്യസ്തമായിരുന്നില്ല. സാക്ഷാൽ പർവ്വതപുത്രി ശ്രീപാർവ്വതിയുമായി കാമലീലകളാടുന്ന പരമേശ്വരനെയാണ് ദൃഷ്ടിയിൽ പെട്ടത്. ഒട്ടും നിന്നില്ല. കടുത്ത കോപത്തോടെ മുനി നേരെ പാലാഴിയിലേക്കു ചെന്നു. അവിടെയും കഥ തഥൈവ. മഹാലക്ഷ്മിയുടെ മടിയിൽ തലചായ്ച്ചിരിക്കുന്ന പുണ്ഡരീകാക്ഷൻ. മഹർഷിക്കു തന്റെ ദേഷ്യം അടക്കാൻ കഴിഞ്ഞില്ല. നെഞ്ചത്തൊന്നു ചവിട്ടി. ചവിട്ടു കിട്ടിയപ്പോഴാണ് താൻ ആളെ നോക്കിയതും സംഭവം മനസ്സിലാക്കുന്നതും. വാസുദേവനന്ദനന് പാദാഘാതത്തിന്റെ വേദനയേക്കാൾ മഹർഷിയെ ബഹുമാനിക്കാനാണ് അപ്പോൾ തോന്നിയത്. ഭഗവാൻ ചൊല്ലിയ ശ്ലോകം:

അതീവകോമളൗ താത !
ചരണൗ ലോകപാവനൗ
വജ്രകർക്കശമദ്വക്ഷ-
സ്പർശേന പരിപീഡിതൗ

അല്ലയോ താത! (താതൻ എന്നതിന് അച്ഛൻ എന്നും മകൻ എന്നും അർത്ഥമുണ്ട്) അങ്ങയുടെ ലോകപാവനങ്ങളായ ചരണങ്ങൾ, വജ്രം പോലെ കർക്കശമായ ഈയുള്ളവന്റെ വക്ഷസ്ഥലത്തു പതിച്ചുപോയതുകൊണ്ട് വേദനപ്പെട്ടുപോയോ എന്തോ? മഹാമുനിയുടെ കാലിനു പറ്റിയിരിക്കുന്ന വേദന കംസാരിക്കു ഏറെ പ്രയാസമുളവാക്കി. അനുഗ്രഹത്തിനപേക്ഷിച്ചു. അദ്ദേഹം കനിഞ്ഞ ആ ചവിട്ടിന്റെ പാട് അന്നുമുതൽ ശ്രീവത്സം എന്ന മറുകായി വാഴ്ത്തപ്പെട്ടു.

ശ്ലോകത്തിന് സാഹിത്യതിലകൻ പെരിയാടൻ കടിഞ്ഞപ്പള്ളി കൃഷ്ണൻ നമ്പ്യാരുടെ വിവർത്തനം:

ശ്രീവത്സം മാറിലണിയും
ശ്രീവിഷ്ണുവെ വണങ്ങി ഞാൻ
ശ്രീ വാല്മീകി പറഞ്ഞിട്ടുള്ള
ശ്രീരാമകഥയോതിടാം

ശ്രീരാമോദന്തം മൂലകൃതി തുഞ്ചത്തെഴുത്തച്ഛന്റേതാണെന്നു തോന്നുന്നു. കാരണം നമ്പ്യാർ, വിവർത്തനത്തിൽ

സച്ചരിത്രനെഴുത്തച്ഛൻ
വാച്ച മോദേന കാക്കണം
മെച്ചം രാമോദന്തമേവം
പച്ചയായ് പറയുന്നു ഞാൻ

എന്ന് എഴുതിക്കാണുന്നു. ചെറുതായാലും വലുതായാലും ഒരു സംശയവും ബാക്കിവരാത്ത രീതിയിലുള്ള ഒരു വിവരണപദ്ധതിയാണ് പൂരക്കളിയുടെ വ്യാഖ്യാനഭാഗം. ഇടക്കിടെ ചോദ്യോത്തരത്തോടെ.

ശിഖരിണി, മന്ദാക്രാന്ത, ശാർദൂലവിക്രീഡിതം, സ്രഗ്ദ്ധരാ, കുസുമമഞ്ജരി തുടങ്ങിയ വൃത്തത്തിലുള്ള ശ്ലോകങ്ങളാണ് സാധാരണ ഉപയോഗിക്കാറു പതിവ്. ഗണപതിയെ സ്തുതിക്കുന്ന പ്രസിദ്ധമായ ഒരു ശ്ലോകമുണ്ട്. അതിന്റെ മുഴുവൻ വ്യാഖ്യാനത്തിനും തയ്യാറാകുന്നില്ല.

അതിങ്ങനെ:

കല്യാണം വോ വിധത്താം
കരടമദധുനീലോലകല്ലോലമാലാ-
ഖേലല്ലോലംബകോലാഹല-
മുഖരിത ദിക് ചക്രവാളാന്തരാളം
പ്രത്നം വേതണ്ഡരത്നം
സതതപരിചലൽ കർണ്ണതാല പ്രരോഹ-
ദ്വാതാങ്കുരാജിഹീർഷാതര-
വിവൃതഫണാശൃംഗഭൂഷാഭുജംഗം

പദവും അന്വയവും അന്വയാർത്ഥവും കടുകീറിക്കണക്കു പറഞ്ഞ് ഒടുവിൽ മറുഭാഗത്തു നിന്നൊരു ചോദ്യം.

"പണിക്കരെ! ഇതിൽ പുരാതനമായ ഒരു കൊമ്പനാനയെ നമസ്ക്കരിക്കാനായി ആഹ്വാനം ചെയ്യുന്നു. വിശേഷണ വിശേഷ്യങ്ങൾക്കൊന്നും ഗണപതിയുടെ അർത്ഥം കിട്ടുന്നുമില്ല. അപ്പോളതെങ്ങനെ ശരിയാകും?"

ഇതാകും വിഷയം. ചർച്ച മുറുകുന്നു. ആലോചിച്ചു പോകവേ, രണ്ടുകൂട്ടരും ലക്ഷ്യബോധമുള്ള ഒരു സമീപനം സ്വീകരിക്കുന്നു. നമുക്ക് കല്യാണം പ്രദാനം ചെയ്യാൻ കഴിയുന്ന ആന ഗണപതി മാത്രമാണെന്നും (അത് പരമേശ്വര പുത്രൻ അല്ലെങ്കിൽ ആദിമൂല ശ്രീ ഗണപതിയായിരിക്കാം) അദ്ദേഹമാണ് മംഗള പ്രദാനത്തിനധികാരിയെന്നും ഈ മംഗളാശംസ നമ്മുടെ ഗജ ശ്രേഷ്ഠൻ നമുക്ക് പ്രദാനം ചെയ്യുന്നുവെന്നും അതിനാൽ അങ്ങനെ സമാധാനപ്പെടാമെന്നും ഒരൊത്തുതീർപ്പിലെത്തി കളി തുടരുന്നു.

ചിലപ്പോൾ ശ്രീ ശങ്കരന്റെ സൗന്ദര്യലഹരിയിൽ നിന്നാവാം വന്ദനം. ഒരു ഉദാഹരണം കുറിക്കാം.

ക്വണത് കാഞ്ചീദാമ
കരികളഭകുംഭസ്തനനതാ
പരിക്ഷീണാ മദ്ധ്യേ
പരിണത ശരച്ചന്ദ്രവദനാ
ധനുർബാണാൻ പാശം
സൃണിമപി ദധാനാ കരതലേ
പുരസ്താദാസ്താം ന
പുരമഥിതുരാഹോ പുരുഷികാ

ഇതിന് വിശദീകരിച്ച വ്യാഖ്യാനം നൽകുന്നത് ഒഴിവാക്കി, ശ്രീ സുബ്രഹ്മണ്യൻ തിരുമുമ്പിന്റെ വിവർത്തനം ചേർക്കാം.

കിലുങ്ങും, നൽകാഞ്ചി,
ദ്വാരദശിശുകുംഭസ്തനനതം
ശരീരം, വാർതിങ്കൾ പ്രതിവദനം,
നൽകൃശകടീ
ശരം ചാപം പാശം സൃണിയിവയൊടും
കൈകളിതുമ-
ട്ടഹോ കാണാവൂ മുൻവശമിഹ
ശിവാഹങ്കൃതികലാ

പദ്യത്തിൽ ഇരുപത്തൊന്നു വയസ്സായ ആനക്കൂട്ടിയുടെ സ്തനകുഭമാണ് വിവക്ഷ. യുവതിയും സുന്ദരിയുമായ ശ്രീപാർവതിയും. സൃതി=ആനത്തോട്ടി.

ഇങ്ങനെ രണ്ടു ഭാഗത്തുനിന്നും പത്തോ പതിനഞ്ചോ വരുന്ന ശ്ലോകം അവതരിപ്പിച്ചു കഴിയുമ്പോഴേക്കും നാലുമണി കഴിയും.തുടർന്ന് പതിനെട്ട് നിറം കളികളിൽ പ്രധാനപ്പെട്ടവയും വൻ കളികളിൽ ചിലതും, മാത്സര്യബുദ്ധ്യാ ഹൃദയാവർജ്ജക മാം വിധം പാടിക്കളിക്കുമ്പോഴേക്കും സന്ധ്യയാകും. തുടർന്ന്

തൊഴുന്ന പാട്ടോടെ സമാപനച്ചടങ്ങിലേക്കു കടക്കും. സന്ധ്യയ്ക്കുശേഷമാണ് നാടകവും യോഗിയും. ഭരതമുനിയുടെ നാട്യശാസ്ത്രമാണ് ഇവിടെ മുഖ്യ അവലംബം. നാടകം-നട്-അവസ്പന്ദനേ-അവസ്പന്ദനം-മിടിപ്പ്, തുള്ളൽ എന്ന് ധാത്വാർത്ഥം. സംസ്കൃതത്തിലെ ദശരൂപകങ്ങളോ(ചിലപ്പോൾ പത്തു പേരുകളും പരാമർശിച്ചെന്നു വരാം) മോണോലോഗോ ഡയലോഗോ ഒന്നുമല്ല ഇവിടെ ഉദ്ദേശിക്കുന്നത്. പദാർത്ഥം സൂചിപ്പിക്കുന്നതുപോലെ ചുറ്റും ചാട്ടവും ഓട്ടവുമൊക്കെയടങ്ങുന്ന അറുപത്തിനാലുതരം ആട്ടങ്ങൾ-നാൽപത്തിയൊമ്പതു ശിവബ് ഭ്രാന്തു നാടകങ്ങളും പതിനഞ്ചുതരം ശക്തിനാടകങ്ങളും. ഇവ മുഴുവൻ ആടിത്തീർക്കാൻ കഴിയണമെന്നില്ല. കാരണം, രണ്ടു കൂട്ടം വേണമല്ലോ. നാടക, നാന്ദീ ലക്ഷണങ്ങൾ പ്രധാന ചർച്ചാ വിഷയമായി കണ്ടിട്ടുണ്ട്.

യതോ ഹസ്തസ്തതോ ദൃഷ്ടിഃ
യതോ ദൃഷ്ടിസ്തതോ മനഃ
യതോ മനസ്തതോ ഭാവോ
യതോ ഭാവസ്തതോ രസഃ

എന്ന് നാട്യശാസ്ത്രത്തിലെ (പ്രത്യേകിച്ച് ആട്ടക്കഥാ സാഹിത്യം) ബാലപാഠം. കൈ എവിടെയോ അവിടെ കണ്ണും, കണ്ണ് എവിടെയൊ അവിടെ മനസ്സും മനസ്സ് എവിടെയോ അവിടെ ഭാവവും ഭാവമെവിടെയോ അവിടെ രസോൽപ്പത്തിയും സംഭവിക്കുന്നു. ഇതിലെ ഭാവാഭിനയവും രസാഭിനയവുമൊന്നും പൂരക്കളിയിൽ വരുന്നില്ല. സാത്വികം, ആംഗികം, ആഹാര്യം, വാചികം എന്നീ ചതുർവിധാഭിനയരൂപങ്ങൾ വേണമെങ്കിൽ പരാമർശിച്ചു പോകുമെന്നേയുള്ളു. ഇവിടെ പദപാദചലനങ്ങളും താളവും പാട്ടും. ആംഗികാഭിനയരൂപം പ്രധാനം. ആട്ടത്തിനു കണക്കായ പാട്ടുകൾ ഓരോ പണിക്കരും വെവ്വേറെ പഠിച്ചിരിക്കും. വെവ്വേറെ പാടിയിരിക്കും. അതുകൊണ്ടു തന്നെ ഒരേ ഗുരുവിന്റെ കീഴിൽ പഠിച്ചവർ മറത്തു കളിയിൽ ഏർപ്പെടാൻ പാടില്ലെന്നുണ്ട്. ആട്ടത്തിന്റെ ഒരൊറ്റ ഉദാഹരണം.

കാലാന്തകനാം ദേവൻ ശംഭു
കാലേ ലഹരിവിലാസത്തോടെ
നീലംപോൽ ഗളമുള്ളൊരരൻ താൻ
ആലം പണ്ടു കുടിച്ച മഹേശൻ
ഫാലേ ചന്ദ്രക്കലയും പൂണ്ടു
ലോലൽ ചേരും കണ്ഠത്തിങ്കൽ
രുദ്രാക്ഷത്തോടു ഭദ്രാക്ഷവുമായ്

പാമ്പുമെലിമ്പും തുളസീമാല്യവു-
മൊക്കെയണിഞ്ഞഥ നടനം ചെയ്‌വാൻ
തർക്കമുതിർന്നിതു ശിവനാം ശംഭു.....
ശുംഭൻ നാടകമോടി കണ്ടി -
ട്ടംഭോജാക്ഷൻ താനുമേവമരുളിച്ചെയ്തു:
ബാലികമാർ മൗലിമാലേ ചാലേ കാൺ നടനമിഹ
നീലാരവിന്ദാക്ഷിലക്ഷ്മി കനിഞ്ഞു കാൺക.
പ്രാലേയാചലനന്ദിനി തൻ പൂവലംഗമതുനേരം
മാലകന്നു പുളകത്താൽ തെളിഞ്ഞു മിന്നി
കാകോദരനിര പാരം പാരവശ്യവിവശരായി

(തുടരുന്നു)

പാട്ടിന്റെയും താളത്തിന്റേയും പ്രാസഭംഗിയുടേയും സൂക്ഷിച്ചാൽ അഭിനയോദീരണത്തിന്റേയും ചടുല ദൃശ്യങ്ങൾ അന്തർമുദാ കണ്ടാസ്വദിക്കാൻ കഴിയുന്നു. പാട്ടുപാടി നൃത്തം ചെയ്യുന്നതിനു മുമ്പായി യഥോചിതം ശ്ലോകം ചൊല്ലി വ്യാഖ്യാനിക്കാറും ഉണ്ട്.

"നാന്ദി എന്നാൽ എന്ത്? ലക്ഷണം വ്യക്തമാക്കുക."

ഉത്തരം ഇങ്ങനെ:

"അർത്ഥത: ശബ്ദോവാപി മനാക് കാവ്യാർത്ഥസൂചനം
യത്രാഷ്ടഭിർദ്വാദശിഭിരഷ്ടാവിംശതിരേവ വാ
ദ്വാവിംശത്യാ പദേർവാപി സാ നാന്ദീ പരികീർത്തിതാ."

അർത്ഥം കൊണ്ടോ ശബ്ദം കൊണ്ടോ കുറഞ്ഞൊന്നു കാവ്യാർത്ഥസൂചന നിർവഹിക്കുകയും, എട്ടു, പന്ത്രണ്ട്, ഇരുപത്തിയെട്ട്, ഇരുപത്തിരണ്ട് എന്നിങ്ങനെ പദങ്ങൾ വെക്കുന്നതുമായ ശ്ലോകങ്ങളാണ് നാന്ദീശ്ലോകങ്ങൾ. നാന്ദി മൂന്നുതരം. ആശിസ്സ്, നമസ്ക്രിയ, വസ്തുനിർദ്ദേശം. സാധാരണയായി നാന്ദീശ്ലോകങ്ങൾ ആശിസ്സിൽ തുടങ്ങുന്നു. ഉദാഹരണം അഭിജ്ഞാനശാകുന്തളം. മലയാളവിവർത്തനം എഴുതാം.

ഏതൊന്നാദ്യം ചമച്ചൂ വിധി,
വിധിഹുതമാം ഹവ്യമേതേല്പു, ഹോതാ-
വേതോ, കാലം രചിക്കുന്നവരിരുവരുമേ-
തേതു നാദൈകലക്ഷ്യം
ഭൂതാളിയൊക്കെയേതൊന്നുറവിട,
മുയിരാകുന്നതേതൊന്നു, കാണ്മോ-
രേതാവന്മൂർത്തിയെട്ടാർന്നരുളുമുടയവൻ
നിങ്ങളെത്താങ്ങിടട്ടെ

അഷ്ടമൂർത്തിയാണ് പരമശിവൻ. അദ്ദേഹം നിങ്ങളെ താങ്ങിടട്ടെ. ആശംസ നമാമി, ധ്യായാമി, നമാമ്യഹം, വയം ധ്യായാമഃ എന്നൊക്കെയാണ് വരാറ്. നാടകത്തിൽ പക്ഷേ, നിങ്ങളെ അഥവാ പ്രേക്ഷകരെ, അനുഗ്രഹിക്കും വിധം നാന്ദി കുറിക്കും. കുട്ടമത്തിന്റെ ബാലഗോപാലന്റെ നാന്ദി "കരുണാപാംഗമിങ്ങേകിടട്ടെ"എന്നാണ്.

മഹാകാവ്യങ്ങളുടെ നാന്ദി മൊത്തത്തിൽ വസ്തു നിർദേശമാണ്. ഹിമാലയം ഉത്തരദിക്കിങ്കൽ സ്ഥിതി ചെയ്യുന്നു (കുമാരസംഭവം), സുമേരുനാമാ ഗിരീന്ദ്ര, വിശ്വമനുപ്രവിശ്യ തിഷ്ഠൻ (ശ്രീകൃഷ്ണ വിലാസം). നാരദൻ അംബരത്തിൽ നിന്നും അവതരിക്കുന്നതായി കണ്ടു (മാഘം). അതായത് ഒരു കഥയുടെ തുടക്കം ആരംഭിക്കുന്നതുപോലെ.

ഗിരിജായാഃ സ്തനൗ വന്ദേ
ഭവഭൂതി സിതാനനൗ
തപസ്വീ കാം ഗതോവസ്ഥാ-
വിതി സ്മേരാനനാവിവ (ഭവഭൂതി)

ഇവിടെയും വന്ദിക്കുന്നു എന്നു തന്നെ; നമസ്ക്രിയ തന്നെ.

നടരാജരാജൻ നൃത്താവസാനത്തിൽ 'നവപഞ്ചവാരം' 9+5=14 തവണ തുടികൊട്ടിപ്പാടിയ ശബ്ദവിശേഷങ്ങളാണ് മഹേശ്വര സൂത്രങ്ങൾ. ഈ സൂത്രങ്ങൾ സംസ്കൃത അക്ഷരമാലയുടെ സംക്ഷിപ്തവും ആധികാരികവുമായ തുടക്കമായി പരിണമിക്കുന്നു. ഢക്കാനിനാദം കൊണ്ടു അന്തരീക്ഷത്തെ പ്രോജ്ജ്വലിപ്പിച്ച് നടരാജനായി വിരാജിക്കുന്ന പരമശിവൻ പണിക്കന്മാരുടെ നാടകലോകത്തെ മുഖ്യകഥാപാത്രമായിത്തീരുന്നത് നാടകമാട്ടങ്ങളിൽ നിന്നുമാത്രമല്ല, യോഗിയാട്ടങ്ങളിൽ നിന്നും സുവ്യക്തമാകുന്നുണ്ട്. ചന്ദ്രനെ ചൂഡാമണിയാക്കി ശിരസസ്സിലണിയുകയും വാസുകിയെ കൈയിലെ ഒരു വലയമാക്കുകയും ചെയ്യുന്ന ഭഗവാനാണ് ശിവൻ. ആ ലീലാതാണ്ഡവപണ്ഡിതൻ സർവ്വമംഗളങ്ങളും വിധാനം ചെയ്യാൻ സമർത്ഥനുമാണ്. യോഗീരൂപവും പരമേശ്വരന്റേതു തന്നെ. ഒരു കയ്യിൽ ഭിക്ഷാ പാത്രവും മറ്റെ കയ്യിൽ ചൂരൽക്കോലും വഹിച്ചു നാടായ നാടുമുഴുവൻ ചുറ്റി സഞ്ചരിക്കുന്ന ശീലമുണ്ടദ്ദേഹത്തിന്. ഓരോ ദേശത്തെത്തുമ്പോഴും അതാതു ദേശത്തെ ഭാഷയിൽ അദ്ദേഹം പാട്ടുപടി നൃത്തമാടും. അതിനുദാഹരണങ്ങൾ യോഗിയാട്ടങ്ങളിലുണ്ട്. ഒരുദാഹരണം കുറിക്കാം.

"കന്നട ദേശത്തെ ഹോഗി യോഗി/ കന്നട മാത്തങ്ങു ഹേളി യോഗി"എന്നിങ്ങനെ കന്നടദേശത്തും "ഹറ ഹറ എന്തു പേശി"എന്നിങ്ങനെ തമിഴകത്തും പോകുന്നുണ്ടദ്ദേഹം. യോഗീ

ഘട്ടത്തിൽ പണിക്കന്മാർ ശരിക്കും യോഗിയായി പരിവർത്തനം ചെയ്യപ്പെടുന്നു. അഷ്ടാംഗയോഗം, പാതഞ്ജലയോഗസൂത്രം ഇവയൊക്കെ ചർച്ച ചെയ്യപ്പെടുകയും (യോഗശ്ചിത്തവൃത്തിനിരോധഃ; യോഗഃ കർമ്മസു കൗശലം ഈ ചൊല്ലുകളും) ഒടുവിൽ യോഗി ഇരുത്തത്തോടെ പരിസമാപ്തിയിലെത്തുകയും ചെയ്യും. യമ, നിയമ, ആസന, പ്രാണായാമ, പ്രത്യാഹാര, ധാരണാ, ധ്യാനം, സമാധി എന്ന എട്ടും

അണിമാ മഹിമാ ചൈവ
ലഘിമാ ഗരിമാ തഥാ
ഈശിത്വം ച വശിത്വം ച
പ്രാപ്തിഃ പ്രകാശ്യമേവ ച

എന്ന എട്ടും മാതൃകാ നിയമങ്ങളായി സമഗ്രമായി വാദപ്രതിവാദങ്ങൾക്കുപയോഗപ്പെടുത്തുന്നു.

"ഏക: ശബ്ദ: സമ്യക്ക് ജ്ഞാത: സുഷ്ടു പ്രയുക്ത: സ്വർഗ്ഗേ ലോകേ കാമധൃക്ക് ഭവതി."

ഒരു ശബ്ദം; അതു നല്ലതുപോലെ മനസിലാക്കി ഉചിതമായി പ്രയോഗിക്കാനറിയുന്ന വ്യക്തി സ്വർഗ്ഗ ലോകത്തിൽ കാമധേനുവായി ഭവിക്കുന്നു. അത്രയ്ക്കുണ്ട് 'ശബ്ദ' വിശേഷം; ശബ്ദത്തിന്റെ വിന്യാസക്രമീകരണം എന്നൊക്കെയായിരിക്കും തദവസരങ്ങളിൽ നാം പഠിക്കുന്ന പാഠം.

വേറൊരു വിശേഷത്തെക്കുറിച്ചൽപ്പം. ഞാനെട്ടം ക്ലാസിൽ (1954ൽ) പഠിക്കുകയായിരുന്നപ്പോഴാണ് എ.ആറിന്റെ ഭാഷാഭൂഷണത്തിന്റെ പ്രാരംഭം വായിക്കാനിടയായത്.

ശബ്ദാർത്ഥങ്ങളിൽവെച്ചൊന്നിൽ
വാച്യമായിട്ടിരുന്നിടും ചമൽക്കാരം
ചമയക്കുന്നമട്ട,ലങ്കാരമായത്.

എന്നും

ഓർത്താലതിശയം സാമ്യം
വാസ്തവം ശ്ലേഷമിങ്ങനെ
അലങ്കാരങ്ങളെ തീർപ്പാൻ
നാലുതാനിഹ സാധനം
ഇവകൾ കൊണ്ടു തീർക്കുന്നു
കവീന്ദ്രരുപമാദിയെ
തങ്കം കൊണ്ടിഹ തട്ടാന്മാർ
കങ്കണാദിയെയെന്നപോൽ

എന്നും യാതൊരു വിശദീകരണവും കൂടാതെ വ്യക്തമാക്കുന്ന ലക്ഷണപാഠങ്ങൾ. അങ്ങനെ തുടങ്ങി സാമ്യമൂലകങ്ങളായ അലങ്കാരങ്ങളിലാദ്യത്തെ ഉപമ വരുന്നു.

ഒന്നിനോന്നോടു സാദൃശ്യം
ചൊന്നാലുപമയാമത്
മന്നവേന്ദ്രാ! വിളങ്ങുന്നു,
ചന്ദ്രനെപ്പോലെ നിൻമുഖം

ആദ്യത്തെ രണ്ടുവരി ലക്ഷണം, പിന്നത്തെ രണ്ടുവരി ഉദാഹരണം. ഉപമയ്ക്കു നാലുഘടകങ്ങൾ - ഉപമാനം, ഉപമേയം, സാധാരണധർമം, ഉപമാവാചകം. ഇവിടെ മന്നവേന്ദ്രന്റെ മുഖം ഉപമേയം, ചന്ദ്രൻ ഉപമാനം, വിളങ്ങുന്നു സാധാരണധർമ്മം, പോലെ ഉപമാ വാചകം. ഇങ്ങനെ പഠിച്ചുകൊണ്ടിരിക്കെ ഇതെല്ലാം ശ്രദ്ധിച്ചുകൊണ്ടിരുന്ന സംസ്കൃതപണ്ഡിതനായ അച്ഛൻ പെട്ടെന്നെന്നോടൊരു ചോദ്യം. "കാക്ക കരിക്കട്ടയെപ്പോലെ കറുത്തിട്ടാകുന്നു". ഇവിടെ എന്താണലങ്കാരം? വളരെ പെട്ടെന്നു തന്നെ എനിക്കുത്തരമുണ്ടായി. ഉപമാലങ്കാരം. പക്ഷേ അച്ഛന്റെ രൂപവും ഭാവവും മാറി. മുഖം തുടുത്തു. അടിക്കാൻ കൈയോങ്ങിയില്ല എന്നേയുള്ളു. ഞാനും വല്ലാതെ വിഷമത്തിലായി. നിമിഷങ്ങൾ നീങ്ങി, ഞാനൊരു തുടക്കക്കാരൻ മാത്രമാണെന്നറിയാവുന്ന അച്ഛൻ ഇപ്രകാരം സാവകാശം എനിക്ക് വിവരിച്ചു തന്നു:

"കാക്ക ഉപമേയവും കരിക്കട്ട ഉപമാനവും കറുപ്പു സാധാരണ ധർമ്മം പോലെ ഉപമാവാക്യവുമാണന്നതു വാസ്തവം. അതിനാൽ നിന്റെ ഉത്തരം നീ പഠിച്ച ഇടം വരെ ശരി തന്നെ. പക്ഷെ ശ്രദ്ധിക്കേണ്ട ഒരു വലിയ കാര്യമുണ്ട്. പ്രസ്തുത വാക്യം കേവലം വസ്തവമായ ഒരു വസ്തുത (statement)ആണ്. ഉപമാലങ്കാരം അങ്ങനെയൊരു സ്റ്റേറ്റുമെന്റ് മാത്രമായാൽ പോരാ. അതിന്ന് ഒരു 'സാദൃശ്യ ലക്ഷ്മി'-തുല്യമെന്ന സൗഭാഗ്യം- കൂട്ടിയേ തീരൂ."

അതുവെച്ചു അച്ഛൻ സംസ്കൃതത്തിലെ ഉപമാ ലക്ഷണം എന്നെ പഠിപ്പിച്ചു.

ഉപമാ യത്ര സാദൃശ്യ
ലക്ഷ്മീരുല്ലസതിർദ്വയോ:
ഹംസീവ കൃഷ്ണ! തേ കീർത്തി:
സ്വർഗംഗാമവഗാഹതേ

ഉപമേയവും ഉപമാനവും തമ്മിൽ രസാവിഷ്ക്കാരപ്രധാനമായ ഒരു ചേർച്ച (ഭാവനാഭാസുരത) ഉണ്ടാവണം. ഉദാഹരണത്തിൽ

"അല്ലയോ കൃഷ്ണ! നിങ്ങളുടെ കീർത്തി, ഹംസി എന്ന

പോലെ സുരഗംഗയേയും കടന്നു ഗമിക്കുന്നു."

കരിക്കട്ടയുടെ കറുപ്പും സുരഗംഗയെ ഭേദിച്ചു നിൽക്കുന്ന ഹംസസുന്ദരിയുടെ വെളുപ്പും (കീർത്തി) എത്രമാത്രം വ്യത്യാസപ്പെട്ടു നിൽക്കുന്നു? വളരെ ചെറിയ ഒരു അവതരണം കൊണ്ടു കാവ്യഭാവനയുടെ അഭൗമമണ്ഡലത്തിലേക്ക് അനുവാചകൻ എത്തിച്ചേർന്നില്ലേ? ഇതുതന്നെ ചമൽക്കാരമെന്നു പറയുന്നത്. എനിക്ക് വേണ്ടുവോളം മനസ്സിലായി. പിന്നീട് ഞാൻ ചില കുവലയാനന്ദലക്ഷണങ്ങളും, ലീലാതിലകലക്ഷണങ്ങളുമൊക്കെ യഥാവസരം തട്ടിച്ചുനോക്കി മനസ്സിലാക്കി. ലീലാതിലകത്തിലാകട്ടെ, "സാദൃശ്യകമുപമാ" എന്നു മാത്രമേയുള്ളു ലക്ഷണം. അതുകൊണ്ടു കാര്യം കഴിക്കാം. പക്ഷേ, നല്ല ഉദാഹരണങ്ങൾ കാണാം. പണിക്കന്മാരെ പലരേയും സംസ്കൃതവും ശാസ്ത്രാദികളും പഠിപ്പിച്ച അച്ഛനെ എനിക്കു ജീവിച്ചുകിട്ടിയില്ല എന്ന പരിതാപം ഇപ്പോഴും എന്നെ ഏറെ വിനീതനും ചിന്താധീനനുമാക്കുന്നുണ്ട്.

പൂരക്കളി പന്തലുകളിൽ നിന്നും പലപ്പോഴും പല നല്ല ഉദാഹരണങ്ങളും ഓർക്കാനും ഉൾക്കൊള്ളാനും കഴിഞ്ഞിട്ടുണ്ട്. സിംഹത്തിന്റെ പര്യായം (അമരകോശം) പറയുകയാണൊരു പണിക്കർ. "സിംഹോ മൃഗേന്ദ്രഃ പഞ്ചാസ്യഃ" പഞ്ചാസ്യൻ= സിംഹം. പഞ്ചം=അഞ്ച്, അപ്പോൾ സിംഹത്തിന് അഞ്ച് മുഖമോ എന്നു എതിർപക്ഷക്കാരുടെ സംശയം പണ്ഡിതനായ അദ്ദേഹം,"പഞ്ച് വിസ്താരേ"എന്ന ശബ്ദാർത്ഥത്തെ ഘോഷിച്ച് വിസ്താരമുള്ള (പരന്ന)എന്ന അർത്ഥത്തിലാണെന്നും അങ്ങനെ പരപ്പുള്ള മുഖമുള്ളതുകൊണ്ടു മൃഗരാജൻ പഞ്ചാസ്യനായതെന്നും മനസ്സിലായി. സ്ഥലപരിമിതി മൂലം കൂടുതലുദാഹരണങ്ങളെ ഒഴിവാക്കുന്നു.

പൂരക്കളിക്കു സംഗീതനാടകപുരസ്ക്കാരം ആദ്യമായി ഏർപ്പെടുത്തിയപ്പോൾ അതിനർഹമായത് കുണിയനിലെ കീനേരി ശ്രീകണ്ഠൻ പണിക്കർ എന്ന മഹാ പണ്ഡിതനായിരുന്നു. എനിക്കു ചെറുപ്പത്തിൽ നേരിട്ടറിയാവുന്ന ഒരു മഹാമതിമാൻ. മണിക്കൂറുകളോളം സംസ്കൃതഭാഷയിൽ പ്രസംഗിക്കുവാൻ കഴിയുമായിരുന്ന ഒരു പ്രതിഭാവിശേഷമായിരുന്നെന്നു ഇവിടെ സൂചിപ്പിക്കാം. സകലകലാവല്ലഭനായ നമ്മുടെ എ.കെ. പിയും (എ.കെ. കൃഷ്ണ പൊതുവാൾ, മരണം 1988) സംസ്കൃതത്തിൽ നന്നായി പ്രസംഗിക്കുന്നതു കേട്ടിട്ടുണ്ട്.

എന്റെ ചെറുപ്പത്തിൽ പൂരമാല മാത്രം നിർവ്വഹിക്കാനറിയാവുന്ന ഒരു കണ്ണൻ മൂപ്പൻ ഉണ്ടായിരുന്നു നാട്ടിൽ. അത്തവണ അന്നത്തെ മേൽക്കോയ്മ കണ്ണനോടു നാടകവും യോഗിയും കൂടി ഉൾപ്പെടുത്തി കളിക്കണമെന്ന് കൽപ്പിക്കുകയുണ്ടായി. എല്ലാവരും അതംഗീകരിക്കുകയും ചെയ്തു. കണ്ണൻ ആകെ വിഷ

ണ്ണനായി. ഒടുവിൽ ഇങ്ങനെ ഒരീരടിയിൽ തന്റെ സങ്കടം ഒതുക്കി.

അടിയന്റെ കാര്യന്തേ നായനാർക്കറിഞ്ഞൂടേ?
നാടകം യോഗിയും വേണ്ടാന്നുവെച്ചൂടേ?

കണ്ണന്റെ തമാശയിൽ രസം തോന്നിയ നായനാരും വാലിയക്കാരും കണ്ണനെ പഴയപോലെ തുടരാൻ വിട്ടുവത്രേ. ഒരു കാര്യം വളരെ വ്യക്തം. ഇത്രയേറെ പാണ്ഡിത്യപരിപുഷ്ടവും സർവവ്യാപ്തവുമായ ഒരു ദൃശ്യകലാ വിശേഷം വേറെയില്ല. ഒരു ദിവസം മുഴുവൻ (ചിലപ്പോൾ പിറ്റേദിവസം ഉച്ചവരെയും)കളിക്കാരെ മുഴുവൻ അണിനിരത്തുന്നു. ഈ ഗ്രാമീണ കലാന്തരീക്ഷത്തിൽ കളിയിൽ തന്റെ സാമർത്ഥ്യപ്രകടനത്തിനു നൽകപ്പെടുന്ന ആചാരവള ചിലപ്പോൾ വിരുതും വീരചങ്ങലയും - ബിരുദവും വീരശൃംഖലയും - നേടിയാലേ പണിക്കർ എന്ന ബഹുമതി കിട്ടുകയുള്ളൂവെന്നും ഓർക്കുക. അൽപ്പമൊരു തമാശ കലർന്നതെങ്കിലും, നായനാർക്കു താംബൂലം നൽകുമ്പോൾ, നടയിലേക്കു നോക്കി ഒരു പണിക്കർ ചൊല്ലിയ ശ്ലോകം ഇവിടെ ഉദാഹരിക്കുന്നു.

ബ്രഹ്മാവിന്റെയുമന്തകന്റെയു, മഹോ!
ഡിപ്പാർട്ടുമെന്റിൽ കിട -
ന്നമ്മേ, ഞാനുഴലുന്നിതെത്രയുഗമായ്,
എന്നാണിതിന്മോചനം
ധർമ്മാധർമ്മ പരീക്ഷണത്തിനിനിമേൽ
കാലന്റെ കച്ചേരിയിൽ
ചുമ്മാ ഹാജരെനിക്കിളച്ചുതരണേ,
തദ്ദർശനം കർശനം

പണിക്കരുടെ ഗുരുനാഥൻ, നായനാരെ ആദ്യം കണ്ടപ്പോൾ, തന്റെ കഴിവ് പ്രദർശിപ്പിച്ചതെന്നും ചിലർ.

"ഒരിടത്തൊരു തൊണ്ടച്ചൻ തെയ്യമുണ്ട്. ഇതുവരെ തൊഴുന്ന ശ്ലോകമില്ല. ഗുരുനാഥാ, തൊണ്ടച്ചനെപറ്റി ഒരു വന്ദനശ്ലോകം ചെറുതു മതി."

ഇതാ എഴുതിക്കോ:

കുണ്ടാമണ്ടികളുണ്ടാക്കി,
ശ്ശുണ്ഠാകൂട്ടും രിപുക്കളെ
കണ്ടമാനം കൊന്നു;
കാത്ത തൊണ്ടശ്ശൻ ദൈവമാശ്രയേ!

(2018)

തെയ്യവും കഥകളിയും

ഉത്തരകേരളത്തിൽ ജനസാമാന്യത്തെ വലുപ്പച്ചെറുപ്പഭേദമെന്യേ ആകർഷിക്കുന്ന രണ്ടു കലാരൂപങ്ങളാണ് തെയ്യവും കഥകളിയും. അവ പല നാടൻ കലകളേയും പോലെ നാശോന്മുഖമായിത്തീരുന്നില്ല എന്നല്ല, ഭക്തിയുടെ തികവിൽ അവ പൂർവ്വാധികം ജനപ്രീതിയാർജ്ജിക്കുകയും ചെയ്തുകൊണ്ടിരിക്കുന്നു. അമ്പലങ്ങളും കാവുകളും ക്ഷേത്രങ്ങളും പഴയ തറവാടുകളും, മറ്റാരാധനാസങ്കേതങ്ങളും, സാംസ്കാരികമായ ഐക്യത്തിന്റെയും ഔന്നത്യത്തിന്റെയും പ്രതീകങ്ങളും കേന്ദ്രങ്ങളുമാണ്.

നമുക്കറിയാം, കേരളിയ ക്ലാസിക്കൽ കലയുടെ ഉദാഹരണങ്ങളിലൊന്നായ മാനവേദകവിയുടെ കൃഷ്ണനാട്ടം (കൃഷ്ണഗീതി) കോഴിക്കോട്ടു സാമൂതിരിക്കോവിലകത്തുനിന്ന് രൂപപ്പെട്ടതാണെന്ന്. തന്റെ നാട്ടിൽ കൃഷ്ണനാട്ടം അവതരിപ്പിക്കാനുള്ള കൊട്ടാരക്കര തമ്പുരാന്റെ അപേക്ഷ സാമൂതിരിപ്പാട് നിരസിച്ചുവെന്നു മാത്രമല്ല, അതു കണ്ടുരസിക്കാൻ കഴിവുള്ളവർ തെക്കൻ നാട്ടിലില്ലെന്നു പരിഹസിക്കുക കൂടി ചെയ്തുവത്രെ. ഇതിനു കൊട്ടാരക്കര തമ്പുരാൻ, രാമനാട്ടം കൊണ്ടു മധുരമായി പകരംവീട്ടി. കൃഷ്ണനാട്ടത്തിൽ കൃഷ്ണകഥ, എട്ടുഭാഗമാക്കി അവതരിപ്പിച്ചു. രാമായണം കഥ എട്ടുഭാഗമാക്കി രാമനാട്ടത്തിലും. രാമനാട്ടം പരിഷ്കരിച്ചാണ് പിൽക്കാലത്ത് കഥകളിയുണ്ടായത് എന്ന് പൊതുവെ വിശ്വസിച്ചു വരുന്നു. ഇക്കഥയ്ക്കു സമാന്തരവും നേർവിപരീതവുമായി കൃഷ്ണനാട്ടം കൊട്ടാരക്കരയിലും, രാമനാട്ടം കോഴിക്കോട്ടും ഉണ്ടായി എന്നും, ഇവയൊന്നുമല്ല, കൊട്ടാരക്കര നിന്നും സ്വതന്ത്രമായി കഥകളി ഉടലെടുക്കുകയായിരുന്നുവെന്നും അഭിപ്രായാന്തരങ്ങളുണ്ട്. ഏതായാലും, ഈ പൂർവ്വചരിത്രം വിശ്വസനീയമാണെന്നു ചിന്തിക്കുമ്പോൾ, പതിനേഴാം നൂറ്റാണ്ടിന്റെ ഉത്തരാർദ്ധമാണ് രാമനാട്ടത്തിൻറെ ഉൽഭവകാലം. അതിനു മുമ്പെന്തായാലും കൃഷ്ണനാട്ടം

പ്രചരിച്ചു വന്നിരുന്നുവല്ലോ. അതുകൊണ്ട് കഥകളിക്ക് മുന്നോടിയായ കൃഷ്ണനാട്ടത്തിന് നാനൂറിലധികം വർഷങ്ങളുടെ പഴക്കം കല്പിക്കാം.

എവിടെനിന്ന് എങ്ങിനെ ഉണ്ടായാലും കഥകളിക്കു കേരളം മഴുവൻ വേരോട്ടമുണ്ട്. പക്ഷേ തെയ്യവും പൂരക്കളിയും പഴയ ചിറക്കൽ കോവിലകത്തിന്റെ അധികാര പരിധിയിൽപെട്ട പ്രദേശങ്ങളിൽ മാത്രം ഒതുങ്ങിനിൽക്കുന്നു. കോലത്തിരിയുടെ രാജ്യം, അതിന്റെ രണ്ടിളംകൂറുകളായ വടക്കിളംകൂറും തെക്കിളംകൂറും, യഥാക്രമം നലേശ്വരം രാജവംശം അള്ളടസ്വരൂപവും പൊറളാതിരിസ്വരൂപവും കൂടി ഉൾപ്പെട്ട ഒരു വലിയ ഭൂവിഭാഗമാണ്. ഇന്നത്തെ കോഴിക്കോടു ജില്ലയുടെ വടക്കൻ ഭാഗങ്ങളും, കണ്ണൂർ, കാസർഗോഡു ജില്ലകളും ചേർന്നതാണ് ഈ രാജവംശപരിധിയെന്ന് ഏറെക്കുറെ സ്ഥിരീകരിക്കപ്പെട്ടിരിക്കുന്നു. ഇവിടങ്ങളിൽ മാത്രമാണ് തെയ്യങ്ങളുറഞ്ഞാടുന്നത്. പൂരക്കളി, യുവജനോത്സവപരിപാടികളിൽ ഉൾപ്പെടുത്തിരിയിരിക്കുന്നതിനാൽ, വളരെ പണിപ്പെട്ടാണ് അടുത്തകാലത്ത് ഈ രണ്ടു ജില്ലകൾക്കുമപ്പുറത്തേക്ക് അത് പറിച്ചു നട്ടുകൊണ്ടിരിക്കുന്നത്. ഈ ആവശ്യത്തിലേക്ക് ഗുരുനാഥന്മാർ വടക്കുനിന്നും തെക്കോട്ട് ക്ഷണിക്കപ്പെട്ടുവരുന്നു. എന്തായാലും അവിടങ്ങളിൽ പൂരക്കളി പൂർണ്ണത പ്രാപിക്കില്ല; അതിന്റെ അനുഷ്ഠാനസ്വഭാവമാണ് കാരണം.

ഇവിടെ വ്യക്തമാക്കാനുദ്ദേശിക്കുന്നത് ഇതാണ്: കൃഷ്ണനാട്ടം സാമൂതിരിപ്പാടിനോടും രാമനാട്ടം കൊട്ടാരക്കര തമ്പുരാനോടും ബന്ധപ്പെട്ടതാണ്. തെയ്യവും പൂരക്കളിയും ചിറക്കൽ തമ്പുരാനോടും. ചെറുശ്ശേരിയുടെ കൃഷ്ണഗാഥ കൊല്ലവർഷം 629 ൽ, കോവിലകത്തുനിന്നും വെളിച്ചത്തുവന്നു. അതിന്റെ തൊട്ടുപിന്നിൽ. തമ്പുരാന്റെ ആജ്ഞാനുസാരണം, മണക്കാടൻ രാമൻഗുരുക്കളുടെ വിദഗ്ധമായ സംവിധാനത്തിൻ കീഴിൽ, പല നാടൻ കലകളിൽ നിന്നും പലവശങ്ങളും സ്വാംശീകരിച്ച് ഏകദേശം അഞ്ചുനൂറ്റാണ്ടു മുമ്പ് തെയ്യങ്ങളുണ്ടായി. മഹാമാന്ത്രികനും മെയ്യഭ്യാസ വിചക്ഷണനുമായിരുന്ന ഗുരുക്കൾ, കോലത്തിരി രാജസമക്ഷം ഒരു കുട്ടിയുടെ മാത്രം സഹായത്തോടെ, ഒന്നു കുറെ നാല്പത്-മുപ്പത്തിഒമ്പത്- തെയ്യങ്ങൾ ഒരേ സമയത്ത് അവതരിപ്പിക്കുകയുണ്ടായി. വളപട്ടണം കടവു ബന്ധിച്ചാണ് മണക്കാടനെ കോവിലകത്തേക്കു ക്ഷണിച്ചതെന്ന് ഐതിഹ്യം. അദ്ദേഹത്തെ പരീക്ഷിക്കാൻ തുനിഞ്ഞ തമ്പുരാൻ അപ്പോൾ വിസ്മയാധീനനും വിനയാന്വിതനുമാവുകയായിരുന്നു. കഥകളിയുടെ പ്രാകൃതരൂപങ്ങളായ കൂത്ത്, കൂടിയാട്ടം, രാമനാട്ടം, കൃഷ്ണനാട്ടം

എന്നിവയുടെ ഉദ്ഭവത്തിനുമുമ്പുതന്നെ തെയ്യക്കോലങ്ങൾ വടക്കെ മലബാറിനെ അലങ്കരിച്ചിരുന്നുവെന്നു കരുതാം. കൂടിയാട്ടത്തിൽ നിന്നുമാത്രമല്ല, തിറയാട്ടം, തെയ്യാട്ടം, ഭൂതം തുള്ളൽ മുതലായി കേരളത്തിൽ പ്രചാരമുണ്ടായിരുന്ന പഴയ ഗ്രാമീണ നടനകലകളിൽ നിന്നും ചില അംശങ്ങൾ വിശേഷിച്ചും ചില വേഷവിധാനാംശങ്ങൾ കൃഷ്ണനാട്ടത്തിൽ സ്വീകരിക്കപ്പെട്ടിട്ടുണ്ട് എന്നു രേഖപ്പെടുത്തപ്പെട്ടിട്ടും ഉണ്ട്. തന്റെ കാലഘട്ടത്തിലെ കലാവിശേഷങ്ങളെ സമഗ്രമായി ഉൾക്കൊള്ളാൻ മണക്കാടൻ ഗുരുക്കൾക്ക് കഴിഞ്ഞു. അങ്ങിനെ അദ്ദേഹം ചരിത്രപുരുഷനായി വാഴ്ത്തപ്പെട്ടു. അദ്ദേഹത്തിന്റെ കുടുംബക്കാരിൽ, പ്രായംകൂടിയ തെയ്യംകലാകാരനെ ഇപ്പോഴും മണക്കാടൻ എന്ന സ്ഥാനപ്പേരു നൽകി ചിറക്കൽ തമ്പുരാൻ ആദരിക്കുന്നു.
ദൃശ്യകലകളെന്ന നിലയിൽ സ്ഥിരപ്രതിഷ്ഠനേടിയിട്ടുണ്ട് തെയ്യവും കഥകളിയും. ഇതിഹാസപുരാണാദികളിലെ പ്രമുഖന്മാരോ പരാക്രമശാലികളും പരമാദരണീയരുമായ പൂർവ്വികരോ ആണ് തെയ്യങ്ങൾ, ദൈവത്തിന്റെ തദ്ഭവം തെയ്യം.

കുണ്ടാമണ്ടികളുണ്ടാക്കി-
ശ്ശണ്ഠകൂട്ടും രിപുക്കളെ
കണ്ടമാനം കൊന്നു, കാത്ത
തൊണ്ടശ്ശൻ ദൈവമാശ്രയേ

എന്നു ദൃഷ്ടാന്തം. കഥകളിയിലെ കഥാപാത്രങ്ങളും ഇതിൽ നിന്നും വ്യത്യസ്തരല്ല. ആംഗികം, ആഹാര്യം, വാചികം ഈ മൂന്നഭിനയങ്ങളും (സാത്വികാഭിനയം അത്യപൂർവം) തെയ്യത്തിലുണ്ട്. വാചികമൊഴിച്ചു മറ്റു മൂന്നു കഥകളിലും തെയ്യത്തിന്റെ അലർച്ചയ്ക്കു തുല്യമായി കത്തിയുടെ അട്ടഹാസവും ശ്വാഗ്വാവിളികളും പ്രസിദ്ധം. ഗദ്യരൂപത്തിലുള്ള അനുഗ്രഹമൊഴികൾ തെയ്യത്തിന്റെ പ്രത്യേകതയാണ്. വേഷവിധാന മനോഹാരിതയും രണ്ടിലും വളരെ പ്രകടം. തെയ്യത്തിന്റെ മുഖത്തെഴുത്തും ആടയാഭരണങ്ങളും കഥകളിയുടേതിനെക്കാൾ സങ്കീർണ്ണവും കൗതുകപ്രദവുവുമാണ്. പച്ച, കത്തി, കരി, താടി, മിനുക്ക്, പഴുപ്പ് എന്നിങ്ങനെ ആറുരൂപങ്ങളിലുള്ള വേഷങ്ങളേ കഥകളിയിലുള്ളൂ. എന്നാൽ നൂറുകണക്കിലുള്ള തെയ്യക്കോലങ്ങൾക്കോരോന്നിനും ഓരോ പ്രത്യേകതകൾ നിരീക്ഷിക്കാം. ഇത് ആടയാഭരണങ്ങളിലോ, ഉടുത്തുകെട്ടിലോ, മുഖത്തെഴുത്തിലോ ആകാം. വെള്ളാട്ടം എന്നു പേരുവിളിക്കുന്ന തെയ്യത്തിന്റെ ആദ്യരൂപത്തിന് പൊതുവെ, ഒരു വേഷമാണ്. തോറ്റമില്ലാത്ത തെയ്യങ്ങൾ

ക്കേ വെള്ളാട്ടം പതിവുള്ളൂ. ഭൂരിപക്ഷം തെയ്യങ്ങളും രണ്ടുകാലിലും ചിലമ്പു ധരിക്കാറുണ്ട്. കഥകളിയിൽ, കാലിൽ ചിലങ്കകളേ അണിയാറുള്ളൂ. അതും ചില വേഷങ്ങൾക്കില്ല.

നൃത്തം, നൃത്യം, നാട്യം ഈ മൂന്നിന്റെയും സമ്യക്സമ്മേളനമുണ്ട്. രണ്ടിലും. തെയ്യത്തിലെ നൃത്തത്തിനുള്ള സ്ഥാനം കഥകളി നൃത്തത്തിനില്ല. ആദ്യവസാനം ചടുലമായ നൃത്തമാണ് തെയ്യത്തിൽ. അഷ്ടകലശമടക്കമുള്ള ചില ഘട്ടങ്ങളിൽ മാത്രമേ കഥകളിനൃത്തം സർവ്വപ്രധാനമായിത്തീരൂ. ഭാവാഭിനയവും രസാഭിനയവും കഥകളിയിൽ മുന്നിട്ടുനിൽക്കും. തെയ്യത്തിൽ ചില സന്ദർഭങ്ങളിലേ അവയ്ക്ക് പ്രസക്തിയുള്ളൂ. ഭൈരവൻ, കുട്ടിച്ചാത്തൻ, ബാലി തുടങ്ങിയ തെയ്യങ്ങൾ സാങ്കേതികാംശങ്ങളിൽ കൂടുതൽ മുന്നിട്ടു നിൽക്കുന്നു. ശൃംഗാരാദി നവരസങ്ങളും കഥകളിയിൽ ഒന്നിനൊന്നു മെച്ചമായി ഇടയ്ക്കിടെ മിന്നിമറയുമ്പോൾ തെയ്യത്തിൽ വീര്യവും രൗദ്രവുമാണ് മുഖ്യം. പൊട്ടൻ, ഗുളികൻ തുടങ്ങിയവയ്ക്ക് ഹാസ്യവും. കോലസ്വരൂപത്തിങ്കൽതായി തുടങ്ങിയ ധർമ്മ ദൈവങ്ങളുടെ അനുഗ്രഹവചസ്സുകളിൽ കരുണരസം കരകവിയും. ചെണ്ട, മദ്ദളം, ചേങ്ങില, ഇലത്താളം ഇവ കഥകളിയിലെ വാദ്യങ്ങൾ, ഇതിൽ കൊട്ടലല്ല; ചെണ്ട വായനയാണ്. ഏറ്റവും സൂക്ഷ്മമായ ഭാവംപോലും, ചെണ്ടക്കോലിൻ തുമ്പത്ത് ആവിഷ്ക്കരിക്കാൻ കഴിയും. അസുരവാദ്യമായ ചെണ്ടയെ, കഥകളിയുടെ ലോകത്ത് അത്യുന്നതസ്ഥാനത്തു പ്രതിഷ്ഠിച്ചിരിക്കുന്നു. കഥകളിപ്പാട്ടിനു ശ്രുതിയും വേണം. എന്നാൽ മദ്ദളം തെയ്യത്തിൽ പതിവില്ല. ചെണ്ട ഇടന്തലയും വലന്തലയും ഉപയോഗിക്കുന്നു. ചേങ്ങിലയും ഇലത്താളവും തെയ്യത്തിലും പതിവുണ്ട്. പാട്ടിനു നാടൻപാട്ടിന്റെ സ്വഭാവമുള്ളതിനാൽ ശ്രുതിക്ക് പ്രസക്തിയില്ല.

ഇനി രണ്ടിന്റെയും അവതരണരീതി പരിശോധിക്കാം. കേളികൊട്ട്, കേളി അഥവാ അരങ്ങുകേളി, തോടയം, വന്ദനശ്ലോകങ്ങൾ, പുറപ്പാട് (തിരനോട്ടവും പ്രത്യക്ഷവും) മേളപ്പദം, കഥാരംഭം, സാരി, കുമ്മി, ധനാശി ഇങ്ങനെ കഥകളിയുടെ ക്രമം. കഥകളിയുണ്ടെന്ന് നാട്ടുകാരെ അറിയിക്കുന്ന ചടങ്ങാണ് കേളികൊട്ട്. പണ്ട് ഉച്ചഭാഷിണിയും അച്ചടിയും ഉണ്ടായിരുന്നില്ലല്ലോ. മേളക്കാരുടെ കഴിവു പ്രകടമാക്കുന്നു കേളികൊട്ടും കേളിക്കൈയും. കേളിക്കൈ ശുദ്ധമദ്ദളം മാത്രം ഉപയോഗിച്ചുള്ള പരിപാടിയാണ്. തിരശീല പിടിച്ച്, അതിനു പിറകിൽ നിന്ന് മേളക്കാരെ അഭിമുഖീകരിച്ച്, നിർവ്വിഘ്നപരിസ്മാപതിക്കുവേണ്ടി പ്രാർത്ഥിച്ചുകൊണ്ട് നടന്മാർ അഭിനയിക്കുന്നതാണ് തോഷകം (സന്തോഷി

പ്പിക്കുന്നത്) അഥവാ തോടയം. എല്ലാ നടന്മാരെയും പ്രതിനിധീകരിച്ച് ഒന്നോ രണ്ടോ പേർ ഇത് ചെയ്താലും മതി. തുടർന്ന്, മാതംഗാനനമബ്ജവാസരമണിം... തുടങ്ങിയ വന്ദനശ്ലോകങ്ങൾ. കഥകളിനടന്റെ സകലവിധകഴിവുകളും വാദ്യമേളങ്ങളുടെ കൊഴുപ്പും കൊണ്ട് അതിവിസ്മയനീയമായ അവസ്ഥാവിശേഷം സൃഷ്ടിക്കുന്നു പുറപ്പാടിന്റെ ഘട്ടം. ചില ആദ്യവസാനവേഷങ്ങളുടെ തിരനോട്ടവും പ്രത്യക്ഷവും, വികാരങ്ങളുടെ വേലിയേറ്റം പ്രേക്ഷകഹൃദയങ്ങളിൽ നിറയ്ക്കുന്നു. മഞ്ജുതര പാടുന്നതാണ് മേളപ്പദം. പിന്നീട് ക്രമാഗതമായി ഭാഗവതർ പാടുന്ന പാട്ടിനനുസരിച്ച്, പദാർത്ഥാഭിനയവും വാക്യാർത്ഥാഭിനയവും കാഴ്ച്ച വെക്കുന്നു. ഇവയ്ക്ക് തുല്യമായി തുടങ്ങൽ, തോറ്റം, കോലം എന്ന മൂന്നു പ്രധാന അവസ്ഥയിൽ കൂടിയാണ് തെയ്യം കടന്നു പോകുന്നത്. കൃഷ്ണനാട്ടത്തിലെ കേളികൊട്ട് (കേളിക്കൈ), തോടയം, പുറപ്പാട് ഈ മൂന്നു ചടങ്ങുകളോടാണ് തെയ്യത്തിന് കടപ്പാട് എന്ന് അംഗീകരിക്കേണ്ടിയിരിക്കുന്നു. തെയ്യത്തിന്റെ പ്രാരംഭം കുറിക്കുന്നു സന്ധ്യാസമയത്തെ തുടങ്ങൽ. ഇതിന് ദിവസങ്ങൾ മുമ്പേ അടയാളം കൊടുക്കുക എന്നൊരു ചടങ്ങ് പതിവുണ്ട്. തെയ്യമുണ്ടെന്ന് കോലക്കാരുടേയും വീട്ടുകാരുടേയും, സ്ഥാനികരുടേയും സാന്നിദ്ധ്യത്തിൽ പ്രഖ്യാപിച്ച് കോലക്കാരെ ചുമതലപ്പെടുത്തുകയാണ് ഇത്. രാത്രിയിലാണ് തോറ്റം. പ്രഭാതത്തിൽ തെയ്യം. ഈ മൂന്ന് സന്ദർഭങ്ങളിലും വാദ്യഘോഷങ്ങളും പാട്ടുകളുമുണ്ടായിരിക്കും. പക്ഷേ, തോറ്റത്തിലേ പാട്ടിനു പൂർണത കൈവരികയുള്ളു. വേഷവിധാനങ്ങളില്ലാതെ, ഉടുവസ്ത്രത്തിന്മേൽ കേവലമൊരു കച്ച മാത്രം കെട്ടി തുടങ്ങലിലും, ചെറിയൊരു കിരീടവും (കഥകളിയിലെ കേശഭാരം കിരീടത്തിന്റെ ഏററവും ചെറിയ രൂപം) ചുരുക്കം ആടയാഭരണങ്ങളുമണിഞ്ഞ് മുഖത്തെഴുത്തില്ലാതെ, തോറ്റത്തിലും തെയ്യക്കാരൻ പ്രത്യക്ഷപ്പെടുന്നു. ചില തോറ്റങ്ങൾക്കാകട്ടെ പ്രത്യേകിച്ച് ഭഗവതിമാരുടേത്, കഥകളിയിലെ സ്ത്രീവേഷത്തിന്റേതുപോലെ, ചതുരാകൃതിയിലുള്ള തുണിക്കിരീടവുമാണ്. പ്രഭാതത്തിൽ നടക്കാനിരിക്കുന്ന കോലത്തിന്റെ ആവേശവുമാർജ്ജവവും മുൻകൂട്ടി അറിയിക്കും വിധത്തിലാണ് തോറ്റത്തിന്റെ ഉറയൽ. താൻ കെട്ടാൻ പോകുന്ന കോലത്തെപ്പുരസ്കരിച്ച കഥകൾ, പാട്ടുകളിലൂടെ തോറക്കാരൻ അവതരിപ്പിക്കുന്നു. പിന്നണിക്കാർ, ശിങ്കിടിക്കാർക്കു തുല്യം, അതേറ്റുപാടി, വാദ്യം മുഴക്കുന്നു. പാട്ടിന്റെ അവസാനത്തിൽ തോറ്റക്കാരനു ദർശനം വരികയും താളലയസമന്വിതമായ നൃത്തനൃത്യങ്ങൾ കാഴ്ചവെക്കുകയും ചെയ്യുന്നു.

പ്രഭാതത്തിൽ (കളിയാട്ടം,പെരുങ്കളിയാട്ടം ഇവ നടക്കുമ്പോൾ നട്ടുച്ചയ്ക്കും) ഇഷ്ടദൈവങ്ങളുടെ പുറപ്പാട് സമയത്ത്, തിരുമുടി നിവരുന്നത് ദർശിക്കുവാനുള്ള അസുലഭമുഹൂർത്തത്തിന് വേണ്ടി ഏതു ത്യാഗത്തിനും തയ്യാറായി ഭക്തജനങ്ങൾ തിങ്ങിക്കൂടുന്നു. ദൈവമാകട്ടെ മഞ്ഞൾപ്പൊടിനല്കി, അനുഗ്രഹവാക്കുകൾ ഉരിയാടി ഗുണം വരുത്തുന്നു. തിരക്കാണെങ്കിൽ, എന്നോടെന്നോട് വിശേഷിച്ചില്ല, എൻപേരു ചൊല്ലിയില്ല എന്ന പരാതി ഒഴിവാക്കുമാറ്, സമഷ്ടിവചനമായും അനുഗ്രഹം ചൊരിയുന്നു. കുറിതൊടൽ എന്ന പേരിൽ തെയ്യത്തിന് ഈ അവസരത്തിൽ കാണിക്കയർപ്പിക്കുകയും പതിവാണ്. കഥകളിയിൽ ഇത്തരമേർപ്പാടുകൾ തീരെയില്ല. എത്രയെത്ര ദൈവങ്ങൾ? അമ്മദൈവങ്ങളാണധികവും. ഭക്തിപാരവശ്യത്താൽ പൊതുജനവും, അനുഷ്ഠാനങ്ങളുടെ സങ്കീർണ്ണതയാൽ സ്ഥാനികരും വീർപ്പുമുട്ടുന്നു പെരുങ്കളിയാട്ട വേളകളിൽ. പീലിക്കിരീടം ധരിച്ച ശ്രീകൃഷ്ണൻ, ലവകുശന്മാർ വെള്ളത്താടിയുടെ ഉദാഹരണമായ ഹനുമാൻ തുടങ്ങിയ വേഷങ്ങൾ, ആരാധനാമനോഭാവം ജനിപ്പിക്കുന്നുവെങ്കിലും, ഭക്തിപരതയ്ക്ക് കഥകളിയിൽ പ്രസക്തിയില്ല. തെയ്യങ്ങൾ ആരാധനാലയങ്ങളുമായി ബന്ധപ്പെട്ടു മാത്രമേ പ്രദർശിപ്പിക്കാവൂ. കഥകളിയാകട്ടെ, ക്ഷേത്രപരിസരങ്ങളിലും, പൊതുസ്ഥലത്തുമൊരു പോലെ അവതരിപ്പിക്കാം.

കഥകളിസംഗീതവും, തോറ്റം പാട്ടുകളും രണ്ടു സമാന്തരരേഖകളാണ്. ശാസ്ത്രീയസംഗീതത്തിന്റെ സോപാനരീതിയുടെ ഉന്നതദൃഷ്ടാന്തമാണ് കഥകളി പദങ്ങൾ. നാടോടിപാട്ടുകളുടെ ഈണവും താളവും ഇപ്പോഴും തോററം പാട്ടുകളുടെ മുഖമുദ്രയാണ്. രണ്ടും വൈപുല്യവും വൈവിധ്യവുമുൾക്കൊള്ളുന്നു. നാടോടി വിജ്ഞാനീയത്തിന്റെ ചട്ടക്കൂട്ടിൽ, പുരാവൃത്തങ്ങളുടെ വെളിപ്പെടുത്തലുകൾ തോറ്റം പാട്ടിലുടനീളം മുഴങ്ങി കേൾക്കുന്നു. അവ പരിഷ്കരിച്ച്, തനി ക്ലാസിക്കൽ ശൈലിയുടെ മൂർത്തരൂപങ്ങളായ കഥകളിപദങ്ങൾ, അഭ്യസ്തവിദ്യരായ സംഗീതകുതുകിക്കേ മനസ്സിലാക്കാൻ കഴിയൂ. കവിവാക്യവും കഥാപാത്രവാക്യവുമുണ്ട് കഥകളിപ്പാട്ടുകളിൽ. ശ്ലോകരൂപത്തിലുള്ള കവിവാക്യത്തിലൂടെ (ഭൂരിപക്ഷവും സംസ്കൃതശ്ലോകങ്ങൾ) കഥാഗതി സംക്ഷിപ്തമായി വിവരിക്കുന്നു. ശ്ലോകത്തിൽ കഴിക്കുകയാണിത്. കഥാപാത്രങ്ങളുടെ സംഭാഷണത്തിലൂടെയാണ് (കഥാപാത്രവാക്യം) അഭിനയത്തിന്റെ തന്മയത്വം പ്രേക്ഷകർക്ക് മന സ്സിലാവുക. ഇതിനു പതാകാദികളായ ഹസ്തമുദ്രകളുടെ സാമാന്യജ്ഞാനവും, സാഹിത്യപരമായ അഭിരുചിയും അത്യാവശ്യമാകുന്നു. സന്ദർഭ

ത്തിനനുസരിച്ച്, രാഗതാളങ്ങൾ വ്യത്യാ സപ്പെടുത്തുന്ന നിലയിലാണ് ആട്ടക്കഥയുടെ രചന.

പ്രധാന ഭാഗവതരെ മുന്നാണി (പൊന്നാനി) എന്നും, കൂടെ പാടുന്നയാളെ ശിങ്കിടി (സംഘടി) എന്നും വിളിക്കുന്നു. തോറ്റം പാട്ടുകൾ ഗ്രാമീണശീലുകളിൽ നിർമ്മിച്ചിരിക്കുന്നുവെന്ന് പറഞ്ഞുവല്ലോ. പതിഞ്ഞതോ, ചടുലമോ ആയ രണ്ടു ശൈലിയേ ഇവയ്ക്കുള്ളൂ. രാഗവൈവിധ്യമോ, സംസ്കൃതീകരണമോ കുറവാണ്. അതുകൊണ്ടുതന്നെ, ഗ്രാമീണജനതയുടെ ആസ്വാദന ശേഷി പരിപോഷിപ്പിക്കാൻ തോറ്റം പാട്ടുകൾക്കു സാധിക്കുന്നു. കഥകളിയിലെ മുന്നാണിയെപ്പോലെ, തോററക്കാൻ പാടിക്കൊടുക്കുന്നു. കൂടെയുള്ള വാദ്യക്കാർ, ശിങ്കിടിക്കാർക്ക് തുല്യം അതേറ്റു പാടുന്നു. കഥകളിവേഷക്കാരൻ, ഒരിക്കലും പാടുന്നില്ലെന്നതു പ്രകടമായ മാറ്റം. കഥകളിയിലുടനീളം പാട്ടുകളാണ്. നടന്റെ മനോധർമ്മമാടാൻ ഇടയിൽ ഭാഗവതർ, അവസരമൊരുക്കി കൊടുക്കുന്നുവെന്നുമാത്രം. എന്നാൽ തോറ്റത്തിൽ, തോറ്റമുറയുന്നതുവരെ മാത്രമേ പാട്ടുകൾ പാടൂ. പല പാട്ടുകൾക്കും വലിയ ദൈർഘ്യമില്ല. കതിവന്നൂർ വീരൻ, കടാങ്കോട്ട് മാക്കം തുടങ്ങിയവയ്ക്കു എത്രയോ മണിക്കൂറുകൾ നീണ്ടു നില്ക്കുന്ന പാട്ടുകൾ പാടിത്തീർക്കേണ്ടതുണ്ട്. എല്ലാ തോറ്റങ്ങളുടേയും പ്രാരംഭം മിക്കവാറും ഒരേ പോലെ. പള്ളിപീഠത്തിനും തിരുവായുധത്തിനും അരിയിട്ടു വന്ദിക്കാനും മാതാവിനേയും പിതാവിനെയും ഗുരുവിനേയുമാദരിക്കാനും ഏതു തോറ്റവും മറന്നുപോകുന്നില്ല. നാലാം സ്ഥാനമേ ദൈവത്തിന് കല്പിച്ചിട്ടുള്ളൂ. തെയ്യത്തിന്റെ വേർതിരിവിനനുസരിച്ച് രണ്ടുതരം പാട്ടുകൾ ഉപയോഗിക്കുന്നു. അതതുകാലത്തെ മികച്ച സാഹിത്യഭാഷയിൽ വിരചിതമായ ഒരിനം. നാടൻപാട്ടുകളുടെ പട്ടികയിൽപ്പെടുന്ന മറ്റൊരിനം. പൊട്ടൻ തെയ്യത്തിനും മറ്റും ഈ രണ്ടുതരം പാട്ടുകളും ഉപയോഗപ്പെടുത്തി വരുന്നു. തെയ്യങ്ങളിലും സവർണ്ണ അവർണ്ണ ഭേദമുണ്ടെന്ന കാര്യം ഇവിടെ ഒഴിവാക്കുന്നു. അനുഷ്ഠാനാംശങ്ങളും. കൈയിലേന്തുന്ന ആയുധങ്ങൾക്കും ഏകദേശം സമാനതയുണ്ട്. തെയ്യങ്ങൾക്ക് പാത്രഭേദമനുസരിച്ച് തിരുവായുധം (പലതരം വാളുകൾ), വെഞ്ചാമരം, കരിഞ്ചാമരം, അമ്പും വില്ലും എന്നിവ വേണം. കത്തിയുടെ വാൾ, ഭീമന്റെ ഗദ എന്നിവ കഥകളിയിലും പ്രധാനമാണ്. അമ്പും വില്ലും ഉപയോഗപ്പെടുത്തിക്കൊണ്ടുള്ള പല പ്രകടനങ്ങളുമുണ്ട്. വാൾപ്രയോഗം തെയ്യത്തിലാണ് കൂടുതൽ. കതിവന്നൂർ വീരൻ, പൂമാരുതൻ തുടങ്ങിയവ വാൾപയറ്റാൽ, മാറ്റേറുന്നവയാണ്. കഥകളിയിലെ ചില വേഷങ്ങൾക്ക്,

വായ്ക്കകത്ത് ഒളിപ്പിച്ചു വെക്കാൻ പറ്റിയ ദംഷ്ട്രകളുണ്ട്. ആവശ്യത്തിന് അവ വെളിയിലേക്ക് കാട്ടാൻ കഴിയും. ധർമ്മ ദൈവങ്ങളിൽ ചിലവയ്ക്ക്, സ്ഥിരമായി പുറത്തുകാണുന്ന, വെള്ളികൊണ്ടു നിർമ്മിച്ച എകിറുകൾ ഉണ്ട്. പല തെയ്യങ്ങൾക്കും കുരുത്തോലകൊണ്ടുള്ള ഉടുത്തുകെട്ടുകളും (അരയാടകൾ) ആഭരണങ്ങളുമുണ്ട്. മുടികളിലും കൈകളിലും കുരുത്തോലകളുപയോഗിക്കുന്നു. നരസിംഹത്തിന്റെ ആകൃതിവരുത്താനാകണം, വിഷ്ണുമൂർത്തിയുടെ കഴുത്തിനു താഴെയും, അരക്കു മുകളിലുമായി കെട്ടുന്ന ഉറപ്പുള്ള കുരുത്തോല ചട്ടങ്ങളുണ്ട്. പൊട്ടനും ഗുളികനും മററും മുഖപ്പാള ഉപയോഗിക്കുന്നദൈവങ്ങളാണ്. ഇവയൊക്കെ നാടോടിരൂപങ്ങളുടെ ബാക്കിപത്രങ്ങൾ. മാറു മറക്കാത്ത ദൈവങ്ങളും നിരവധി. കേരളീയ വനിതകൾ അടുത്ത കാലംവരെ അങ്ങിനെയായിരുന്നു. മുഖത്തെഴുത്തുപോലെ മനോഹര എഴുത്തുകൾ മാറിലും കാണാം. ചിരട്ട കൊണ്ടു നിർമ്മിച്ച ഭംഗിയുള്ള സ്തനങ്ങളുണ്ട്. പുള്ളി കരിങ്കാളിയമ്മയ്ക്കും, പുലിയൂരു കാളിക്കും (രണ്ടും പുലിദൈവങ്ങൾ), മക്കളായ പുലിദൈവങ്ങൾക്ക് ശരീരത്തിൽ മുഴുവൻ ഉന്നം (പഞ്ഞി) പറ്റിക്കാറുണ്ട്. ഏതാനും തെയ്യങ്ങൾക്ക് (ഉദാ:- രക്തചാമുണ്ടി) നഗ്നമേനിയിൽ മുഴുവൻ തുണിചുറ്റിയശേഷം, മാറിൽ വർണ്ണപ്പകിട്ടുള്ള സ്തനങ്ങളടക്കം- വെച്ചുകെട്ടലുകളുപയോഗപ്പെടുത്തിവരുന്നു. പിറകുവശം, മുടിയുടെ (തലയിലല്ലാതെ വെച്ചുകെട്ടുന്ന) ഭാഗം കൊണ്ടു മറഞ്ഞിരിക്കുകയും ചെയ്യും. പല തെയ്യക്കോലങ്ങൾക്കും, ചില പ്രത്യേകതരം താടികളും ഉപയോഗിക്കാറുണ്ട്. ദൈനദിന ജീവിതത്തിൽ, നിയതവും സ്ഥിരവുമായ വസ്ത്രധാരണരീതി, കേരളത്തിൽ നിലവിലില്ലായിരുന്നു. അതിനാലാകണം, കഥകളിയിലെ സ്ത്രീപുരുഷ വേഷങ്ങൾ പലതും, അറേബ്യൻ നാടുകളിൽ നിന്നും കടംകൊണ്ടതാണെന്ന് ഡോ.കെ.കെ.എൻ.കുറുപ്പ് രേഖപ്പെടുത്തിയിട്ടുണ്ട്. തലയിൽ തട്ടമിടുകയോ, മൂടുകയോ ചെയ്യുന്ന രീതി ഇപ്പോൾ സ്വീകരിക്കപ്പെട്ടിരിക്കുന്നതും അങ്ങനെയാകാം.

ചുരുക്കത്തിൽ, കഥകളിയേക്കാൾ, രണ്ടുനൂററാണ്ടിലധികം പഴക്കമുണ്ട് തെയ്യങ്ങൾക്ക്. കഥകളി പരിഷ്കരണവിഷയത്തിൽ, പത്തൊമ്പതാം നൂറ്റാണ്ടിന്റെ ആദ്യ വർഷങ്ങളിൽ, ഏറെ പ്രയത്നിച്ച കോട്ടയത്തു തമ്പുരാൻ, തെയ്യങ്ങളിൽ നിന്നുപലതും കഥകളിയിലേക്കു പകർത്തിയിട്ടുണ്ടാകണം. അദ്ദേഹം തെയ്യത്തിന്റെ നാട്ടുകാരനാ ണല്ലോ. മാത്രമല്ല, കേരളത്തിന്റെ ഇതരദേശങ്ങളിൽ താമസിക്കുന്ന കഥകളികലാകാരന്മാർ, തെയ്യം കല ധാരാളമായി ആസ്വദിച്ചിട്ടുമുണ്ടാകണം. പരസ്പരം കുററപ്പെടുത്തലിന്റെ

കഥ തെയ്യങ്ങൾക്കു ബാധകമായില്ല. അനുഷ്ഠാനപരതയുമായി ബന്ധപ്പെടുത്തി നിർത്തിയതിനാൽ, ജനജീവിതത്തിൽ തെയ്യങ്ങൾക്ക് അതുല്യമായ സ്ഥാനം നേടാനർഹത ലഭിച്ചു.

(മണിക്കിണർ, പയ്യന്നൂർ ശ്രീപൂന്തുരുത്തി മുച്ചിലോട്ട് ഭഗവതി ക്ഷേത്രം സ്മരണികയിൽ പ്രസിദ്ധീകരിച്ചത്, 2006 ഫെബ്രുവരി)

സഹായകഗ്രന്ഥങ്ങൾ:

1. കൃഷ്ണനാട്ട പ്രകാരം
2. ചിറക്കൽ ടി. ബാലകൃഷ്ണൻ നായരുടെ കേര ഭാഷാഗാനങ്ങൾ

ദേശാധിപത്യം വഹിക്കുന്ന ക്ഷേത്രപാലകൻ

സന്ധിസമാസ നിയമങ്ങളെന്തായാലും ഉദിനൂർ എന്ന ഗ്രാമ പ്രദേശത്തെ ഉദയനന്റെ ഊര് എന്നോ, ഉദയസൂര്യന്റെ ഊര് എന്നോ വിശേഷിപ്പിക്കാവുന്നതാണ്. ഉദയനൻ എന്നൊരു നാടുവാഴി ഇവിടെ ഭരിച്ചിരുന്നുവെന്ന് ചരിത്രം. ഗ്രാമമദ്ധ്യത്തിലെ ഉദിനൂർ കോവിലകം പ്രസിദ്ധം. ഭാരതീയപ്രമാണസംഹിതയനുസരിച്ച് ക്ഷേത്രങ്ങൾ രണ്ടുവിധം. ഒന്നാമത്തെതു ഗ്രാമദേവതാ ക്ഷേത്രം. ഗ്രാമദേവത ഭദ്രകാളിയാണ്. നാട്ടിൻപുറങ്ങളുടേയും നഗരങ്ങളുടേയും സുരക്ഷയ് ക്കുവേണ്ടി നാനാഭാഗത്തും കാളീക്ഷേത്രങ്ങൾ നിർമ്മിക്കപ്പെട്ടിരിക്കുന്നു. സ്വതവേ തന്നെ ദേവീക്ഷേത്രങ്ങളാണ് കേരളത്തിലധികവും. കാളി, പാർവ്വതിയുടെ പര്യായ ശബ്ദമാണ്. ശിവൻ, ബ്രഹ്മാവ്, വിഷ്ണു, ഗണപതി എന്നീ ദേവന്മാരെ പ്രത്യേകം പ്രത്യേകം പ്രതിഷ്ഠിച്ചാരാധിക്കുന്ന ക്ഷേത്രങ്ങളാണ് രണ്ടാമത്തെ വിഭാഗത്തിൽപെടുക.

ഇദം ശരീരം കൗന്തേയ!
ക്ഷേത്രമിത്യഭിധീയതെ

(ഭഗവദ്ഗീത 13-ാം അദ്ധ്യായം)

"അല്ലയോ! കുന്തീപുത്രാ, ഈ ശരീരത്തെയാണ് ക്ഷേത്രമെന്നുവിളിക്കുന്നത്" എന്ന ആത്മീയതാസിദ്ധാന്തത്തിലെ ക്ഷേത്രം മനുഷ്യശരീരമാകുന്നു. ശരീരം ക്ഷേത്രമാകുമ്പോൾ, ആ ശ്രീകോവിലിലെ പ്രതിഷ്ഠയാണ് മനസ്സാക്ഷി അഥവാ ഹൃദയം. ഇതു വേദാന്തവിഷയം. പുരുഷനും പ്രകൃതിയും, ശിവനും ശക്തിയും (അർദ്ധനാരീശ്വരൻ) ചേരുന്നതുപോലെ, ഒരേ ക്ഷേത്രത്തിൽ തന്നെ രണ്ടു വിഗ്രഹങ്ങളുണ്ട്. ദേവീദേവന്മാരായി ആരാധനാലയങ്ങൾ തോറും ഒട്ടേറെ പ്രതിഷ്ഠകളും കാണുമെന്നു ചുരുക്കം.

ഉദിനൂരിലുള്ളതു ക്ഷേത്രപാലക ക്ഷേത്രം. വിശ്വാസികൾക്കു

'ക്ഷേത്രപാലൻ തൊണ്ടച്ചൻ' ക്ഷേത്രങ്ങളുടെ അഗ്നികോണിൽ തെക്കുകിഴക്കെ മൂല പ്രതിഷ്ഠിച്ചാരാധിക്കപ്പെടുന്ന ശിവാംശസം ഭൂതനായ ഒരു ദേവനാണ് ക്ഷേത്രപാലകൻ. പ്രസ്തുത വിഗ്ര ഹത്തിന് മൂന്നുകണ്ണും രണ്ട്, നാല്, ആറ്, എട്ട് എന്നിങ്ങനെ നാ ലു രൂപത്തിൽ കൈകളുമുണ്ടാകും. സത്വരജസ്തമോഗുണങ്ങൾ ക്കോരോന്നിനും പ്രാധാന്യമുള്ള വിഭിന്നഭാവങ്ങളാണ് ദർശിക്കു വാൻ കഴിയുക. കൈയിൽ ശൂലമേന്തിക്കൊണ്ടുള്ള നിലയിൽ ക്ഷേത്രപാലകൻ പ്രതിഷ്ഠിക്കപ്പെടണമെന്ന് അഗ്നിപുരാണം അ മ്പത്തിയൊന്നാമദ്ധ്യായത്തിൽ പറയുന്നുവെന്നു പുരാണ നിഘ ണ്ടു. ശബ്ദാർത്ഥമനുസരിച്ച്, ക്ഷേത്രപാലകൻ വയൽ കാക്കുന്ന വനാണ്. അമ്പലം സൂക്ഷിക്കുന്നവനും ശിവന്റെ പുത്രനും, ഭൈ രവന്മാരിലൊരുവനുമൊക്കെയാണെന്ന് വേറെ അർത്ഥകല്പന കൾ.

"ജന്മി"യെന്നും അർത്ഥമുണ്ട്. അതു കൊണ്ടുതന്നെ ഒരോ കോവിലകത്തിനും ധാരാളം ഭൂസ്വത്തുക്കളുണ്ടായിരുന്നു. ഭൈ രവൻ, കുട്ടിച്ചാത്തൻ തുടങ്ങിയവർ മന്ത്രമൂർത്തികളാണ്. ഇവരു ടെ തെയ്യക്കോലങ്ങളുമുണ്ട്. ക്ഷേത്രപാലന്റെ അമ്മയാണ് കാള രാത്രി. രണ്ടുപേർക്കും ഇവിടെ രണ്ടു ശ്രീകോവിൽ. പരശുരാ മൻറെ കാലത്ത് മൂകാസുരന്റെ മകനായി ദമുഖൻ എന്ന ഒരു രാ ക്ഷസേന്ദ്രൻ ഉണ്ടായിരുന്നു. കാളാസുരൻ എന്നു മറ്റൊരു പേര്. അയാൾ കേരളദേശത്തെയാകെ ആക്രമിച്ചു കീഴ്പ്പെടുത്തിയത്രെ. പരശുരാമൻ തന്റെ സകല കഴിവുമുപയോഗിച്ച് അസുരനെ നേ രിട്ടെങ്കിലും പരാജയപ്പെടുകയായിരുന്നു. അദ്ദേഹം കൈലാസ ത്തിൽ ചെന്നു ശിവനോട് സങ്കടമുണർത്തിച്ചു. അപ്പോൾ അ സുരന്റെ പരാക്രമങ്ങൾ കൈലാസത്തിലും ശക്തമായി നടക്കു കയായിരുന്നു. പ്രസ്തുത സന്ദർഭത്തിൽ സംഹാരമൂർത്തിയുടെ കോപം ആളിക്കത്തി. മൂന്നാം തൃക്കണ്ണിൽ നിന്നും "കാളമേഘാഭ പോലെ" കറുത്ത ഒരു സ്ത്രീരൂപം പൊട്ടിപ്പുറപ്പെട്ടു. ആ രൗദ്ര മൂർത്തി കാളാസുരനെ രാത്രിയിൽ നിഗ്രഹിച്ചു. അക്കാരണത്താൽ ശിവാംശസംഭൂതയായ ആ ദേവിക്കു കാളരാത്രി എന്നു പേരു സിദ്ധിച്ചു. അസുരനിഗ്രഹത്തിനുശേഷവും ദേവിയുടെ കോപമ ടങ്ങിയില്ല. ശിവൻ അവളെ ശാന്തയാക്കാൻ ശ്രമിച്ചെങ്കിലും വിജ യിച്ചില്ല. മാത്രമല്ല, അദ്ദേഹം കാമാസക്തനായിത്തീരുകയായിരു ന്നു. തുടർന്ന് രണ്ടുപേരും ആലിംഗനബദ്ധരായി, ആ ബന്ധ ത്തിൽ നിന്നുമാണ് ക്ഷേത്രപാലൻ ജനിച്ചത്. ഇക്കഥയിൽ പൊ രുത്തക്കേടുതോന്നാം. രണ്ടു സ്ത്രീകഥാപാത്രങ്ങൾ തമ്മിൽ മക ളും കാമുകിയുമെന്ന വ്യത്യാസമുണ്ട്. അതിന്റെ ഔചിത്യാനൗ ചിത്യങ്ങൾ നിൽക്കട്ടെ. അങ്ങനെ ക്ഷേത്രപാലനും കാളരാത്രിയും

വന്നുദിച്ച പ്രദേശത്തെയാണ് ഉദയന്നൂർ (ഉദിനൂർ) എന്നു വിളിച്ചു വരുന്നത്. ഇതാണ് പ്രസിദ്ധമായ പുരാവൃത്തം. ഇതോടൊപ്പം, ക്ഷേത്രപാലകനും കാളരാത്രിയും കൊടുങ്ങല്ലൂരിൽനിന്ന് വടക്കോട്ടെഴുന്നള്ളി, 'അള്ളടസ്വരൂപ'ത്തിൽപ്പെട്ട ഉദിനൂർ കോവിലകത്തും കാഞ്ഞങ്ങാട്ടെ മടിയൻ കോവിലകത്തും എത്തിച്ചേർന്നതായും പരക്കെ വിശ്വസിക്കപ്പെടുന്നു.

ക്ഷേത്രപാലന്റേയും കാളരാത്രിയുടേയും കൂടെ, അവരുടെ സംരക്ഷണച്ചുമതലയേറ്റെടുത്തുകൊണ്ട് മടിയൻ കുറുപ്പ്, പള്ളിയത്തു നമ്പ്യാർ എന്നീ പടനായകന്മാരും പുറപ്പെട്ടു. (കുറുപ്പ് - നായന്മാരുടെ ഒരു സ്ഥാനപ്പേര്) ഇവർ പിന്നീടു മടിയൻ നായരച്ഛനെന്നും, പള്ളിയത്തു നായരച്ഛനെന്നും അറിയപ്പെട്ടു. ഉദിനൂർ കോവിലകത്തിന്റെ ഭരണച്ചുമതലയുള്ള 'രണ്ടു മാടമ്പി'മാരാണിവർ. "മാടമ്പിലകമ്പടിമാരേ!" എന്നു രണ്ടു കൂട്ടരെ പൊതുവായും, "മടിയൻ കുറുപ്പിന്റെയും പള്ളിയത്തു നമ്പ്യാരുടേയും അനന്തിരവന്മാരേ" എന്നു പ്രത്യേകം പ്രത്യേകമായും തെയ്യം സംബോധനചെയ്യും. പാട്ടുത്സവം പ്രമാണിച്ച എഴുന്നള്ളിപ്പുവേളകളിൽ, ക്ഷേത്രപാലന്റെയും കാളരാത്രിയുടേയും പള്ളിവാളുകൾ, നായരച്ഛൻ, തിരുനെല്ലി നായരച്ഛൻ ഒരോ കൈയിലായി വഹിക്കും. ഇതിനുള്ള ശക്തി കിട്ടുവാൻ അദ്ദേഹം ഇരുപത്തൊന്നുദിവസം വ്രതമെടുക്കാറുണ്ട്. ബലി വിഗ്രഹങ്ങൾ (ആനപ്പുറത്തോ, തലപ്പുറത്തോ) വഹിച്ചുകൊണ്ടുള്ള എഴുന്നള്ളിപ്പല്ല ഇവിടെ നടക്കുന്നത്.

ഉദിനൂർ കോവിലകത്തെ കളമെഴുത്തു പ്രസിദ്ധമാണ്. ദാരികവധം മുഖ്യവിഷയമായ കഥാഖ്യാനമാണ് (പാട്ട് രൂപത്തിൽ) പ്രധാനം. പള്ളിവാൾ വഹിച്ച തിരുനെല്ലി നായരച്ഛന്റെ ഇരുവശത്തും മടിയൻ നായരച്ഛനും പള്ളിയത്തു നായരച്ഛനും നിലകൊള്ളും. പിന്നാലെ മൂലച്ചേരിനായർ, പറമ്പത്തച്ഛൻ, പുളിനാത്തച്ഛൻ, പേക്കടവത്തച്ഛൻ, കൂവാറത്തച്ഛൻ, തലപ്പണ്ണി നായർ എന്നിങ്ങനെ നാലില്ലത്തച്ഛൻ, കച്ചും ചുരികയും ധരിച്ച് അണിനിരക്കും. ഗുരുക്കൾ വീട്ടുകാരെന്ന ഗുരുക്കന്മാർ ചുരികയും ചൂരലും ധരിച്ച് നിയന്ത്രകന്മാരായി അനുഗമിക്കും. ഏറ്റവുമൊടുവിൽ ഭക്തജനങ്ങളും. ഉദിനൂർ കോവിലകത്തെ ഉത്സവത്തിനുള്ള വിളക്ക്, വെടി, വാദ്യം, വിതാനം എന്നിവയ്ക്കു സവിശേഷമായ പ്രാധാന്യമുണ്ട്. ഇവിടുത്തെ കതിനാവെടിയുടെ ശബ്ദം പതിമൂന്നുകിലോമീറ്റർ വടക്കുള്ള നീലേശ്വരം രാജാവ് കേട്ടിരിക്ക ണം എന്നു ചട്ടമുണ്ട്. നിറ, പുത്തരി തുടങ്ങിയവയ്ക്കുള്ള മുഹൂർത്തം അറിയിക്കുന്നതും വെടി പൊട്ടിച്ചിട്ടാണ്. 'ക്ഷേത്രപാലനീശ്വരന്റെ കൊട്ടാരം പോലെ നിറനിറപൊലിപൊലി' എന്ന് ഇല്ലം

നിറ സമയത്ത് ഒരോ വീട്ടിൽ നിന്നും ആരവമുയരും. ദേശാധിപത്യം വഹിക്കുന്ന സ്ഥാനമാകയാൽ വിവിധപ്രദേശങ്ങളുടേയും ക്ഷേത്രങ്ങളുടേയും നേതൃപദവി കോവിലകത്തിനാണ്. ഇവിടെ നിന്നും ദീപവും തിരിയും കൊണ്ടുവന്നു വേണം കീഴ്ക്ഷേത്രങ്ങളിൽ ഉത്സവാദികളാരംഭിക്കാൻ.

കോവിലകത്തിന്റെ മതിൽക്കെട്ടിനു പുറത്തെ പള്ളിയറയിലാണ് തെയ്യങ്ങളുടെ പ്രതിഷ്ഠകൾ. പാട്ടുത്സവത്തിന്റെ അവസാനത്തിൽ തെയ്യങ്ങൾ കെട്ടിയാടപ്പെടുന്നു. ഏഴാം പാട്ടുദിവസമാണ് ഭക്തജനങ്ങൾ കൂടുതലായി എത്തിച്ചേരുക, എട്ടാംപാട്ടും കളത്തിലരിയും അതുകഴിഞ്ഞാണ് തെയ്യം. പാടാർകുളങ്ങര ഭഗവതിക്കും ഉള്ളിൽത്തന്നെ പ്രത്യേകസ്ഥാനമുണ്ട്. പുതിയപറമ്പൻ തെയ്യം, പരദേവത മൂവർ എന്നിങ്ങനെ വേറെയും കോലങ്ങൾ. രാത്രിയിൽ പന്നിച്ചൂട്ട്. ക്ഷേത്രപാലന് കെട്ടിക്കോലമില്ല. മറ്റു പലേടങ്ങളിലുമതുണ്ട്. വെച്ചു നിവേദ്യമില്ല. പകരം അരി ത്രാവൽ'. ക്ഷേത്രപാലനും മടിയൻ നായരച്ഛനും പോലെ, വീരഭദ്രസ്വാമിയും (വൈരജാതൻ തെയ്യം - സതീദേവിയുടെ അഗ്നിപ്രവേശന വിവരമറിഞ്ഞു രോഷാകുലനായ പരമേശ്വന്റെ മൂന്നാം തൃക്കണ്ണിൽ നിന്നും പൊട്ടിപ്പുറപ്പെട്ട രൗദ്രമൂർത്തി) കമ്പിക്കാനത്തു നായരും തമ്മിൽ അഭേദ്യമായ ബന്ധമുണ്ട്. ചെറുവത്തൂരെടത്തിൽ നിന്ന് കിനാത്തിൽ ശ്രീകൃഷ്ണ ക്ഷേത്രപരിസരത്തിൽ നേരത്തെ പരിജനങ്ങളോടൊപ്പം എത്തിച്ചേർന്ന് വിശ്രമിക്കുന്ന 'മനിയേരിയച്ഛൻ', തെയ്യമ്പാടിയുടെ പാട്ടിന്റെയും വാദ്യമേളത്തിന്റെയും ഒരു പ്രത്യേകഘട്ടത്തിൽ, ദർശനം വന്ന് വാളുമുലച്ച് വടക്കേ നടയിലൂടെ ഓടിക്കൊണ്ടു പ്രവേശിക്കുകയും തിരുനടയിൽ പന്തലിൽ കെട്ടിത്തൂക്കിയിരിക്കുന്ന ചക്ക, ഇടവും വലവും ഒരോ പ്രാവശ്യം വെട്ടുകയും ചെയ്യുന്നു. ചക്ക മുറിഞ്ഞു വീഴാൻ പാടില്ല. വീഴുന്നതു അശുഭലക്ഷണം. ഒരൊറ്റച്ചവിണിയുടെ ബലത്തിലും അതു തൂങ്ങിത്തന്നെ നിൽക്കണം. ഈ 'ചക്ക കൊറുക്കൽ' കോവിലത്തെ പാട്ടുത്സവത്തിന്റെ സവിശേഷമായ ഒരു കാഴ്ചയാണ്. ക്ഷേത്രത്തിന്റെ പടിഞ്ഞാറെ ഗോപുരത്തിൽ 'ചോയിയാറുടെ' ഒരു വിഗ്രഹമുണ്ട്. അവിടെ നിത്യദീപവും പതിവുണ്ട്. പണ്ടേതോ കാലത്ത് ക്ഷേത്രപാലകനുമായി താദാത്മ്യം പ്രാപിച്ച ഒരു യോഗിഗുരുക്കളുടെ സ്മരണയുണർത്തുന്നുണ്ട് ഈ കാഴ്ച. ഇന്നു കോവിലകം നിൽക്കുന്ന സ്ഥലത്ത് പണ്ട്, 'കുരിക്കൾ വീട്ടുകാർ' എന്ന പ്രഭുകുടുംബം താമസിച്ചിരുന്നതായി പറയപ്പെടുന്നു. ഭരണ വിഷയമായി മാടമ്പികൾക്കു പുറമെ കണക്കപ്പിള്ളയ്ക്കും മുഖ്യമായ കടമ നിർവഹിക്കേണ്ടതുണ്ടായിരുന്നു. കണക്കപ്പിള്ള അമ്പലവാസി (നമ്പീശൻ) ആയിരുന്നു. പരേത

നായ ടി. എം. ശ്രീധരൻ നമ്പീശന്റെ പേരു ശ്രദ്ധേയം. ആധുനിക ഭരണസംവിധാനവും ദേവസ്വം ബോർഡും മറ്റും നിലവിൽ വരുന്നതിനുമുമ്പ് സകല കണക്കുകളും സൂക്ഷിച്ചുരുന്നതിനാലാകണം ഈ ഔദ്യോഗികനാമം വന്നുചേർന്നത്.

ഉദിനൂർ കോവിലകത്തു നിന്നും നടക്കാവുവരെ നീണ്ടുകിടക്കുന്ന തിരുനട. ഒരു കിലോമീറ്റർ നീളമുള്ള ഇതു പോലെ മറ്റൊരു നട അടുത്തെവിടെയുമില്ല. പല പ്രത്യേകതകളുമുള്ളതാണ് പ്രസ്തുത നടപ്പാത. ക്ഷേത്രാങ്കണത്തിൽ നിന്നും ഇറങ്ങുന്നത് വയലിലേക്ക്. വയലിൽ നിന്നു കയറുന്നിടത്തു താഴെ കുളവും, മേലെ അരയാൽത്തറയും. വീണ്ടും കിഴക്കോട്ടു പാത നീളുന്നു. ഇടതുവശത്തു ഉദിനൂർ സെൻട്രൽ എ. യു. പി. സ്കൂൾ, പഞ്ചാരമണൽ പരന്നു കിടക്കുന്ന മൈതാനപ്രദേശങ്ങൾ. വർഷകാലത്തു വെള്ളക്കെട്ട്. ഇന്നതൊക്കെ മാറി. താറിട്ട റോഡും ഇരുവശവും കോൺക്രീറ്റുകെട്ടിടങ്ങളും നിരന്നു. കിഴക്കോട്ട് തെക്കുവടക്കായി നീണ്ടുകിടക്കുന്ന തീവണ്ടിപ്പാത, പാതയിലെ ലെവൽ ക്രോസിങ്ങ്. തുടർന്നങ്ങോട്ട് കാപ്പ് (കാപ്പ്= കെട്ടിയപുഴ അതിനിന്നു മീൻ പിടിക്കാൻ അവകാശം-ശബ്ദതാരാവലി) ഇവിടെ നിന്നു മത്സ്യം പിടിച്ച് കൂലോത്തെ തെയ്യം ദിവസം, പുറത്തുള്ള പള്ളിയറയ്ക്കു മുമ്പിൽ കെട്ടിത്തൂക്കുന്നതു ഒരു സവിശേഷതയായിരുന്നു. കാപ്പ് മുമ്പ് തടാകം പോലൊരു ജലാശയമായിരുന്നു. ഇപ്പോൾ വെള്ളം വറ്റി. തെക്കുവശം ചെമ്മീൻ വളർത്തുകേന്ദ്രം. മറുഭാഗത്തു വർഷകാലത്തും വെള്ളം കഷ്ടി. കിഴക്കുള്ള നടക്കാവിൽ ബുധനാഴ്ച തോറും ചന്ത. ആയിരക്കണക്കിനാളുകൾ ഒത്തു ചേർന്നിരിക്കുന്ന ചന്തസ്ഥലം. നടക്കാവിൽ ഏതാനും തണൽ മരങ്ങൾ. കോഴിക്കോടൊരു നടക്കാവുള്ളതിനെ അനുസ്മരിക്കുക. അടുത്തും അകലെയുമുള്ള നാട്ടുമുഖ്യസ്ഥന്മാരൊക്കെ, ഓരോ വൈകുന്നേരവും സമ്മേളിക്കുമായിരുന്ന മൊട്ടുക്കന്റെ ചായപ്പീടിക. തൊട്ടടുത്തു തണ്ണീർപ്പന്തൽ. ഇന്നു ആഴ്ചച്ചന്തയില്ല. മൊട്ടുക്കനില്ല. ആ രീതിയിലുള്ള ചായപ്പീടിക ഇല്ല. പകരം നഗരവൽക്കരണത്തിൻറെ ആരംഭം കുറിച്ചിരിക്കുന്നു. കാലിക്കടവു-നാവൽ അക്കാദമിറോഡും, പയ്യന്നൂർ പടന്ന റോഡും ഇവിടെ സന്ധിക്കുന്നു. ബസ്സുയാത്രക്കാരുടെ തിരക്ക്. വാഹനങ്ങളുടെ ഇരമ്പൽ. ഗതകാല സ്മരണകളയവിറക്കിക്കൊണ്ടു പഴയ തണൽ മരങ്ങൾ ബാക്കിനിൽക്കുന്നുവോ?

കോവിലകത്തിന്റെ തിരുനട അവസാനിക്കുന്നത് ഈ പാതയോരത്ത്. ശ്രീകോവിൽ തെളിഞ്ഞുകത്തുന്ന ദീപം, പടിഞ്ഞാറോട്ടുനോക്കിയാൽ നേരെ കാണുവാൻ പാകത്തിലുള്ള ചെങ്കൽത്തറ. പാട്ടുത്സവത്തിനു പ്രാരംഭമായി, കൊല്ലന്തോറും ഹരിജന

ങ്ങൾ കൊട്ടും കുരവയുമായി കൂട്ടത്തോടെ എത്തിച്ചേർന്ന്, ഇവിടം മുതൽ പടിഞ്ഞാറു അരയാൽത്തറ വരെയുള്ള നടപ്പാത ആചാരപൂർവ്വം വൃത്തിയാക്കുന്ന പതിവുണ്ടായിരുന്നു. നടക്കാവിന്റെ ഈ പരിസരം ഉദയസൂര്യന്റെ നാട്. ക്ഷേത്രചത്വരത്തിൽ നിന്നു കിഴക്കോട്ടു കണ്ണോടിച്ചാൽ അകലെയകലെ ഉദയാചലം കാണപ്പെടുമായിരുന്നു പണ്ട്. സപ്തവർണ്ണങ്ങളുടെ അവാച്യമായ പ്രകാശപ്രചുരിമ പരത്തുന്ന വിശുദ്ധാന്തരീക്ഷം. പ്രകൃതിമനോഹാരിതയുടെ ഈ പ്രവാഹം നടക്കാവിൽ നിന്നു കിഴക്കോട്ടും നീളുമായിരുന്നു. ദൃശ്യചാരുതയുടെ അന്യൂനവും അനന്യസാധാരണവുമായ പ്രസ്തുത അവസ്ഥാവിശേഷത്തിൽ നിന്നാകാം പണ്ടൊരു ഭാവനാശാലി, ഉദിച്ചുവരുന്ന ഊര്, ഉദിനൂര് എന്നു നാമകരണം ചെയ്തത്. കാലം പോയ പോക്കിൽ ഈ ചിത്രം അത്ര തന്നെ വ്യക്തമല്ലെങ്കിലും, പരിതസ്ഥിതിയുടെ അന്നത്തെ പ്രത്യേകത ഇങ്ങനെയൊരു വിശദീകരണത്തിനു വക നൽകുന്നു. ഏതാദൃശങ്ങളായ കാഴ്ചകൾ അത്യപൂർവ്വമാണെന്നു പറയാം.

ശിവന്റെ മടിയിൽ നിന്നുമാണ് ക്ഷേത്രപാലൻ ജനിച്ചത്. അതിനാൽ മടിയൻ ക്ഷേത്രപാലൻ എന്ന പേരുവന്നു. ഇങ്ങനെയൊരു പുരാവൃത്തമുണ്ട്. ഇതിൽ നിന്നും മടിയൻ നായരുടെ ആഗമം. ഉദിനൂർ ക്ഷേത്രപാലകക്ഷേത്രത്തിന്റെ അഥവാ കോവിലകത്തിന്റെ കീഴിൽ വരുന്ന ഒട്ടേറെ ക്ഷേത്രങ്ങളുണ്ട്. ഇവയിൽ പല സമുദായക്കാരുടേതും പെടും. കൂട്ടത്തിൽ മുകയ സമുദായക്കാരുടെ താനങ്ങളിൽ (താനം = സ്ഥാനത്തിന്റെ തദ്ഭവം, ക്ഷേത്രം) അള്ളടസ്വരൂപത്തിൽ ഏറ്റവും തെക്കെ അറ്റത്തു സ്ഥിതിച്ചെയ്യുന്ന ഒരാരാധന കേന്ദ്രമാണ്, തൃക്കരിപ്പൂരിനടുത്ത കൊയോങ്കരയിലെ പയ്യക്കാൽ ക്ഷേത്രം. ഇത്തരമേതു താനങ്ങളുടേയും ചരിത്രം, കേവലം ചില പുരാവൃത്തങ്ങളിലും ഐതിഹ്യങ്ങളിലും ഒതുങ്ങിക്കിടക്കുന്നു. ഇവിടേയും സ്ഥിതിമറിച്ചല്ല. നേരത്തെ സൂചിപ്പിച്ചതിൻ പ്രകാരം കൊടുങ്ങല്ലൂരുനിന്നു വടക്കോട്ട് പുറപ്പെട്ട് ക്ഷേത്രപാലനും കൂട്ടരും ചിറക്കൽ തമ്പുരാന്റെ അധീനതയിലുള്ള വളപട്ടണത്തെത്തിച്ചേർന്നു. വളപട്ടണം കോട്ടയിൽ ആരാധിക്കപ്പെട്ടിരുന്ന ഭഗവതി, അവരോടൊപ്പം ചേർന്ന് ഇങ്ങോട്ടു പോന്നു. വഴിയിൽ വന്നതിനാൽ (വഴിയെ-വയ്യെ- വയ്യക്കാൽ പറയാൻ സൗകര്യത്തിന് പയ്യക്കാൽ എന്നോ മറ്റോ പദനിഷ്പത്തി. 'കാൽ' എന്നവസാനിക്കുന്ന പലസ്ഥലനാമങ്ങളുമുണ്ട്. സ്ഥാനനാമങ്ങളും. ഉദാ:- ചിറ്റാരിക്കൽ, കളരിക്കൽ) പയ്യക്കാൽ ഭഗവതി എന്നു പേരു സിദ്ധിച്ചു. നാലില്ലത്തു നടുവിൽ, അതായതു നാലു പടനായർ തറവാട്ടുകാർക്കിടയിൽ ദേവിക്ക് സ്ഥാനം കല്പിച്ചു കൊടുത്തതിൻ പ്രകാരം ഇന്ന് കാണുന്ന സ്ഥലത്ത് പ്രതിഷ്ഠി

തയായി എന്നാണൊരൈതിഹ്യം.

ഉത്തരേന്ത്യയിൽ നിന്നോ വടക്ക് പടിഞ്ഞാറൻ കടൽത്തീരത്തിൻറെ അത്യുത്തരഭാഗങ്ങളിൽ നിന്നോ 'മരക്കല'ത്തിലേറിയാണ് നമ്മുടെ നാട്ടിൽ ആരാധിക്കപ്പെടുന്ന പലദേവിമാരും എത്തിച്ചേർന്നിട്ടുള്ളത്. കോലസ്വരൂപത്തിങ്കൽത്തായിയും മറ്റും ഈ പ്രസ്താവനയ്ക്കുദാഹരണങ്ങളാണ്. ഇങ്ങനെ ആയിറ്റി (കടലിന്റെയും നദിയുടെയും സാമീപ്യമുള്ള സ്ഥലം)ക്കടുത്തുള്ള ഇടയിലക്കാട്ടിൽ (കാവിൽ) ച്ചെന്നു ഭഗവതി, പയ്യക്കാൽ ഭഗവതിക്കുശേഷം ക്ഷേത്രപാലകന്റെ കല്പനയ്ക്കനുസരിച്ച് "മുമ്പും വമ്പും" സമ്മതിക്കാമെന്നേറ്റ് സ്വീകരിച്ചുകൊണ്ടുവന്നതാണെന്നും, തുടർന്ന് പയ്യക്കാൽ ഭഗവതി മുഖ്യദേവതയായി തീർന്നുവെന്നു മറ്റൊരൈതിഹ്യം പ്രചരിച്ചുവരുന്നു. ഏതായാലും ക്ഷേത്രപാലക ക്ഷേത്രവും പയ്യക്കാൽ ഭഗവതി താനവും തമ്മിൽ അഭേദ്യമായി ബന്ധപ്പെട്ടു നില്ക്കുന്നു. ഇപ്പോൾ പയ്യക്കാൽ ഭഗവതിക്ഷേത്രത്തിലേതടക്കം, സ്ഥലത്തെ പ്രധാനപ്പെട്ട ആരാധനാ കേന്ദ്രങ്ങളിൽ അന്തിത്തിരിയൻ, വെളിച്ചപ്പാടൻ തുടങ്ങിയ ആചാരക്കാരെ അവരോധിക്കാനുള്ള അധികാരി ക്ഷേത്രപാലകൻ തന്നെ.

(തൃക്കരിപ്പൂർ കൊയോങ്കരശ്രീ പയ്യക്കാൽ ഭഗവതിക്ഷേത്ര പുനഃപ്രതിഷ്ഠാ നവീകരണകലശമഹോത്സവം സ്മരണിക, 2003)

കരിവെള്ളൂർ മുച്ചിലോട്ടും ചരിത്രസ്ഥലികളും

അമ്പലം, ക്ഷേത്രം, കാവ്, കോവിലകം, മതിലകം എന്നിവയിലോരോന്നിനും ഓരോ പുരാവൃത്തങ്ങളും ആചാരാനുഷ്ഠാനങ്ങളും പാരമ്പര്യരീത്യാ നിലനിന്നുപോരുന്നു. ഒരേ ക്ഷേത്രത്തെപ്പറ്റിത്തന്നെ ഒന്നിലധികം നാട്ടുപഴമകളും ഐതിഹ്യങ്ങളും പ്രചാരത്തിലുണ്ട്. കരിവെള്ളൂർ മുച്ചിലോട്ടു ഭഗവതിയെ സംബന്ധിച്ചാണെങ്കിൽ ഇങ്ങനെ രണ്ടുമൂന്നു വ്യത്യസ്ത ആഖ്യാനങ്ങൾ കേൾക്കാം. ശിവാംശസംഭവയാണ് ഭഗവതി എന്ന കാര്യത്തിൽ പക്ഷാന്തരമില്ല. അതെങ്ങനെയെന്ന ചോദ്യം സ്വാഭാവികം. കൈലാസവാസിയും പാർവതിസമേതനുമായ സാക്ഷാൽ പരമേശ്വരൻ ദേവലോകബോദ്ധ്യത്തിനും അസുരലോകബോദ്ധ്യത്തിനും മനുഷ്യലോകബോധ്യത്തിനും പലതവണ പല ലീലാവിലാസങ്ങൾ പ്രദർശിപ്പിച്ചു. സതീദേവിയുടെ ദേഹത്യാഗസമയത്തുണ്ടായ രോഷവിസ്മയങ്ങളും അടങ്ങാത്ത എതിർപ്പും കാരണമായി, മൂന്നാം തൃക്കണ്ണു തുറക്കപ്പെട്ടു. ആ കോപാഗ്നിയിൽ നിന്നും വീരഭദ്രനും ഭദ്രകാളിയും പ്രത്യക്ഷപ്പെട്ടു. അവർ യാഗഭൂമിയിലെത്തിച്ചേർന്നു. തുടർന്ന് അവിടെ കാട്ടിക്കൂട്ടിയ വിക്രിയകൾക്കു കൈയും കണക്കുമില്ല. ബ്രഹ്മാവിനും മഹാവിഷ്ണുവിനും അവരെ തടുക്കാനായില്ല. അക്കഥകളൊക്കെ നമുക്കു സുപരിചിതമാണ്. ഇതേ ഭദ്രകാളി തന്നെയാണ് പല രൂപത്തിൽ പല ഭാവത്തിൽ നമ്മുടെ ക്ഷേത്രങ്ങളിൽ പല പേരുകളിൽ അറിയപ്പെടുന്നത്. ദാരികവധം കഥയുമായി ബന്ധപ്പെട്ടവയാണ് അധികം കഥകളും. എത്രയോ വൈവിധ്യപൂർണ്ണങ്ങളും നിറപ്പകിട്ടാർന്നവയുമായ ആടയാഭരണങ്ങളോടും മുഖത്തെഴുത്തോടും കലാപരമായ സർവവിധമേന്മകളോടും കൂടിയ തെയ്യങ്ങൾ- ഭഗവാന്മാരും ഭഗവതിമാരും ഉത്തരകേരളത്തിലുടനീളം ഉറഞ്ഞാടുന്നു. ആഹാര്യം, ആംഗികം, വാചികം, സാത്വികം ഈ ക്രമത്തിൽ നാല്

അഭിനയരൂപങ്ങളും തെയ്യങ്ങൾ അവതരിപ്പിക്കുന്നു. കുഞ്ഞുകുട്ടി പരാധീനങ്ങളെയും തറവാട്ടുപൈതങ്ങളെയും മറ്റും ഗുണം വരുത്തി രക്ഷിക്കുകയും ചെയ്യുന്നു.

ശിവൻ താണ്ഡവപ്രിയനാണ്. പലപ്പോഴും അവ ഭയം ജനിപ്പിക്കുന്നു. എന്നാൽ പിന്നീട് ആ ഭയം അഭയമായും അനുഗ്രഹമായും വർത്തിച്ചു. ഇടയ്ക്ക് കൊട്ടിപാട്ടുപാടുകയും ഉദ്ധതനർത്തനമാടുകയും അദ്ദേഹത്തിന്റെ സ്വഭാവവിശേഷമാണ്. പാർവതി പരമേശ്വരന്മാരുടെ വത്സലപുത്രന്മാരായ ഗണപതിയും സുബ്രഹ്മണ്യനും (ഗജമുഖനും അറുമുഖനും) പാർവതി ഗർഭം ധരിച്ചു പ്രസവിച്ചവരല്ലെന്നു പുരാണങ്ങൾ. ശിവപാർവതിമാർ ഒരിക്കൽ വനാന്തരങ്ങളിൽ സഞ്ചരിച്ചു പുലികളായി ക്രീഡ ചെയ്തുണ്ടായ പുലിമക്കളുടെ ഐതിഹ്യം മറ്റൊരിടത്ത് വിവരിച്ചിട്ടുണ്ട്.

പെരിഞ്ചെല്ലൂരിലെ ബ്രാഹ്മണബാലിക

ഇന്നത്തെ തളിപ്പറമ്പു നഗരത്തിനൽപം കിഴക്കുമാറി, പെരിഞ്ചല്ലൂർ എന്ന ചരിത്രപ്രസിദ്ധമായ പ്രദേശം. പണ്ടു പരശുരാമൻ അറുപത്തിനാലു ഗ്രാമങ്ങൾ കൽപിച്ച്, ക്ഷത്രിയരെ കൊന്നൊടുക്കിയ പാപം തീരാൻ യഥാക്രമം ബ്രാഹ്മണർക്കു നൽകി. അതിലൊരു ഗ്രാമമാണിത്. മാത്രവുമല്ല, കലിവർഷം 2500നുശേഷം പെരിഞ്ചെല്ലൂർ, പയ്യന്നൂർ, പാറ്റൂർ, ചെങ്ങന്നൂർ എന്നിങ്ങനെ നാലു കഴകങ്ങളാക്കി കേരളം വേർതിരിക്കപ്പെട്ടുവെന്നു ശബ്ദതാരാവലി സൂചിപ്പിക്കുന്നു. പെരിഞ്ചെല്ലൂരിൽ ധാരാളം ബ്രാഹ്മണഗൃഹ ങ്ങളുണ്ടായിരുന്നുവെന്നു വ്യക്തം. അവയിലൊന്നാണ് മാണിയാട്ട് (മാണിയോട്ടു) മന. രയരമംഗലത്തുമന എന്നു വിളിച്ചിരുന്നതായും ചിലർ പറയുന്നു. സംസ്കൃതത്തിലും വേദപഠനത്തിലും വൈദിക കർമ്മങ്ങളിലും ഏറെ താൽപര്യമുണ്ടായിരുന്നു ആ കുടുംബക്കാർക്ക്. തിരുവനന്തപുരത്ത് പന്ത്രണ്ടു കൊല്ലത്തിലൊരിക്കൽ നടത്തിവരാറുള്ള മുറജപത്തിലും മറ്റും സംബന്ധിച്ചിരുന്നു. അറിയപ്പെടുന്ന ഇല്ലക്കാരായിരുന്നു. അവർ ഒരു നല്ല ഗുരുകുലവും അവിടെ പ്രവർത്തിച്ചിരുന്നു.

പ്രസ്തുത മനയിൽ അതിസുന്ദരിയായ ഒരു പെൺകുഞ്ഞു ജനിച്ചു. അവൾ അല്ലലില്ലാതെ വളർന്നു. മകളുടെ ബുദ്ധിശക്തിയും വിവേകവും രക്ഷിതാക്കളെ സന്തുഷ്ടമാക്കി. ഗുരുകുലത്തിൽ പ്രവേശിപ്പിക്കപ്പെട്ട ബാലിക എല്ലാ വിഷയത്തിലും മറ്റുള്ളവരേക്കാൾ ഏറെ മുന്നിലായിരുന്നു. ഗുരുനാഥന്റെ -നാട്ടെഴുത്തച്ഛൻ - ചോദ്യങ്ങൾക്കൊക്കെ അവൾ കൃത്യമായി ഉത്തരം പറഞ്ഞു. ബലേ ഭേഷ്, മിടുക്കത്തി. ഗുരുനാഥന്റെ നിരന്തരമായ പ്രോത്സാഹനങ്ങൾ അവൾ നേടി. കൂട്ടുകാരിൽ അസൂയ വളർത്താ

നേ ആ വാക്കുകൾ സഹായിച്ചുള്ളു. എല്ലാ കുട്ടികളുടെ വീട്ടിലും അവളുടെ ഔന്നത്യത്തിൽ നിന്നും ഉടലെടുത്ത അസൂയ ചർച്ചാവിഷയമായി. പിന്നീടു പല ബുദ്ധിമുട്ടുള്ള ചോദ്യങ്ങളും ചോദിപ്പിക്കപ്പെട്ടു. പക്ഷേ സംശയലേശമെന്യേ കൃത്യമായ സംശുദ്ധമായ ഉത്തരങ്ങൾ അവൾ നൽകി. എഴുത്തും വായനയും മാത്രമല്ല, സംസ്കൃതഭാഷയും സാഹിത്യവും മറ്റും പഠിച്ച് പതിമൂന്നാം വയസ്സിൽ ഇരുത്തം വന്ന ഒരു പണ്ഡിതയായി അവൾ മാറി. അവളെ പരാജയപ്പെടുത്താൻ വേണ്ടിയായി കൂട്ടുകാരുടെയും രക്ഷിതാക്കളുടെയും പിന്നത്തെ ശ്രമം.

മുൻകാലഘട്ടങ്ങളിലെ വാക്യാർത്ഥസദസ്സുകളെക്കുറിച്ച് നമുക്കറിയാം. നാട്ടിൽ നിന്നും പരദേശത്തിൽ നിന്നും പണ്ഡിതന്മാർ പങ്കെടുക്കുന്ന പാണ്ഡിത്യപരിശോധനകൾ ഏർപ്പെടുത്തപ്പെട്ടു. പല ചോദ്യങ്ങളും ചോദിച്ച കൂട്ടത്തിൽ ബാലികയോട് പണ്ഡിതന്മാരോടൊത്തു കൂടി രണ്ടു ചോദ്യം ചോദിച്ചു. പറ്റിക്കാൻ വേണ്ടിത്തന്നെ. ഏതൊരു രസമാണേറ്റവും രസം? ഏതൊരു നോവാണേറ്റവും കഠിനം? ഉത്തരത്തിനു ബാലികയ്ക്ക് ഒട്ടും ആലോചിക്കേണ്ടി വന്നില്ല. ആദ്യത്തെ ചോദ്യത്തിനുത്തരം. രസം കാമരസം രസം. -ശൃംഗാരം- ശൃംഗാരോ രസരാജഃ എന്നവൾ പഠിച്ചിരിക്കണം. ഏറ്റവും കഠിനമായ നോവ് ഈറ്റുനോവ്. തനിക്കു ലഭിച്ച വിവരമനുസരിച്ച് അവളുത്തരം പറഞ്ഞതാണ്. അൽപം പോലും കളങ്കമില്ലാതെ. പക്ഷേ, ജാതിക്കോമരങ്ങളും ബ്രാഹ്മണപണ്ഡിതന്മാരും രക്ഷിതാക്കളും ഇളകി. ഇവൾ പിഴച്ചവളാണ്. നേരിട്ടനുഭവിക്കാതെ ഇങ്ങനെ ഉത്തരം പറയാൻ കഴിയില്ല. അതിനാൽ ഇവൾ ദുരാചാരം ചെയ്തവളാണ്. തീർച്ചയായും ഭ്രഷ്ട് കൽപിക്കപ്പെടേണ്ടവൾ. ഇവൾ നാടും വീടും വിട്ടെങ്ങോട്ടെങ്കിലും പോകണം. എവിടെയെങ്കിലും പോയി തുലയട്ടെ. പടിയടച്ചു പിണ്ഡം വെയ്ക്കുക. ഉടയോരെല്ലാവരുടെയും ഉഗ്രശാസനം. പൗരോഹിത്യത്തിന്റെ കല്ലേ പിളർക്കുന്ന കൽപന. അച്ഛനമ്മമാർ പൊട്ടിക്കരഞ്ഞു. മകളെ വിട്ടുതരണമെന്നപേക്ഷിച്ചു. സമ്മതിച്ചില്ലെന്നു മാത്രമല്ല, അവരെ അകത്തു പൂട്ടിയിടുകയും ചെയ്തു. അവർ മകളുടെ രക്ഷയ്ക്ക് വേണ്ടി കൈലാസമൂർത്തിയെ ഉള്ളുരുകി പ്രാർത്ഥിച്ചു. അതീതബാല്യയായ അവളുടെ മനമിളകി നിശ്ശബ്ദയായി ദേവി ദേവന്മാരെ വിളിച്ചു. വേദനാനിർഭരമായ ഹൃദയത്തോടെ ഇല്ലത്തിനു പുറത്തേക്ക്. ആഭരണങ്ങളെല്ലാം അഴിച്ചുവെപ്പിച്ചു. ഉടുതുണിക്കു മറുതുണിയില്ലാതെ അവൾ ഇറക്കിവിടപ്പെട്ടു. ഗുരുകാരണവന്മാരേയും, തളിപ്പറമ്പു ശ്രീ നിലകണ്ഠപ്പെരുമാളെയും, തൃച്ചംബരത്തച്ഛനേയും, തറവാട്ടിലെ ദേവീദേവന്മാരെയും സ്നേഹനിധികളായ അച്ഛനമ്മമാരേയും ആനന്ദ

സന്ദായകമായ ആ പരിസരത്തേയും എന്നെന്നേക്കുമായി ഉപേക്ഷിച്ച് ആ ബ്രാഹ്മണകന്യക പടിയിറങ്ങി.

പിന്മടക്കമില്ലാത്ത യാത്ര

കരഞ്ഞുകലങ്ങിയ കണ്ണുകളും വരണ്ട തൊണ്ടയുമായി ബാലിക വടക്കുപടിഞ്ഞാറു ദിശയിലേക്ക് ഏകയായി നടന്നു. കുപ്പം പുഴയും കാടും വയലും കടന്നു. കത്തിക്കാളുന്ന വെയിൽ. ആരും ഒന്നും ചോദിച്ചില്ല. ആരോടും ഒന്നും പറഞ്ഞില്ല. അഥവാ, അത്തരമൊരു പോക്കിൽ എന്തോ പന്തികേടുണ്ടെന്ന് കാണികൾ കരുതി. അങ്ങനെ നാഴികകൾ താണ്ടി പെരുമ്പപ്പുഴ പിന്നിട്ട് പയ്യന്നൂർ പെരുമാളുടെ തിരുസന്നിധിയിൽ എത്തിച്ചേർന്നു.

"ദേവസേനാപതേ! മഹാദേവസൂനോ! ഞാനൊരു കുറ്റവും ചെയ്തിട്ടില്ല. ഞാൻ പിഴച്ചവളല്ല. ഗുരുമുഖത്തു നിന്നും പഠിച്ചതു പറഞ്ഞു. അതുമാത്രമെന്റെ അപരാധം രക്ഷിക്കണേ ഭഗവാനേ!"

അങ്ങനെ പലതവണ പ്രാർത്ഥിച്ചു. കാർത്തികേയന്റെ മുമ്പിൽ അവൾക്കു സമാധാനം തോന്നിയിരിക്കണം. പക്ഷേ, ആശ്രയമറ്റ നിലയിൽ താനെന്തു ചെയ്യും? നടന്നു, നേരെ വടക്കോട്ട്. കരിവെള്ളൂർ മഹാദേവക്ഷേത്രസന്നിധിയിൽ എത്തി. തിരുനടയിൽ പ്രാർത്ഥിച്ചു. ഒരു മാസം നീണ്ടുനിൽക്കുന്ന ഉത്സവം അവസാനിച്ച നാളായിരുന്നു അന്ന്.

കരിവെള്ളൂരിലെ പ്രസിദ്ധമായ ആരാധനാ കേന്ദ്രം, പടിഞ്ഞാറോട്ടു തിരുനട, അതിനു തൊട്ടുവലതുവശം മുച്ചിലോട്ടേക്കുള്ള കമനീയമായ ഗേറ്റും തിരുനടയും, അടുത്തുതന്നെ കേരളത്തിലെ പ്രസിദ്ധ വിദ്യാലയങ്ങളിലൊന്നായ എ വി സ്മാരക ഗവൺമെൻറ് ഹയർ സെക്കണ്ടറി സ്കൂൾ. സ്ഥലപ്പേർ ഓണക്കുന്ന്. ഇവിടുത്തെ ആഴ്ചച്ചന്ത പണ്ട് പേരുകേട്ടത്. പുരോഗതിയുടെ പാതയിൽ ഇപ്പോൾ ചന്തയില്ല. മുമ്പു അറബിക്കടൽത്തീരത്തു നിന്നും ഉണക്കുമത്സ്യവും ചൂടിയും ചൂടിക്കയറും സമൃദ്ധമായി എത്തിച്ചേരുമായിരുന്നു. എല്ലാ സാധനങ്ങളും അവിടെ കിട്ടും. ഒരാഴ്ച വേണ്ടുന്നത്. ഒന്നിച്ചു വാങ്ങിക്കാം. ഉപ്പുതൊട്ടു കർപ്പൂരം വരെ. അവിടെയും അമ്പലപരിസരത്തും നമ്മുടെ കഥാനായിക ധാരാളം ആളുകളെ കണ്ടുമുട്ടിയിരിക്കണം. പക്ഷേ, ഭ്രഷ്ട് കൽപിക്കപ്പെട്ട ബ്രാഹ്മണബാലികയെ ആരുണ്ട് സഹായിക്കാൻ. അവൾ അമ്പല പരിസരത്തു ചുറ്റിക്കറങ്ങി. ഉത്സവത്തിനു സദ്യയുണ്ടാക്കിയ കുഴിയടുപ്പുകൾ കണ്ടു. കൊല്ലംതോറും തുലാമാസത്തിൽ ചാക്യാർകൂത്ത്, സന്താനലബ്ധിക്കായി മത്തവിലാസം കൂത്ത് പ്രാർത്ഥനയായും ദേവസ്വം വകയായും നടത്തുന്ന ഉത്തരകേരള

ത്തിലെ അത്യപൂർവ്വം മഹാക്ഷേത്രങ്ങളിലൊന്ന്. (2027 വരെ മത്തവിലാസം കൂത്ത് ബുക്കു ചെയ്യപ്പെട്ടിരിക്കുന്നുവെന്നാണ് ഇതെഴുതുന്ന ദിവസം പ്രതത്തിൽ വായിച്ചത്). മാണി മാധവച്ചാക്യാർ അഭിനയത്തിന്റെ കുലപതി ഇവിടെ കൂത്ത് കെട്ടാൻ വരാറുണ്ടായിരുന്നു. അദ്ദേഹത്തിന്റെ കുടുംബക്കാർ തന്നെയാണിപ്പോഴും കലാകാരന്മാർ. വലിയ ചെലവുവരുന്ന ഏർപ്പാടാണ്. എത്തുന്നവർക്കൊക്കെ വിഭവസമൃദ്ധമായ സദ്യ. രാത്രിയിലാണ് കൂത്ത്. വേഷം കെട്ടുന്ന ചാക്യാരും (കപാലിയുടെ വേഷം) മിഴാവുകൊട്ടുന്ന നമ്പ്യാരും, ഇലത്താളം മുഴക്കുന്ന നങ്ങ്യാരും. ഇപ്പോഴും പഴയ രീതിയിൽ നിന്നും വ്യത്യാസം വന്നിട്ടില്ല. മത്തവിലാസമെന്നാൽ മദ്യത്തിന്റെ വിലാസം തന്നെ. അഭിനയമാണെന്ന വ്യത്യാസം. ചാക്യാർ മദോന്മാത്തനായി തെങ്ങിന്മേൽ കയറുന്നതും മറ്റും ഒരു പ്രത്യേക രീതിയിൽ പ്രദർശിപ്പിച്ച് ആളുകളെ രസിപ്പിക്കും. വേഷം കെട്ടി പലതവണ കൂത്തമ്പലത്തിൽ കയറിയിറങ്ങുകമാത്രം ചെയ്യുന്ന വിരുത്തിക്കൂത്ത് (ചെലവു കുറഞ്ഞത്) ഇതിന്റെ മറ്റൊരു ഭാഗമാണ്. ഇത്രയും പറഞ്ഞത് ഇന്നത്തെ നിലയാണ്.

കഥയിലേക്ക് തിരിച്ചു വരാം. ഒരു പക്ഷേ, അന്ന് നമ്മുടെ ബാലികയ്ക്ക് അവിടെനിന്നെന്തെങ്കിലും ഭക്ഷണം ലഭിച്ചിരിക്കാം; മനുഷ്യത്വത്തിന്റെ പേരിൽ. തുടർന്ന് ഏറെ നേരത്തെ പ്രാർത്ഥനയ്ക്കുശേഷം, ഇങ്ങനെയൊരു അരുളപ്പാടുണ്ടായതായി അവൾക്കു തോന്നി

"നീ ഇതേ രീതിയിൽ ഇവിടെ നിന്നും രയരമംഗലത്തേക്കു പോകുക. അവിടെ സങ്കടം പറയുക. പരിഹാരമുണ്ടാകും. ഇവിടെ മഹാദേവനാണങ്കിൽ അവിടെ മഹാദേവിയാണെന്ന സാംഗത്യവും ഉണ്ട്."

കരിവെള്ളൂരിൽ നിന്നും രണ്ടുനാഴിക വടക്കുപടിഞ്ഞാറോട്ടു സ്ഥിതി ചെയ്യുന്ന പിലിക്കോട്ടു ഗ്രാമത്തിലെ പ്രാദേശികാധിപത്യം വഹിക്കുന്ന രയരമംഗലത്ത് ഭഗവതി ക്ഷേത്രത്തിന്റെ മുഖം വടക്കോട്ട് മംഗലാപുരത്തുള്ള മംഗളാദേവിയുടെ ആസ്ഥാനത്തേക്കു നോട്ടമിട്ടാണ് ഭഗവതിയുടെ പ്രതിഷ്ഠ. "എന്റെ നായനാറു രയരമംഗലത്തു ഭഗവതി" എന്നാണ് പല തെയ്യങ്ങളും വിശേഷിപ്പിക്കുക. കൃഷ്ണദേവരായരുടെ ആരാധനാമൂർത്തിയായിരുന്നുവത്രേ ദേവി. കരിവെള്ളൂരിൽ നിന്നു രയരമംഗലത്തെത്തുന്നതിനു മുമ്പ് കാലിക്കടവു കവല, പടിഞ്ഞാറു കരക്കക്കാവ്, ആരംഭകാലത്തു കാട്ടൂർ നായരുടെ കരയുണ്ടായിരുന്ന സ്ഥലം, കുരക്കയിൽ ഭഗവതി, തായിപ്പരദേവതയുടെ പ്രാദേശിക നാമം, കാവിനു വടക്കു ചെറിയ മൈതാനം, മൈതാനത്തിനു തൊട്ടുരുമ്മി

വടക്കുഭാഗം കിഴക്കുപടിഞ്ഞാറായി കരിയാക്കരക്കുന്ന്. ഇന്നു കുന്നില്ല. അതിടിച്ചു നിരപ്പാക്കി. അവിടെ ഇന്നത്തെ സി.കെ.എൻ.എം.ജി.എച്ച്.എസ്.എസ്. (സി.കൃഷ്ണൻ നായർ മെമ്മോറിയൽ ഗവ: ഹയർ സെക്കണ്ടറി സ്കൂൾ.) സസ്യനിബിഡവും സുന്ദരവുമായിരുന്നു പണ്ടത്തെ ഈ കുന്നിൻ പ്രദേശം. പിന്നീടതു മാരിമാറ്റുന്ന കുന്നായി. മന്ത്രവാദികൾ തങ്ങളുടെ ക്രിയകൾ കഴിഞ്ഞശേഷം ബാക്കിയാകുന്നവ ഉപേക്ഷിക്കുന്ന ഒരു പ്രത്യേക പൊതു ഇടം, കരിയാത്തകര. അവിടെ പല ചരിത്രസംഭവങ്ങളും നടന്നതായി നാമിനി മനസ്സിലാക്കും. അൽപം പടിഞ്ഞാറോട്ടുമാറി വറക്കോട്ടു വയൽ, വയൽ പിന്നിട്ടാൽ 1906ൽ പൂർത്തിയായ തീവണ്ടിപ്പാത, മദിരാശിയിൽ നിന്നു മംഗലാപുരത്തേക്ക്. പാതയുടെ ഇരുവശത്തും ചെറിയ കുന്നുകൾ. ഏതാനും വർഷം മുമ്പു അവിടെ റെയിൽവെ മേൽപാലം വന്നു. ഇന്നു യാത്ര സുഗമം, മുമ്പു റെയിൽ മുറിച്ചു കടന്ന് അപ്പുറമെത്തിയാൽ പ്രസിദ്ധമായ ക്ഷേത്രത്തിലേക്കെത്തും.

കഥയിലെ ബാലിക അന്ന് അമ്പലത്തിന്റെ വടക്കൻ വാതിൽ പരിസരത്തിലെത്തി. അവിടെ തൊഴുതു പ്രാർത്ഥിച്ചു. താനുദ്ദേശിച്ചപോലെ തനിക്കാശ്രീഭൂതമാകുന്ന യാതൊന്നും അവിടെയും ദർശിക്കുവാൻ കഴിഞ്ഞില്ല. നിർദ്ദേശിക്കപ്പെട്ട സ്ഥലത്തെത്തിയിട്ടും വ്യർത്ഥതയോ? കരിവെള്ളൂരപ്പന്റെ വാക്കുകളോർത്തു. പക്ഷേ, നിരാശ മാത്രം ഫലം. അൽപം പിറകോട്ടു നടന്നു. ആത്മാർത്ഥതയുടേയും സത്യസന്ധതയുടേയും നിറകുടമായിരുന്ന ആ ബാലികയുടെ മനസ്സു മടുത്തു. ആർക്കും വേണ്ടാത്തവൾക്കു ഇനി ഈ ഭൂമി വിടുകയേ കരണീയമായിട്ടുള്ളൂ. രയരമംഗലഭഗവതിയടക്കമുള്ള എല്ലാ ദേവിദേവന്മാരെയും അന്തിമമായി ഒന്നു കൂടി സ്മരിച്ചു. അവൾക്കു സങ്കടവും പരിഭ്രമവും തോന്നി, അടുപ്പമല്ല, അകൽച്ച. പൂർവ്വജന്മാർജ്ജിതകർമ്മഫലം. അഥവാ പൂർവ്വോദ്ദിഷ്ടമായ കാര്യം നടക്കണമെങ്കിൽ അങ്ങനെ സംഭവിക്കണം. തനിക്ക് താൻ തന്നെ തീർത്ത ചിതയ്ക്കു തീകൊളുത്തി. ഇത് ഇന്നത്തെ കാലിക്കടവ് മിനി എസ്റ്റേറ്റു മൈതാനത്തിന്റെ കിഴക്കെ അറ്റത്തായിരുന്നുവെന്നതിനു അവിടെ തെളിവുകളുണ്ട്. തെങ്ങുചെത്തു കുലത്തൊഴിലായ ഒരു നാട്ടുകാരൻ കള്ളുമായി ആ വഴിയേ വന്നു. (കൊട്ടത്തേങ്ങ എന്നും അഭിപ്രായം.) അതു തീയിലൊഴിക്കാൻ (ഇട്ടുപോരുവാൻ) അവളഭ്യർത്ഥിച്ചു. കേട്ടപാടെ അയാൾ നിഷേധിച്ചു. തുടർന്ന് മുത്തികയിൽ വെളിച്ചെണ്ണയുമായി, കരിവെള്ളൂരിലെ ചക്കാലനായർ (വാണിയൻ) ആ വഴിയേ എത്തി. അതു മുച്ചിലോടൻ പടനായരായിരുന്നു. അന്നു കോലസ്വരൂപത്തിൻ കീഴിൽ മുന്നൂറായിരത്തി അമ്പതിനായിരം

നായർ പടയാളികളുണ്ടായിരുന്നുവെന്ന് അള്ളടസ്വരൂപാചാരത്തിലും, അതനുസരിച്ചുള്ള ചിറക്കൽ ടി ബാലകൃഷ്ണൻ നായരുടെ പ്രബന്ധങ്ങളിലും വായിക്കാം. അത്രയുമധികം സംഖ്യ (മൂന്നരലക്ഷം) യുള്ളതിനാൽ പടത്തലവൻമാരുടെ കൂട്ടത്തിൽ ഇക്കൂട്ടരും ഉൾപ്പെട്ടിരിക്കാം. അയാൾ അത്ഭുതത്തോടെ സംഭവം നോക്കിനിന്നു. ചിതയിൽ എണ്ണയൊഴിക്കാൻ അഭ്യർത്ഥിച്ചു. (എണ്ണയാട്ടി വിൽപന നടത്തൽ കുലത്തൊഴിലാക്കിയ സമുദായങ്ങൾ തമിഴ്നാട്, ഗുജറാത്ത് തുടങ്ങിയ അന്യദേശങ്ങളിൽ നിന്ന്, ശിവാംശസംഭവയായ തങ്ങളുടെ ആരാധനാ മൂർത്തിയോടൊപ്പം കേരളത്തിലെത്തിച്ചേർന്നിരുന്നു എന്ന ഐതിഹ്യവും ശ്രദ്ധേയം). മറ്റൊരു വഴിക്കാണ് അയാളുടെ ചിന്ത പോയത്. താനെണ്ണയൊഴിച്ചില്ലെങ്കിലും നടക്കേണ്ടതു നടക്കും. അത്രയ്ക്കുറച്ച നിലയിലായിരുന്നു ആ ആവശ്യം. ഒട്ടും അമാന്തിച്ചില്ല. എണ്ണ മുഴുവൻ ചിതയിൽ പകർന്നു. തീജ്ജ്വാലകളുയർന്നു. കൂപ്പു കൈകളോടെ ആ ബാലികാരത്നം അഗ്നികുണ്ഡത്തിൽ വീണെരിഞ്ഞമർന്നു. അന്തരീക്ഷമിരുണ്ടു. ഇടിമുഴങ്ങി. കൊടുങ്കാറ്റടിച്ചു. കാര്യങ്ങളറിയാമായിരുന്നിട്ടും കൈലാസവാസിയായ ശിവൻ ഞെട്ടിത്തെറിച്ചു. ദേവീദേവന്മാർ, പ്രത്യേകിച്ചു രയരമംഗലത്തുഭഗവതി പിഭ്രമിച്ചു. (സ്വഭവനത്തിൽ നിന്നും സ്വന്തം നാട്ടിൽ നിന്നും സ്വഭാവദോഷാരോപത്താൽ പുറത്താക്കപ്പെട്ട ബ്രാഹ്മണകന്യകയെ ദുർബുദ്ധികളും യാഥാസ്ഥിതികരുമായ നാട്ടുകാർ കരിയാക്കര തീർത്ത അഗ്നികുണ്ഡത്തിൽ കൊണ്ടു ചെന്നു ചുട്ടുകരിക്കുകയായിരുന്നു എന്നും ടി.എസ്. തിരുമുമ്പിന്റെ കവിതയിൽ വായിക്കാം.) വിദ്യാഭ്യാസം മുറയ്ക്കു നിർവ്വഹിക്കപ്പെട്ടതിന്റെ പേരിൽ മാത്രം നടക്കേണ്ടാത്തതു നടന്നു. എരിഞ്ഞുയരുന്ന ആ ആത്മാവിനെ അപ്പോൾ വേണ്ടപ്പെട്ടവർ അനുഗമിച്ചിരിക്കണം. അതിൻ വണ്ണം കൈലാസനാഥൻ പന്ത്രണ്ടുചുറ്റി നടനം ചെയ്തു. ഏഴു ദിക്കുകളിലും അദ്ദേഹം കണ്ണോടിച്ചു. ദക്ഷിണദിക്കിൽ നിന്നും അഗ്നികുണ്ഡമെരിയുന്നതു കണ്ടു. തന്റെ വെള്ളിപട്ടക ഹോമകുണ്ഡത്തിലേക്കെറിഞ്ഞു. അപ്പോൾ കണ്ണു കറുത്തു മുഖം തെളിയെ കനലെരിഞ്ഞെടത്തു നൃത്തമാടി മകൾ ഭൂവനിമാതാവ് അച്ഛന്റെ മുമ്പിൽ തൊഴുതു വണങ്ങി ചോദിച്ചു.

"എന്തിനെന്നെ തോറ്റിച്ചമച്ചു?"

അച്ഛൻ പറഞ്ഞു.

"ഉത്തരം ഞാനരുളിച്ചെയ്യാം. നീ പോയിട്ടിടലോകത്തിൽ (ഭൂമിയിൽ) എത്തിച്ചേരണം. അവിടെ മനുഷ്യർക്കനുഭവപ്പെടുന്ന വസൂരി വിഷൂചികാദിരോഗങ്ങൾ മാറ്റിക്കൊടുക്കണം. എന്നും അവർക്കാശ്വാസമായി വർത്തിക്കണം. തേരിതാ വന്നിരിക്കുന്നു.

സുഖമായി യാത്ര ചെയ്തോളൂ. പെരിഞ്ചെല്ലൂരമ്പലപരിസരത്തിൽ തേരിറങ്ങിക്കൊള്ളുക. എല്ലാവിധ ആശംസകളും"

ഉച്ചപുരാവൃത്തത്തിൻറെ പശ്ചാത്തലം ഇത്രയും കൊണ്ടവസാനിക്കുന്നു.

ആദിമുച്ചിലോട്ടുണ്ടാകുന്നു

മുച്ചിലോടൻ പടനായർ വീട്ടിൽ തിരിച്ചെത്തി തുത്തിക യഥാസ്ഥാനത്തു വെച്ചു. അദ്ദേഹമെത്തുമ്പോഴേക്കും അവിടെ പല അത്ഭുതങ്ങളും നടന്നിരിക്കുന്നു. പടനായരുടെ ഭാര്യ കിണറ്റിൽ നിന്നും വെള്ളം കോരിക്കൊണ്ടിരുന്നപ്പോൾ അതുവരെയില്ലാതിരുന്നൊരാരവവും വിശേഷവും അനുഭവപ്പെട്ടു. കിണറ്റിൽ നിന്നും തരിവളകളുടെയും കാൽച്ചിലമ്പുകളുടെയും കർണ്ണാനന്ദകരമായ നാദം കേൾക്കുന്നു. എല്ലാവരും കൂടി കുത്തുവിളക്കുമായി പരിശോധിച്ചപ്പോഴാകട്ടെ, യാതൊന്നും കേൾക്കാതെ, കാണാതെ, തിരിച്ചു വരേണ്ടിയും വന്നു. ബ്രാഹ്മണകന്യകയുടെ യാത്രാവേളയിൽ ആ വീട്ടിൽ ചെന്നിരുന്നുവെന്നും കിണറ്റിലിറങ്ങി ദാഹജലം കുടിച്ചിരുന്നുവെന്നും കുറെനേരം അവിടെ വിശ്രമിച്ചിട്ടാണ് യാത്ര തുടർന്നതെന്നും ഇതൊരു മുച്ചിലോടൻ പടനായരുടെ വീടാണെങ്കിൽ ഞാനൊരു മുച്ചിലോട്ടുദേവകന്യയാണെന്നരുളിച്ചെയ്യുകയുണ്ടായെന്നും വിശ്വസിക്കപ്പെടുന്നു. അവിടുന്നിങ്ങോട്ടു പ്രസ്തുത കിണർ മണിക്കിണറായി അറിയപ്പെട്ടു. അതിൽ എപ്പോഴും വറ്റിപ്പോകാത്ത തെളിനീർ സുലഭം.

സാധാരണയായി ക്ഷേത്രങ്ങളിലും തറവാടുകളിലും വീടുകളിലും ഈശാനകോണിൽ മീനം രാശിവടക്കുകിഴക്കെ മൂലയിലാണ് കിണറിന്റെ സ്ഥാനം. എന്നാൽ ഇവിടുത്തെ കിണർ, നിരൃതി കോണിൽ (കന്നിരാശി) തെക്കു പടിഞ്ഞാറെ മൂലയിൽ കാണുന്നു. ക്ഷേത്രത്തിലെ കൈലാസക്കല്ലും അവിടെത്തന്നെ. അതെല്ലായിടത്തുമൊരുപോലെ. വീട്ടുമുറ്റത്തെ ഈയക്കരിമ്പനയിലും പൂവോം മരത്തിലുമൊക്കെ ദേവി മറഞ്ഞു നിന്നു ചൈതന്യവിശേഷം പ്രദർശിപ്പിച്ചിരുന്നത് എല്ലാവരുടേയും ശ്രദ്ധയിൽ പെട്ടിരുന്നു. പിറ്റേ ദിവസത്തേക്കു കരിമ്പന ഉണങ്ങിക്കണ്ടു. അതൊരു ദു:ശ്ശകുനമാണെന്നു കണ്ട് മുറിച്ചു കളയാൻ തീർച്ചപ്പെടുത്തി. വിശ്വകർമ്മാവിനെ വരുത്തി. അയാൾ വരേണ്ടെന്നും പടനായർ തന്നെ മുറിച്ചാൽ മതിയെന്നും അരുളപ്പാടുണ്ടാവുകയാൽ അപ്രകാരം ചെയ്യുകയും ആ പന കൊണ്ടു പന്ത്രണ്ടു വില്ലുണ്ടാക്കുകയും, അതിലൊന്നെടുത്തു കുലച്ചപ്പോൾ ഭഗവതീരൂപം മുമ്പിൽ കൺകുളുർക്കെ ദർശിക്കാൻ കഴിഞ്ഞുവെന്നുമാണ് മറ്റൊരു വിശ്വാസം. പൂവോം മരം ഉണങ്ങിയും തളിർത്തും എല്ലാ

വരേയും വിസ്മയിപ്പിക്കുമാറ് നൂറ്റാണ്ടുകളായി അവിടെ സ്ഥിതി ചെയ്യുന്നു. തുത്തിക കൊണ്ടുവെച്ച പ്രത്യേക സ്ഥലം ഇന്നും ശ്രദ്ധയോടെ പരിപാലിച്ചുപോരുന്നു. കാരണം, ആ തുത്തികയി ലൂടെയാണത്രേ ദേവി കരിവെള്ളൂരിലെത്തിയത്.

പുതിയ സംഭവവികാസങ്ങളുടെ വെളിച്ചത്തിലും നാട്ടുനടപ്പ നുസരിച്ചും പ്രാശ്നികനെ വരുത്തി പ്രശ്നവിചാരം ചെയ്തു.

പ്രാശ്നികൻ പറഞ്ഞു: "ഇപ്പോൾ കണ്ടതും സംഭവിച്ചതുമൊ ക്കെ ഇവിടെ ഭൂവനിമാതാവിൻറെ തിരുസന്നിധാനമുണ്ടായിരി ക്കുന്നതിൻറെ പരിണിതഫലമാണ്. അടിയന്തിരമായും ക്ഷേത്ര നിർമ്മാണാദികൾ നടത്തി മുച്ചിലോട്ടു ഭഗവതിയെ പ്രതിഷ്ഠി ച്ചുപോരേണ്ടതും ആചാരവിധികളും അനുഷ്ഠാനരീതികളും യഥോചിതം നിർവ്വഹിച്ചുകൊള്ളേണ്ടതുമാണ്."

ഇങ്ങനെ തീരുമാനമുണ്ടായതിന്റെ പേരിൽ ക്ഷേത്രം നിർ മ്മിക്കുവാനുള്ള സ്ഥലം അന്നത്തെ ഒരു ഭൂവുടമയും പിന്നീട് ഒന്നാം കോയ്മയുമായ പനക്കാച്ചേരി നമ്പി പരിപൂർണ്ണ അധി കാരാവകാശങ്ങളോടെ മുച്ചിലോട്ടിന് വിട്ടുനൽകി. ഇവിടെ മറ്റൊ രേടത്തുമില്ലാത്ത വിധത്തിൽ പതിനൊന്നു കോയ്മമാർ ഉണ്ടെ ന്നു മനസ്സിലാക്കുന്നു. അങ്ങനെ ബഹുമാനപ്പെട്ട കാളകാട്ടുത ന്ത്രീശ്വരന്റെ കാർമ്മികത്വത്തിൽ ഇന്നു കാണുന്ന കരിവെള്ളൂർ മുച്ചിലോട്ടു ഭഗവതിക്ഷേത്രം, ജനസമൂഹത്തിന്റെ പ്രത്യേകിച്ചു വാണിയസമുദായത്തിന്റെ ഭക്തിശ്രദ്ധാവിശ്വാസങ്ങളുടെ പ്രതീ കമായി പ്രതിഷ്ഠാപിതമായി. മുച്ചിലോടൻ പടനായരുടെ കുടും ബത്തെ പൂവത്തിങ്കൽ കുടംബക്കാർ എന്നും പറയപ്പെടുന്നു. മണി ക്കിണറിന്റെ സ്ഥാനം നോക്കുമ്പോൾ ക്ഷേത്രം പിൽക്കാലത്ത് നിലവിൽ വന്നതാണെന്നു (കിണർ മാറ്റിയിട്ടില്ല) വിശ്വസിക്കണം. ആയുർവേദമരുന്നായ മൂവില സമൃദ്ധമായി വളരുന്ന ദിക്കായിരു ന്നു ഇവിടം. അതു മൂവിലക്കോടും മുച്ചിലോട്ടും ആയി, ദിവ്യ സങ്കേതമായി മാറിയെന്നു പണ്ഡിതമതം.

(പെരിഞ്ചെല്ലൂരെ ബാലിക ദേഹത്യാഗം ചെയ്തതു കരിവെ ള്ളൂർ ശിവക്ഷേത്രത്തിൽ ഉത്സവസദ്യക്കുവേണ്ടി നിർമ്മിച്ച കുഴി യടുപ്പുകളിലൊന്നിലാണെന്നു പ്രബലമായ ഒരഭിപ്രായമുണ്ട്. സ്ഥി തിഗതികളുടെ കിടപ്പും ചില പ്രത്യേകതകളും നിരീക്ഷിക്കു മ്പോൾ ആ അഭിപ്രായത്തിന് തെളിവുകളെത്രയുണ്ടായാലും വലിയ സാംഗത്യമില്ലെന്നാണ് ഈ ലേഖകന്റെ അഭിപ്രായം. കരി വെള്ളൂർ അമ്പലപരിസരത്തിലെ കുഴിയടുപ്പിൽ കനൽക്കൂട്ടം കണ്ടപ്പോൾ ഭഗവതി അതിലിറങ്ങി നൃത്തമാടിയിരുന്നതായി പ്രൊ ഫസർ അപ്പുക്കുട്ടൻ, സൂചിപ്പിക്കുന്നതു ഇത്തരുണത്തിൽ ഓർ ക്കാം. കളിയാട്ടാവസരങ്ങളിലെ വാല്യക്കാരുടെ തീച്ചാട്ടവും മ

റ്റും ഇതിൻറെ പശ്ചാത്തലത്തിലാണെന്നു വരാം.) ഡോ: എം.വി. വിഷ്ണു നമ്പൂതിരി തൻറെ ഫോക് ലോർ നിഘണ്ഡുവിൽ ഇങ്ങനെ എഴുതുന്നു:

"സമുദായത്തിൽ നിന്നു പുറന്തള്ളപ്പെട്ട് അലഞ്ഞുതിരിഞ്ഞ് ഒടുവിൽ കരിവെള്ളൂർ ശിവക്ഷേത്രത്തിലും രയരമംഗലത്തു ക്ഷേത്രത്തിലും ഒന്നു പ്രാർത്ഥിച്ച് സ്വയമൊരുക്കിയ അഗ്നികുണ്ഡത്തിൽ ചാടി ആത്മത്യാഗം ചെയ്തുവെന്നുമാണ് ഈ ദേവതയെക്കുറിച്ചുള്ള നാട്ടുപഴമ. ഇങ്ങനെ തന്നെയാണ് ഭൂരിപക്ഷ ആളുകളും വിശ്വസിക്കുന്നതെന്നും തോന്നിയിട്ടുണ്ട്."

രയരമംഗലസന്ദർശനവും സ്ഥാനലബ്ധിയും

പെരിഞ്ചെല്ലൂർ ബാലിക മുച്ചിലോട്ട് ഭഗവതിയായി, നിത്യകന്യകയായി പ്രതിഷ്ഠിക്കപ്പെട്ട ശേഷം, പുതിയ രൂപഭാവങ്ങളോടെ രയരമംഗലം സന്ദർശിക്കുകയുണ്ടായി. മണിച്ചിലങ്കയും കാൽച്ചിലമ്പുമണിഞ്ഞ് മണിമുറവും ആറുദീപക്കാലും കൈയ്യിലേന്തിയായിരുന്നു ആ യാത്ര. കുനിഞ്ഞും നിവർന്നും തമ്പുരാട്ടി അവിടെ നൃത്തമാടി, ചില പ്രത്യേക ഭഗവതിമാരുടെ മണങ്ങിയാട്ടം പ്രസിദ്ധം. ദ്വിതീയജന്മം പൂണ്ടു തന്റെ മുമ്പിലെത്തിയ ഭഗവതിയോട് രയരമംഗലത്തമ്മ ചോദിച്ചു.

"എന്തിനാലേ കൈയെടുത്തു പരദേവത മുച്ചിലോട്ടു ഭഗവതി നീ കൈലാസത്തിന്നിങ്ങോട്ട്?"

മറുപടി:

"ഞാനുലകീഞ്ഞ ശേഷം ഉറച്ചൊരു നായനാരുടെ വെരടും വിശ്വാസവും വേണമെന്നിറ്റു കൈയെടുത്തു."

വീണ്ടും ചോദ്യം:

"ജനങ്ങളെ രക്ഷിക്കാനോ പരീക്ഷിക്കാനോ?"

മറുപടി

"രക്ഷിക്കാൻ."

"എങ്കിലോ എന്റെ രയരമംഗലത്തെ അരിക്കും തിരിക്കും തിരുവാഴ പഴുത്ത കുലക്കും മട്ടളായി ഊട്ടിനും തെക്കുവടക്കു വഴി പോകുന്ന പാണ്ടിപ്പരദേശികളെ ഊട്ടി ഉറക്കിപ്പോരേണ്ടതിലേക്കു കൈയെടുത്തു" എന്നരുളി ചെയ്തു.

ഈ സംഭവത്തോടെ അവരുടെ ബന്ധം സുദൃഢമായി. മാത്രമല്ല തന്റെ എല്ലാ കാര്യവും നോക്കി നടത്താനുള്ള അധികാരിയായി (സചിവോത്തമ) മുച്ചിലോട്ടു ഭഗവതിയെ നിശ്ചയിക്കുകയായിരുന്നു. പിന്നീട്, അപ്പോൾ മുതൽ കരിവെള്ളൂർ മുച്ചിലോട്ടിൽ നിന്നു രയരമംഗലത്തേക്കു നിയതമായ ഒരു സഞ്ചാരപഥം തെരഞ്ഞെടുക്കപ്പെട്ടു. മുച്ചിലോട്ടു ഭഗവതിക്ഷേത്രത്തിൽ മ

റ്റു സ്ഥാനികന്മാരുടെ കൂട്ടത്തിൽ നാലുകോമരങ്ങളും ആചാരപ്പെട്ടു. മുച്ചിലോട്ടുഭഗവതി, കണ്ണങ്ങാട്ടുഭഗവതി, പുലിയാറുകാളി, പുലിയൂർ കണ്ണൻ ഇങ്ങനെ എല്ലാ മുച്ചിലോട്ടും ഒരുപോലെ. ഇതിനു സമാനമായി കണ്ണങ്ങാടുകളുണ്ടായി. ആദ്യത്തേതു വാണിയരുടേതെങ്കിൽ രണ്ടാമത്തേതു മണിയാണിമാരുടെ (യാദവന്മാർ എന്നും). ഇതിൽ കണ്ണങ്ങാട്ടുഭഗവതി (കണ്ണൻ കാട്ടിയ ഭഗവതി) എല്ലാ മുച്ചിലോടുകളിലേക്കും വന്നു. പക്ഷേ, മുച്ചിലോട്ടു ഭഗവതി അങ്ങോട്ടു പോയില്ല. ചില മുൻപിൻ സ്ഥാനക്രമമനുസരിച്ചാണ് അങ്ങനെയൊരു വിഭജനം വന്നുചേർന്നത്.

തീക്കുഴിച്ചാലും കരിയാക്കരയും

കുന്നമംഗലത്തു മന്നൻ, അഥവാ കുന്നമംഗലത്തടിയോടിയായിരുന്നു പിലിക്കോടു പ്രദേശത്തെ പ്രധാനവ്യക്തിയും രയരമംഗലത്ത കൈകാര്യകർത്താവും. താക്കോലും പണവും കണക്കുമൊക്കെ മൂപ്പരുടെ അധീനതയിൽ. മുച്ചിലോട്ടു ഭഗവതിയുടെ ആഗമനത്തോടെ മന്നൻ തൽസ്ഥാനത്തു നിന്നും നീക്കം ചെയ്യപ്പെട്ടു. പുതിയ സംഭവ വികാസങ്ങളിലും ഭഗവതിയുടെ അത്ഭുതപ്രവർത്തനങ്ങളിലും തന്റെ സ്ഥാനചലനത്തിലും അസൂയ തോന്നിയ മന്നൻ പല കെണികളും ഒരുക്കി. ഒരിക്കൽ മുച്ചിലോട്ടുഭഗവതി (കോമരം) രയരമംഗലത്തേക്കെഴുന്നള്ളുകയായിരുന്നപ്പോൾ, ദേവിയുടെ കഴിവു പരിശോധിക്കാനെന്നവണ്ണം താൻ താമസിക്കുന്ന സ്ഥലം മുതൽ ക്ഷേത്രം വരെയുള്ള വഴിയിലുടനീളം കുഴിയുണ്ടാക്കി അതിൽ വിറകുപാകി അഗ്നി ജ്വലിപ്പിച്ചു. തീക്കനലുകളുടെ ഒരു ചാൽ രൂപപ്പെട്ടു. ആ വഴിയിലൂടെ നടന്നു പോയ്ക്കൊള്ളാൻ മന്നൻ കൽപിച്ചു. തിരുവായ്ക്കെതിർവായില്ല. അന്നു കോമരത്തിന്റെ കൂടെ എഴുന്നള്ളത്തിന്റെ ചട്ടവട്ടങ്ങളോടൊപ്പം മാറ്റും കൊണ്ട് (മാറ്റാനുള്ള അലക്കുവസ്ത്രം) വണ്ണാത്തൻ കുറുപ്പും അനുഗമിക്കാറുണ്ടായിരുന്നു. യാതൊരു കാരണവശാലും മാറ്റു മുടക്കുവാൻ പാടുണ്ടായിരുന്നില്ല. (ഇപ്പോഴും) ആ മാറ്റുകാരനെ കരിയാക്കരക്കുന്നിൽ മറ്റൊരഗ്നികുണ്ഡമുണ്ടാക്കി അതിൽ പൂഴ്ത്തിവെച്ചു വകവരുത്താനും തീർച്ചപ്പെടുത്തി. ഒരു പോറൽ പോലുമേൽക്കാതെ കോമരവും പരിവാരങ്ങളും രയരമംഗലത്തെത്തിച്ചേരുകയും അവിടുത്തെ കർമ്മങ്ങൾ പെട്ടെന്നു തീർത്ത് ഭഗവതി, താനൊരു വാഴക്കുല പഴുക്കാൻ വെച്ചിട്ടുണ്ടെന്നും അതു അധികം പാകമായി ചീത്തയാകുന്നതിനുമുമ്പ് പുറത്തെടുക്കണമെന്നും ഉരിയാടി തിരിച്ചു യാത്രയായി. കുന്നിൽ അഗ്നികുണ്ഡത്തിൽ എരിയുന്ന വണ്ണാത്തൻ കുറുപ്പിനെ തന്റെ തിരുവായുധം കൊണ്ടു കനൽ നീക്കി പുറത്തെ

ടുത്തു. കുറുപ്പിനാകട്ടെ ഒരുതരം പറ്റിയില്ലെന്നു മാത്രമല്ല, പൂർവ്വാധികം ചൈതന്യവാനായിത്തീരുകയും ചെയ്തു. അടിയന്തിരാദികൾ നടക്കുന്ന സന്ദർഭങ്ങളിൽ വണ്ണാത്തന് അപ്പം വിലക്കിയിട്ടേ (മതിയെന്നു പറയുന്നതുവരെ കൊടുക്കൽ, പലപ്പോഴും ഉടുത്ത മുണ്ടിന്റെ മട്ടത്തിലാണ് വാരിയിടുക.) മറ്റുള്ളവർക്ക് കൊടുത്തുകൂടു എന്നു കീഴ്വഴക്കം. അതു ചിലപ്പോൾ പ്രായഭേദവും മുൻപിൻക്രമവുമനുസരിച്ച് രണ്ടോ മൂന്നോ എണ്ണം മാത്രം. കോയ്മക്കാർക്കും അടിയന്തിരക്കാർക്കും പൊടിയിലയിൽ കൂടുതൽ അപ്പം ലഭിക്കും. ഈ രീതി പൊതുവെ (വണ്ണാത്തനുള്ളിടങ്ങളിൽ, അദ്ദേഹം ചെറുജന്മാവകാശിയാണ് എല്ലാത്തിനും) സ്വീകരിക്കപ്പെട്ടിരുന്നു. ഈ സംഭവത്തിനുശേഷം പ്രസ്തുത സ്ഥലത്തിനു തീക്കുഴിച്ചാൽ എന്നു പേരു പതിഞ്ഞു. മാറ്റും കൊണ്ടു വണ്ണാത്തൻ എഴുന്നള്ളത്തിനെ അനുയാത്ര ചെയ്യുന്നത് ഒഴിവാക്കപ്പെട്ടു. കുന്നമംഗലത്തു മന്നന്റെ പത്തി താഴ്ത്തുകയും രണ്ടു ദേവിമാരുടെയും പൂർണ്ണാധിപത്യം അംഗീകരിക്കുകയും ചെയ്തുവെന്നു വിശ്വസിക്കപ്പെടുന്നു. ഇന്നും ദേശീയപാതയിൽക്കൂടി ബസ്സിൽ യാത്ര ചെയ്യുമ്പോൾ കാലിക്കടവു കഴിഞ്ഞുള്ള പടിഞ്ഞാറെ വളവിൽ (കെ എസ് ഇ ബി ആപ്പീസിനടുത്ത്) താഴെയുള്ള മൈതാനത്തെ തിക്കുഴിച്ചാൽ എന്നു പറയപ്പെടുന്നു. (ഇപ്പോൾ പുതിയ നാഷണൽ ഹൈവേ ഇതിലൂടെ കടന്നുപോകുന്നു)

ഒരു യാത്രാപഥവും ആറാട്ടും

രയരമംഗലവും കരിവെള്ളൂർ മുച്ചിലോട്ടും തമ്മിൽ അഭേദ്യമായ ബന്ധം നിലനിൽക്കുന്നു. അമ്മയും മകളുമെന്ന സങ്കൽപം അന്തർലീനമായി വിലസുന്നു. ദേവീക്ഷേത്രങ്ങളിലെല്ലാം മീനമാസത്തിലെ പൂരോത്സവം സർവപ്രധാനമാണ്. കാർത്തിക മുതൽ പൂരം വരെയുള്ള ഒമ്പതു നാളുകളാണ് പൂരോത്സവക്കാലം. രയരമംഗലത്തു ദിവസങ്ങൾക്കുമുമ്പേ തുടങ്ങും. വയസ്സറിയിച്ചിട്ടില്ലാത്ത പെൺകിടാങ്ങൾ പൂക്കളെക്കൊണ്ടു കാമദേവാരാധന നിർവ്വഹിക്കുന്നു. അവസാന ദിവസം പൂരങ്കുളി, ക്ഷേത്രങ്ങളിൽ കോമരങ്ങളോ വെളിച്ചപ്പാടുകളോ കെട്ടിച്ചുറ്റി അരങ്ങിലിറങ്ങി തിരുവായുധത്തോടെ നീരാടുന്ന ഏർപ്പാടിനാണ് പൂരങ്കുളി എന്നു പറയുക (വിശദാംശങ്ങൾ പൂരക്കളിയും മറുത്തുകളിയും എന്ന അധ്യായത്തിൽ ചേർത്തിരിക്കുന്നു). ഇതിനകം ചൂണ്ടിക്കാണിച്ച നാട്ടു പഴമകൾ ശരിയാണെന്നു ബോധ്യപ്പെടുത്തുന്ന രീതിയിലാണ് എഴുന്നള്ളത്തും പൂരങ്കുളിയും. ആചാരപരമായ എല്ലാ പ്രത്യേകതകളോടും കൂടി മുച്ചിലോട്ടു ഭഗവതി കരിവെള്ളൂരിൽ

നിന്നും വൈകുന്നേരം പുറപ്പെട്ടാൽ ഒന്നൊന്നര മണിക്കൂറു കൊണ്ട് രയരമംഗലത്തെത്തും. അവർക്കവിടെ വിശ്രമിക്കാനും മറ്റും പ്രത്യേക ഇടങ്ങളുണ്ട്. കുന്നമംഗലമന്നന്റെ ശേഷം വരവു ചെലവുകണക്കുകളും മറ്റും പരിശോധിക്കേണ്ടതും താക്കോൽ സൂക്ഷിക്കേണ്ടതുമൊക്കെ ഭഗവതിയാകയാൽ ആ വകയിലും കുറച്ചു ജോലിയുണ്ട്. രാത്രി കുറെ കഴിയുമ്പോൾ അമ്പലത്തിലെ തിടമ്പുനൃത്തം ആരംഭിക്കും. വാദ്യഘോഷങ്ങളും വലിയ ജനാവലിയും ഉണ്ടാവും. തിടമ്പുനൃത്തവും എഴുന്നള്ളത്തും എല്ലാം കൂടി ഏച്ചിക്കുളങ്ങരയ്ക്ക് പുറപ്പെടും. വഴിയിൽ വറക്കോട്ടുവയലിൽ പൊറാട്ടുനാടകം നടക്കും. ശാലിയസമുദായക്കാരാണ് ഇതിൽ സംബന്ധിക്കുക. പഴയ ഹാസ്യനാടകത്തിന്റെ പ്രതീതി ജനിപ്പിക്കും വിധമാണ് വേഷവിധാനവും സംഭാഷണവും. കാലസ്ഥിതിക്കനുസരിച്ചു ചിലപ്പോൾ പൊറാട്ടു സംഘടിപ്പിക്കാതെ പോകാറുമുണ്ട്. എങ്കിലും ഉത്സവത്തിന്റെ അവിഭാജ്യഘടകമായി ശാലിയപൊറാട്ടിനു അസ്തിത്വമുണ്ട്. തുടർന്ന് തീക്കുഴിച്ചാലിലെത്തുമ്പോഴേക്കും അവിടെ രണ്ടുവശത്തുമായി എട്ടു സമീപ ക്ഷേത്രങ്ങളിലെ എഴുന്നള്ളത്തു അണിനിരക്കും. പ്രസ്തുത സ്ഥലം തന്നെ തെരഞ്ഞെടുത്തത് ഗതകാല സംഭവങ്ങളെ പരിഗണിച്ചുകൊണ്ടാകാം. കരക്കക്കാവിൽ ഭഗവതി, മാപ്പിടച്ചേരി ചീർമ്മക്കാവിലെ ഭഗവതി തുടങ്ങിയവരാണവർ.

പ്രസ്തുത എഴുന്നള്ളത്തുകാർ എല്ലാം കൂടി ഒരു വലിയ ഉത്സവത്തിന്റെയും ആൾക്കൂട്ടത്തിന്റെയും വാദ്യവിശേഷങ്ങളുടെയും നൃത്തത്തിന്റെയുമൊക്കെ കേന്ദ്രമായി തീക്കുഴിച്ചാൽ മാറും. തിടമ്പും ഭഗവതിയും അവിടെ നിന്നു കിഴക്കോട്ടു നീങ്ങുന്നതോടെ മറ്റു എഴുന്നള്ളത്തുകാർ അവരവരുടെ ക്ഷേത്രങ്ങളിലേക്കു തിരിച്ചുപോകും. തുടർന്ന് രാത്രിയുടെ രണ്ടാം യാമം മധ്യത്തിൽ എല്ലാവരും ഏച്ചിക്കുളങ്ങര എത്തും. ഇവിടുത്തെ നാരായണപുരം ക്ഷേത്രം പ്രസിദ്ധം. വാളും പരിചയുമൊക്കെയായി മുച്ചിലോട്ടു ഭഗവതിയുടെ കോമരവും, തിടമ്പോടെ നമ്പൂതിരിയും മൂന്നുതവണ മുങ്ങിനിവരും. തോർത്തി വൃത്തിയായശേഷം പുതിയ വസ്ത്രങ്ങൾ ധരിക്കുകയും വീണ്ടും തിടമ്പുനൃത്തവും മറ്റും നടത്തുകയും ചെയ്യും. കുറച്ചു സമയത്തേക്കു അവിടെ പിന്നീടൊരു വേർപിരിയലിന്റെ സുലഭിലമായ മുഹൂർത്തമാണ്. അടുത്ത കൊല്ലം ഇന്നേ ദിവസം കൂടിച്ചേരാനുള്ള തീരുമാനത്തോടെ ദേവി കിഴക്കോട്ടും തിടമ്പു പടിഞ്ഞാറോട്ടും പിന്തിരിയുന്നു. പിന്നീട് അതിപ്രധാനമായ മറ്റൊരു സന്ദർശനത്തിലേക്കു മുച്ചിലോട്ടു ഭഗവതി നീങ്ങുന്നു.

വഴിയിൽ കൊട്ടുക്കര നമ്പിയുടെ ഗൃഹം, അവിടെ പൂക്കൾ കൊണ്ടു ഒരു വലിയ കാമദേവനെ ആരചിച്ചിരിക്കും. പ്രത്യേകം നിശ്ചയിക്കപ്പെട്ട വാലിയക്കാർ നാഴികകൾ താണ്ടി ആകാവുന്നത് പൂക്കൾ ശേഖരിച്ച് മുളന്തണ്ടിൽ കെട്ടി നേരത്തെ കൊട്ടുക്കര കാമനെ കുറിക്കാനെത്തുന്നു. വിവിധ പുഷ്പങ്ങളാൽ പൂവമ്പനെ കളത്തിൽ പ്രത്യേക സ്ഥലത്തു നിർമ്മിച്ചു പ്രദർശിപ്പിക്കുന്നു. പൂണൂലിട്ട കാമദേവവിഗ്രഹമൊന്നു കണ്ടു പോകുവാൻ നിരവധി പേർ എത്തിച്ചേരാറുണ്ട്. ഈ ദർശനം രണ്ടു മൂന്നു ദിവസം നീണ്ടുനിൽക്കും. മുച്ചിലോട്ടു ഭഗവതിയും അടിയന്തിരക്കാരും അവിടെ ചെല്ലുകയും മഞ്ഞൾപ്രസാദം വിതറി മൂന്നുതവണ വലംവെയ്ക്കുകയും, പഴയ ഭാഷയിലുള്ള വാചാലുകൾ ചൊല്ലിക്കൊണ്ട് അവിടുത്തെ പ്രധാന കോയ്മയെ അഭിസംബോധന ചെയ്യുകയും പതിവാണ്. ഭാഷയുടെ പ്രാചീനതകൊണ്ടും ചൊല്ലുന്ന രീതിയുടെ പ്രത്യേകത കൊണ്ടും പലപ്പോഴും ഈ വാചാലുകളുടെ ആശയം അവ്യക്തമായിരിക്കും. തുടർന്ന് പ്രസാദം വിതരണം ചെയ്ത് ക്ഷേമാന്വേഷണം നടത്തുന്നു. ഒടുവിൽ കാമദേവനെ യാത്രയാക്കുന്നുവെന്ന സങ്കൽപ്പത്തിൽ, പൂക്കളുടെ കൂട്ടത്തിൽനിന്നും ഒരുപിടി വാരിയെടുത്ത് പാലുള്ള മരത്തിൻ ചോട്ടിൽ (പാല) ഓലക്കീറിൽ നിക്ഷേപിക്കും. കൊട്ടുക്കരയിലെ കന്യക്കുഞ്ഞുങ്ങളാകട്ടെ, ഒന്നോ രണ്ടോ ദിവസം കൂടി കഴിഞ്ഞേ കാമനെ അയക്കൂ. കുഞ്ഞുങ്ങൾ കൂട്ടമായി അഭ്യർത്ഥിക്കും.

ഇനിയത്തെ കൊല്ലവും വരണേ കാമാ,
നേരത്തെ കാലത്തേ വരണേ കാമാ!
ഏച്ചിക്കുളങ്ങര ആറാട്ടിനും വരണേ കാമാ

ഏകദേശമെല്ലാ തറവാടുകളിലും പാലുള്ള പിലാവ്, പാല എന്നീ മരച്ചുവട്ടുകളിൽ നിന്ന് പൂരങ്കുളി ദിവസം, പ്രാദേശിക വ്യത്യാസമനുസരിച്ചും, ഈ ആരവം കേൾക്കാം. പൂരങ്കുളി കഴിഞ്ഞാലും, അടുത്ത ദിവസങ്ങളിലേ കൊട്ടുക്കരക്കാമൻ യാത്രയാകൂ. അപ്പോഴും ആളുകൾ വന്നും പോയും കൊണ്ടിരിക്കും. പക്ഷേ, ഭഗവതിയും കൂട്ടരുമാകട്ടെ, അപ്പോൾ തന്നെ യാത്ര തുടരും. മുച്ചിലോട്ടിനു വടക്കുകിഴക്കായുള്ള പുളിയനമ്പൂതിരിയുടെ ഇല്ലം കൂടി സന്ദർശിച്ച എഴുന്നള്ളത്ത് പുറപ്പെട്ടെടത്തു എത്തിച്ചേരുകയുള്ളൂ. അപ്പോഴേക്കും ഒരു രാത്രി പിന്നിട്ടിരിക്കും. ഉത്രം നാളിലേ ഉത്സവച്ചടങ്ങുകൾക്കു പരിസമാപ്തിയാവൂ. ഇവിടെ കുറിച്ചതത്രയും കൊല്ലന്തോറും നടത്തപ്പെടുന്ന പരിപാടികളാണ്.

പെരുങ്കളിയാട്ടമുള്ള കാലങ്ങളിൽ മുച്ചിലോട്ടിന്റെ അധികാര പരിധിയിലുള്ള എല്ലാ വീടുകളിലേക്കും, അകമ്പടിക്കാരോടൊപ്പം

നാലു കോമരങ്ങളും വാലിയക്കാരും കൈവിളക്കും കൂകിവിളിയുമായി (ഒരു വലിയ കൂകലും തുടർന്നൊരു ചെറുകൂകലും കൂട്ടമായി) എഴുന്നള്ളത്തു പതിവുണ്ട്. പെരുങ്കളിയാട്ടത്തിനുവേണ്ടിയുള്ള സാമ്പത്തിക സമാഹരണം ഇതിന്റെ ലക്ഷ്യമാകാം. പലപ്പോഴും പൂരങ്കുളി കഴിഞ്ഞുള്ള അവസരങ്ങളിലും എഴുന്നള്ളത്തു നടത്തിപ്പോരാറുണ്ട്. രയരമംഗലത്തുഭഗവതിയും (നായനാറ്) സചിവോത്തമയും (മുച്ചിലോട്ടു ഭഗവതി) തമ്മിലുള്ള സുദൃഢവും ചിരപുരാതനവുമായ ബന്ധം കാലത്താലുള്ള ഈ അനുഷ്ഠാനങ്ങളിൽ ദൃശ്യമാണ്.

അർദ്ധാസനം നൽകുന്നു

നരമ്പിൽ, ഇവിടെ നിന്നും വളരെ ദൂരത്തല്ലാത്ത ഒരു സ്ഥലം. അവിടുത്തെ ഭഗവതിയും സ്ഥലപ്പേരിൽത്തന്നെ അറിയപ്പെടുന്നു. നരമ്പിൽ ഭഗവതി-ഒരിക്കൽ അന്നാട്ടിൽ നിന്നും ഒരു യുവതിയെ പിലിക്കോടുള്ള ഒരടിയോടി വിവാഹം ചെയ്തു. എന്നാൽ ആ ബന്ധം ഗുണത്തിലല്ല, ദോഷത്തിലാണ് കലാശിച്ചത്. എന്തുകൊണ്ടോ ഭർതൃവീട്ടുകാർക്ക് അവളുമായി പൊരുത്തപ്പെട്ടുപോകാൻ കഴിഞ്ഞില്ലെന്നു മാത്രമല്ല, വിരോധം കൂടിക്കൂടി നിരപരാധിയും സാധ്വിയുമായ ആ സ്ത്രീയുടെ കൊലപാതകത്തിൽ എത്തി. ദുഃഖപരവശരായ അച്ഛനും വീട്ടുകാരും പരിഹാരത്തിനുവേണ്ടി നരമ്പിൽ ഭഗവതിയെ അകമഴിഞ്ഞു പ്രാർത്ഥിച്ചു. ഭഗവതിക്കും വന്നു ദേഷ്യം. വളരെ അടുപ്പവും സഹവർത്തിത്വവും പുലർത്തിയിരുന്ന രയരമംഗലത്തുഭഗവതിയുടെ നാട്ടിൽ എന്റെ ഒരാരാധിക നിഷ്ക്കരുണം വധിക്കപ്പെടുകയോ? രോഷത്തോടെ, പ്രതികാരബുദ്ധിയോടെ നേരെ രയരമംഗലത്തു ഭഗവതിയുടെ അടുത്തേക്കു പുറപ്പെട്ടു. സ്ഥിതിഗതികളുടെ ഗൗരവം മനസ്സിലാക്കിയ ഭഗവതിയാകട്ടെ, നരമ്പിൽ ഭഗവതിയെ സമാധാനിപ്പിക്കാൻ മുച്ചിലോട്ടു ഭഗവതിയെ നിയോഗിച്ചു. സ്വതവേ ശാന്തസ്വരൂപിണിയും, സമാധാനപ്രിയയുമായ മുച്ചിലോട്ടു ഭഗവതി വഴിയിൽ വെച്ചുതന്നെ നരമ്പിൽ ഭഗവതിയെ തടുത്തു. അത്യത്ഭുതകരമായ സാന്ത്വനബുദ്ധിയോടെ മുച്ചിലോട്ടു ഭഗവതി, മദ്ധ്യസ്ഥശ്രമത്തിൽ നരമ്പിൽ ഭഗവതിയെ രയരമംഗലത്തേക്കു വിടാതെ, തന്റെ ആസ്ഥാനമായ മുച്ചിലോട്ടേക്കു കൂട്ടിക്കൊണ്ടുപോയി. തന്റെ പീഠത്തിൽ പകുതി സ്ഥലത്ത് ദേവിയെ പിടിച്ചിരുത്തി. ഇപ്പോഴും അങ്ങനെ തന്നെ തുടരുന്നു. അങ്ങനെ അർദ്ധാസനം നൽകപ്പെട്ടവളായി, ആരാദ്ധ്യയായി, മുച്ചിലോട്ടു ഭഗവതിയുടെ കൂടെ നരമ്പിൽ ഭഗവതിക്കും സ്ഥാനം ലഭിച്ചു. കളിയാട്ട ദിവസങ്ങളിലൊന്നിൽ നരമ്പിൽ ഭഗവതിയുടെ കോലം കെട്ടിയാടി വ

രുന്നു. മുച്ചിലോട്ടു ഭഗവതിയെ അണിയിക്കുന്ന ചമയങ്ങളിലേതെങ്കിലുമൊന്നെങ്കിലും (കൂടുതലാവാം) നരമ്പിൽ ഭഗവതിയെ അണിയിക്കണം എന്ന വ്യവസ്ഥയും ഏർപ്പെടുത്തപ്പെട്ടു.

പരിസമാപ്തി

കേരളപ്പിറവി വരെ കരിവെള്ളൂരിനെയും പിലിക്കോടിനെയും വേർതിരിച്ചിരുന്നതു മാണിയാട്ടെ തോടാണ്. ഇപ്പോഴും ഹൊസ്ദുർഗ്ഗ്-തളിപ്പറമ്പുകളുടെ താലൂക്കതിർത്തിയും (മുമ്പും ഇപ്പോഴും ജില്ലാ അതിർത്തിയും) ഇതു തന്നെ. ജീവിതസാഹചര്യങ്ങളിൽ, ഭരണ നിർവ്വഹണരംഗങ്ങളിൽ, ഭരണാധികാരികളുടെ പേരുകളിൽ പോലും വ്യത്യസ്തത നിന്നിരുന്നു. അംശം അധികാരി, മേനോൻ, കോൽക്കാരൻ ഇവരാണ് കരിവെള്ളൂരിൽ ഗ്രാമാധികാരികളെങ്കിൽ അതു പിലിക്കോട്ടും മാണിയാട്ടും യഥാക്രമം പട്ടേലർ, ചേനപ്പർ, ഉഗ്രാണി എന്നീ പേരിലാണറിയപ്പെട്ടിരുന്നത്. മാണിയാട്ടെ തോടുവരെ കിഴക്കു വടക്കേ മലബാർ, പടിഞ്ഞാറു ഭാഗം തെക്കൻ കർണ്ണാടകം. തെക്കൻ കർണ്ണാടകത്തിലുൾപ്പെട്ട മാണിയാട്ടും പിലിക്കോട്ടും വില്ലേജു രേഖകളടക്കം കന്നടഭാഷയിലായിരുന്നു. ഇങ്ങനെ ഒട്ടേറെ വൈജാത്യങ്ങളുള്ള അടുത്തടുത്ത രണ്ടു പ്രദേശങ്ങളുടെ സാമിപ്യം പല ചരിത്രവസ്തുതകൾക്കും സാക്ഷ്യം വഹിക്കുന്നു. മേപ്പടി തോടിനു പാലം പണിതത് 1960 ഓടുകൂടിയാണ്. കരിവെള്ളൂർ സമരസേനാനികളുടെ ഒളിത്താവളം കൂടിയായിരുന്നു പിലിക്കോട്ടു, മാണിയാട്ടു ഗ്രാമങ്ങൾ. പിലിക്കോടിന്റെ ഹൃദയഭാഗത്തു കൂടി മംഗലാപുരം-മദിരാശി തീവണ്ടിപ്പാത (ഇരട്ടിച്ച നിലയിൽ) കളിൽ തീവണ്ടികൾ ചീറിപ്പായുന്നുവെങ്കിൽ, അതിന്റെ അൽപം കിഴക്കുമാറി, രണ്ടു പ്രദേശത്തു കൂടിയും ദേശീയപാത നീണ്ടുപോകുന്നു. റോഡിനുൾക്കൊള്ളാൻ പറ്റാത്തത്രയും മോട്ടോർ വാഹനങ്ങൾ യാത്രക്കാരെ വീർപ്പുമുട്ടിക്കുന്ന വിധത്തിൽ.

പെരുങ്കളിയാട്ടത്തിനാവശ്യമുള്ള ഉപ്പുതൊട്ടു കർപ്പൂരം വരെ, അടുപ്പിൻ കല്ലു മുതൽ വെപ്പുപാത്രം വരെ എല്ലാ സാധനസാമഗ്രികളുടെയും പ്രത്യേകിച്ചു ദീപവും തിരിയും രയരമംഗലത്തു നിന്നും വേണം കൊണ്ടുവരാൻ, ഈ പാരസ്പര്യം വലുപ്പച്ചെറുപ്പത്തെയും, ജാതിമത വൈരുദ്ധ്യങ്ങളേയും ആചാരാനുഷ്ഠാനങ്ങളേയും ഭക്തിശ്രദ്ധാവിശ്വാസങ്ങളേയും ഏകോപിപ്പിച്ചുകൊണ്ടു ചിരകാലമായി മുന്നോട്ടു പോകുന്നു. അതു നിർവിഘ്നം തുടരുകയും ചെയ്യും.

ആക്ഷാരണ്യം പരീക്ഷിച്ചു
മോക്ഷം ദീക്ഷിച്ചോരംബികേ,

ഇക്ഷിതി പുണ്യസംരക്ഷ-
യ്ക്കക്ഷയേ, പക്ഷമാകണേ !
കരിവെള്ളൂർ മുച്ചിലോട്ടു
മരുവും ഭുവനേശ്വരീ,
തിരുനാമങ്ങൾ വാഴ്ത്തീടാം
വരമേകുക, മംഗളേ!

(ആദികാവ്, കരിവെള്ളൂർ ശ്രീ മുച്ചിലോട്ട് ഭഗവതി ക്ഷേത്രപെരുങ്കളിയാട്ടം സ്മരണിക 2017 ൽ പ്രസിദ്ധീകരിച്ചത്)

തെയ്യങ്ങളും ഉരിയാട്ടുഭാഷയും

പൊലികാ ഭഗവതിയെ
പൊലികാ ഭഗവതിയെ
ദീപം പൊലികാ
വെച്ചെരിയുന്ന നമ്മാർ വിളക്കും പൊലികാ
നാടു പൊലികാ ഭഗവതിയെ.....

(മുച്ചിലോട്ടു ഭഗവതി തോറ്റം)

വടക്കേവടക്കൻ കേരളം. ജീവിതരീതി, ഭാഷ, വേഷം, ആചാരം എന്നിങ്ങനെ നാനാതുറകളിൽ വ്യത്യസ്തത പുലർത്തുന്ന ഭൂവിഭാഗം. ദൈവങ്ങളെ (ഭഗവാന്മാരെയും ഭഗവതിമാരെയും) നേരിൽ കണ്ട് ആവലാതികളുണർത്തിച്ച് പരിഹാരം തേടുന്ന വിശ്വാസികളുടെ ആവാസകേന്ദ്രം-കണ്ണൂർ കാസറഗോഡു ജില്ലകൾ- തെയ്യത്തിന്റെ സ്വന്തം നാട്; പൂരക്കളിയുടെയും. അനുഷ്ഠാനങ്ങളുടെ സങ്കീർണ്ണതയുൾക്കൊള്ളുമ്പോഴും കലകയുടെ തേജോനിബിഡമായ അന്തരീക്ഷത്തിലേക്കും വർണ്ണപ്പകിട്ടിന്റേയും ഭക്തിയുടേയും വിശാലപഥങ്ങളിലേക്കും ഒരു ജനതയെ ജാതിമതവർണ്ണവർഗ്ഗഭേദമന്യേ (പ്രത്യക്ഷമായല്ലാത്തിടത്തു പരോക്ഷമായി) നയിക്കുന്ന മറ്റൊരു പ്രദേശമില്ല.

അൽപം പിറകോട്ടു കടക്കാം. കാട്ടിൽ വേട്ടയാടി ജീവിതം നയിച്ചുപോന്ന പ്രാചീന മനുഷ്യർക്ക് കാട്ടുതീയിൽ വെന്ത മാംസം തിന്നപ്പോൾ ഒരു പ്രത്യേക രുചി തോന്നി. തീയാണ് അതിനു കാരണമെന്ന് ബോധ്യമായി. അങ്ങനെ ഏതോ കോണിൽ നിന്നും അഗ്നിയെ ആരാധിക്കാനുള്ള പ്രവണതയുണ്ടായി. അതു വളർന്നു. മനുഷ്യാതീത കർമ്മങ്ങൾ നിർവ്വഹിക്കുന്ന അഗ്നിദേവനെ കൂടാതെ സൂര്യൻ, വായു, വരുണൻ, ഇന്ദ്രൻ ഇവരൊക്കെ ആരാധ്യരാണെന്ന് അവർ തീർച്ചപ്പെടുത്തി. അങ്ങനെയാവാം വേദമന്ത്രങ്ങളിലെ അതാതു സൂക്തങ്ങളുണ്ടായത്. പിൽക്കാലത്ത് ആരാധനാ രൂഢമൂലമായി. വേദങ്ങൾക്കു ശേഷം പുരാണങ്ങളും

ഇതിഹാസങ്ങളും വിരചിക്കപ്പെട്ടു. ആരാധനാമൂർത്തികളുടെ രൂപവും ആരാധനാരീതികളും മാറി. പ്രപഞ്ചശക്തികളിൽ നിന്നു പുരാണകഥാപാത്രങ്ങളിലേക്കും ഇതിഹാസ നായകന്മാരിലേക്കും വഴിതിരിഞ്ഞു. ആയിടയിൽ സൃഷ്ടിസ്ഥിതിസംഹാരകാരകന്മാരായ ബ്രഹ്മാവിഷ്ണുമഹേശ്വരന്മാർക്ക് പ്രാധാന്യം വന്നു. വിഗ്രഹാരാധന പ്രബലമായി. ഈ ത്രിത്വത്തിലധിഷ്ഠിതമായ ദൈവങ്ങളുടെ വരവായി പിന്നീട്. ശൈവന്മാരും വൈഷ്ണവരും ഇണക്കത്തിലും പിണക്കത്തിലും കാലം കഴിച്ചു. വൈരുദ്ധ്യങ്ങൾക്കിടയിൽ, "ഏകമേവാദ്വിതീയം ബ്രഹ്മഃ" എന്ന അദ്വൈതചിന്ത വിടർന്നു. ഭാരതീയരുടെ ചിരപുരാതനമായ ഏകദൈവവിശ്വാസം (ആത്മീയവാദം) ഉപനിഷത്തുക്കളുടെ കാതലായി.

സാധാരണക്കാരെ സംബന്ധിച്ചിടത്തോളം നിരവധി ദേവീ ദേവന്മാർ നിത്യപൂജാർഹരായി. ശൗര്യവീര്യ പരാക്രമങ്ങൾ പ്രദർശിപ്പിച്ച് തങ്ങളുടെ കാരണവന്മാരോ തറവാട്ടമ്മമാരോ ഈ ദേവീദേവന്മാരുടെ പ്രതീകങ്ങളായി വർത്തിച്ചു. പ്രാർത്ഥനാപരമായ പ്രക്രിയകളിൽ നാടോടിത്തവും ആചാരബദ്ധതയും ശക്തമായി. ഈയൊരു കാഴ്ചപ്പാടിൽ നിന്നാകണം തെയ്യങ്ങൾ ജന്മമെടുത്തത്. ബ്രാഹ്മണർ, തമ്പുരാക്കന്മാർ, മേലാളർ, കീഴാളർ, ധനികർ, ദരിദ്രർ, മറ്റു സാമൂഹ്യ പിന്നോക്കാവസ്ഥയിലുള്ളവർ, ഒപ്പം ഗ്രാമീണർ, നഗരവാസികൾ, വിരുദ്ധമതവിശ്വാസികൾ ഇവരൊക്കെ തെയ്യങ്ങളുടെ ദർശനം ആഗ്രഹിച്ചു. അതിനായി ബദ്ധപ്പെട്ടു. അഞ്ചു നൂറ്റാണ്ടുമുമ്പു കരിവെള്ളൂരിൽ ജീവിച്ച മണക്കാടൻ രാമൻ ഗുരുക്കളായിരുന്നു തോറ്റം പാട്ടുകളുടേയും തെയ്യങ്ങളുടേയും ഉപജ്ഞാതാവ് (കയ്യൂർ തൊണ്ടച്ഛനെ മലയർ ഗുരുവായി കരുതുന്നു). എഴുത്തച്ഛൻ ഭാഷയുടെ പിതാവെന്നും നമ്പ്യാർ തുള്ളൽ പ്രസ്ഥാനത്തിന്റെ ജനയിതാവെന്നും വിശ്വസിച്ചു പോരുന്നതു പോലുള്ള ഒരു പരാമർശമത്രെ ഇതും. എഴുത്തച്ഛന്റേയോ നമ്പ്യാരുടേയോ മാർഗ്ഗംപോലെ എളുപ്പമായിരുന്നില്ല ഗുരുക്കളുടേത്. "മണിവർണ്ണൻ തന്നെ തെളിഞ്ഞു. കണ്ടു ഞാൻ". തുഞ്ചത്തെ പൈങ്കിളി അങ്ങനെ പാടിയല്ലോ. അതു ശ്രീകൃഷ്ണപരമാത്മാവിന്റെ മാത്രം പ്രതിഫലനമായിരുന്നു. ഇവിടെ പക്ഷേ, എത്രയെത്ര രൂപങ്ങൾ? എന്തെല്ലാം വേഷങ്ങൾ? മാന്ത്രികനും അഭ്യാസപടുവുമായ ഗുരുക്കളെ പരിശോധിക്കാൻ, ചിറക്കൽ തമ്പുരാൻ "ഒന്നുകുറെ നാൽപത് അതായത്, മുപ്പത്തൊമ്പത്- തെയ്യം കെട്ടാൻ കൽപിച്ചതു പ്രകാരമാണ് സാർവ്വജനീനമായ ഈ അനുഷ്ഠാനകലയുണ്ടായതെന്നു ഐതിഹ്യം. ഇന്നിപ്പോൾ മുപ്പത്തൊമ്പതിനുപകരം തെയ്യങ്ങൾ നൂറുകണക്കിൽ.

വേലൻ കെട്ടുന്നതു 'കോലവും', വണ്ണാൻ കെട്ടുന്നതു 'തിറ

യും', മലയൻ കെട്ടുന്നതു 'തെയ്യവും' എന്നാണ് പഴമ. "വേലൻ പറ്റിൽ കോലം" എന്നൊരു ചൊല്ലുള്ളതോർമ്മിക്കുക. മുപ്പത്തേഴു വിഭാഗം തെയ്യം കെട്ടുകാരുണ്ടത്രെ. ഈ കുറിപ്പിന്റെ ആവശ്യത്തിലേക്ക് തെയ്യം എന്ന ഒരു പൊതുപ്പേരു സ്വീകരിക്കുന്നു. 'മാതൃ ദേവോ ഭവ പിതൃ ദേവോ ഭവ, ആചാര്യ ദേവോ ഭവ, അതിഥി ദേവോ ഭവ - പ്രസിദ്ധമായ ഉപനിഷദ്വാക്യം. ഈ നാലിൽ നിന്നും ഒടുവിലത്തെ 'അതിഥി'യെ ഒഴിവാക്കി ദൈവത്തെ പ്രതിഷ്ഠിച്ചിരിക്കുന്നു. എല്ലാ തോറ്റം പാട്ടുകളുടേയും പ്രാരംഭത്തിൽ 'മാതാവിനെയും പിതാവിനെയും ഗുരുവിനെയുമാദരിച്ചതിനു തന്റെ മെയ്യാൽ, തന്റെ ശ്രീഗുരു ദൈവം തൻ വാഴുക മുകുന്ദേവനെ' എന്നു പാട്ട്. ദൈവത്തിന്റെ തദ്ഭവം തെയ്യം, ആരാധനയുടെ ഏതോ ഒരു ഘട്ടത്തിൽ പരസ്പര സംവാദത്തിന്റെ അനിവാര്യത ബോദ്ധ്യമായി. പ്രാർത്ഥനയോ കീർത്തനമോ അല്ലാതെ, പൊതുജ്ഞാനത്തിന് മറ്റൊരാശയവിനിമയോപാധി അന്നുണ്ടായിരുന്നില്ല. ആ കുറവു പരിഹരിക്കാനായിരിക്കണം "ഉരിയാട്ടു ഭാഷ നിലവിൽ വന്നത്. അങ്ങോട്ടു നിവേദനങ്ങൾ സമർപ്പിക്കുന്നത് സാധാരണ ഭാഷയിൽ ഇങ്ങോട്ടനുഗ്രഹമരുളുന്നതു ഉരിയാട്ടു ഭാഷയിലും (ഉരിയാട്ട്, ഉരിയാട്ടം: വർത്തമാനം പറച്ചിൽ എന്നു ശബ്ദാർത്ഥം). 'ഉരിയാടിക്കൽ ഈ അനുഷ്ഠാനകലയുടെ ഒരു പ്രത്യേക ചടങ്ങായി നിലകൊള്ളുന്നു.

ഗോത്രവ്യവസ്ഥയിൽ സ്ത്രീ (അമ്മ)യാണ് കുടുംബത്തിന്റെ ആണിക്കല്ല് എന്നതിനാലായിരിക്കണം "അമ്മ ദൈവങ്ങൾക്ക്" പ്രാധാന്യമേറിയത്. ഭഗവതിയമ്മയുടെ ഉരിയാടിക്കൽ 'വാചാലുകളായി' കീർത്തിക്കപ്പെട്ടു. തുടങ്ങൽ, തോറ്റം, കോലം ഈ മൂന്നു രൂപങ്ങളിൽ പരിപൂർത്തി പ്രാപിക്കുന്ന തെയ്യത്തിന്റെ തോറ്റം പാട്ടുകൾ പലതും മണിക്കൂറുകൾ നീളുന്നവ-പരപ്പാർന്ന ഗാനസാഹിത്യശാഖയുടെ അസ്സൽ ഉദാഹരണമാണ്.തോറ്റമില്ലാതെ (ചില തെയ്യങ്ങൾക്ക് തോറ്റത്തിനു പകരം വെള്ളാട്ടങ്ങൾ) അരങ്ങേറുന്ന തെയ്യങ്ങളുമുണ്ട്. കമ്മാടം ക്ഷേത്രത്തിൽ, അൽപമകലെ നിന്നും അണിയിച്ചൊരുക്കിയ തെയ്യത്തെ ആചാരപൂർവ്വം കുട്ടിക്കൊണ്ടുപോരികയും അങ്ങോട്ടുതന്നെ കൊണ്ടുചെന്നാക്കുകയുമാണത്രേ പതിവ്. ക്ഷേത്രത്തിന്റെ കന്നിരാശിയാൽ മതിലിനു പുറത്തു പണിതീർത്ത സ്ഥിരമോ താൽക്കാലികമോ ആയ അണിയറയിൽ നിന്ന് തിരുമുടിയൊഴികെയുള്ള വേഷവിധാനങ്ങളോടെ മതിൽക്കെട്ടിനകത്തെത്തി, പള്ളിയറയുടെ കന്നിമൂലയിലുള്ള കൽപീഠത്തിലുപവിഷ്ടയായി, സ്ഥാനികരുടേയും ഭക്തജനങ്ങളുടേയും അകമ്പടിയോടെ, തിരുമുടിയണിയുന്ന ഏർപ്പാടാണ് മിക്ക ഭഗവതിമാർക്കുമുള്ളത്. എന്നാൽ മുത്തപ്പൻ മുടിവെ

ക്കുന്നതും അഴിക്കുന്നതും സ്വന്തമായിത്തന്നെ, മുടിയുടെ ഭാര ക്കുറവും ലാളിത്യവുമാകാമിതിനു കാരണം.

പ്രാദേശിക ഭേദങ്ങളുൾക്കൊള്ളുന്ന തോറ്റം പാട്ടുകൾ ശരിയായ 'ഭാഷാഗാന'ങ്ങളാകുന്നു. ഗ്രാമീണ ജനതയ്ക്കു സുഗ്രാഹ്യമാകുമാറുള്ള ഭാഷാരീതിയും, അനുഷ്ഠാനവും കലയും പുരാവൃത്തവും ഉൾക്കൊള്ളുന്ന നാടോടിരംഗരൂപങ്ങളാണ് തെയ്യങ്ങൾ. ഓരോ തെയ്യത്തിനും അതാതിന്റെ ആഗമന കഥകൾ ആഖ്യാനം ചെയ്യുവാനുണ്ട്. തോറ്റം (തെയ്യം) ഉറയൽ, കഥയുടെ (ആട്ടത്തിന്റെ) ക്ലൈമാക്സ് ആണ്. ആട്ടം, കൊട്ട്, വെളിച്ചപ്പാട് ഇവയുടെ വാചാമഗോചരമായ സമന്വയം. നിശ്ശബ്ദരായ ഭക്തജനങ്ങളുടെ തിക്കും തിരക്കും, ഭയഭക്തിവിസ്മയാദികളുടെ വിഹാരരംഗം എല്ലാം ഉച്ചസ്ഥായിയിൽ പെട്ടെന്നു വാദ്യം നിലയ്ക്കുന്നു. അഥവാ അവയുടെ നൈരന്തര്യം കുറയുന്നു. ആട്ടത്തിന്റെ രൂപം മാറുന്നു. ഉരിയാടിക്കൽ എന്ന ഉരിയാട്ടുഭാഷയുടെ തുടക്കമായി. ചമ്പൂഗദ്യങ്ങളുടെ ചുവകലർന്ന നാടകീയ സ്വഗതാഖ്യാനമാണുരിയാട്ടം. ക്ഷേത്രനടയിലൂടെ പള്ളിയറയ്ക്കു സമാന്തരമായി തെക്കുവടക്കു നടന്നുകൊണ്ടൊന്നുരിയാടിക്കൽ, സ്ത്രീ പുരുഷഭേദം, തിരുമുടിയുടെ ഭാരം ഇവയ്ക്കനുസരിച്ച് ചലന സ്വഭാവത്തിൽ വ്യത്യാസം വരുന്നതിവിടെ ബാധകം. ലാസ്യതാണ്ഡവഭേദം തെയ്യത്തിലും പ്രകടമെന്നർത്ഥം. സ്ഥാനങ്ങളിലും ക്ഷേത്രങ്ങളിലും തറവാടുകളിലും ചില പൊതുവായ തെയ്യങ്ങളുണ്ട്. മുച്ചിലോട്ടു ഭഗവതിയെപ്പോലെ അതാതിടത്തെ പ്രത്യേകദേവിമാരുടെ പതിഞ്ഞാട്ടവും ഉരിയാട്ടു ഭാഷയുടെ വ്യത്യാസവും ശ്രദ്ധേയം. പൊതുവായ തെയ്യങ്ങളുടെ ആഗമം ഒരുപോലെയായിരിക്കാമെങ്കിലും സ്ഥാനംതോറും ചില മാറ്റങ്ങൾ നിരീക്ഷിക്കാം.

തെയ്യങ്ങളിലും സവർണ്ണരും അവർണ്ണരുമുണ്ട്. അതുപോലെ ആചാരാനുഷ്ഠാനങ്ങൾ നിർവ്വഹിക്കുന്നവരിലും, പടനായന്മാരാണ് പല തെയ്യങ്ങളും. പടനായികമാരും ഉണ്ട്. വീരഭദ്രൻ (വൈരജാതൻ) പരക്കെത്തിഭഗവതി എന്നിവ യഥാക്രമം ഉദാഹരണം. ചിറക്കൽ തമ്പുരാന്റെ പരിധിക്കകത്തു കോലരൂപത്തിങ്കൽത്തായി (തായിപ്പരദേവത)യാണെങ്കിൽ, അത്രതന്നെ നീളമുള്ള തിരുമുടിയോടുകൂടിയ ഭഗവതിമാർ അള്ളട സ്വരൂപത്തിൽ മറ്റു പേരുകളിലാണ് അറിയപ്പെടുക. അതാതു സ്ഥാനം, തറവാട്, ക്ഷേത്രം, മറ്റാരാധനാലയങ്ങൾ ഇവിടങ്ങളിലേക്ക് തങ്ങളെത്തിച്ചേർന്നതെങ്ങനെയെന്ന തന്റെ വിശദീകരണം ഇവിടെ നിർ വഹിക്കപ്പെടുന്നുണ്ട്. സ്വരൂപാചാരങ്ങളുടേയും, സ്ഥലകാലങ്ങളുടേയും പ്രത്യേകതയ്ക്കനുസരിച്ച് ചിലപ്പോൾ ഇതു ശ്ലോകത്തിൽ

കഴിക്കാറുമുണ്ട്. തോറ്റം പാട്ടുകൾ അയ്യക്കാരനൊടൊപ്പം മറ്റുള്ള കലാകാരന്മാർക്കും പാടാം മുഴുവൻ മനപ്പാഠമില്ലെങ്കിലും ഒപ്പിക്കാം. എന്നാൽ ഉരിയാട്ടു ഭാഷ ആദ്യാവസാനം നേരിട്ടുച്ചരിക്കേണ്ടവയാണ് അതിനാൽ തെയ്യക്കാരന്റെ ഉത്തരവാദിത്തം സ്വാഭാവികമായും വർദ്ധിക്കുന്നു.

ഉരിയാട്ടുഭാഷയ്ക്ക് ഇനി പറയുന്ന നാലുഘട്ടം കൽപിക്കാം. ഒന്ന്, മുമ്പ് താനായിരുന്നുവെന്ന വിശദീകരണം- അപ്പർമിത്ത് - രണ്ട്, അവിടെ താനെത്തിയതെങ്ങനെയെന്ന പ്രസ്താവന (ആദ്യം താനാര്? ഇപ്പോൾ ആരെ പ്രതിനിധീകരിക്കുന്നു?) ലോവർമിത്ത്- മൂന്ന്, സ്ഥലത്തെ മേൽക്കോയ്മ, തന്ത്രി (അവിടെ ഉണ്ടെങ്കിൽ) ഊരാളന്മാർ, സ്ഥാനികർ, ആചാരക്കാർ, മറ്റു പ്രധാനികൾ, വാലിയക്കാർ എന്നിവരെ ആദ്യമായോ, പിന്നീടു വേണ്ടി വരുമ്പോഴോ അഭിസംബോധന. നാല്, ക്ഷേമാന്വേഷണം. ദക്ഷിണാ സ്വീകരണം, പ്രസാദ വിതരണം, അനുഗ്രഹ വചസ്സ്. ഈ അവസാന ഘട്ടത്തിലാണ് തെയ്യം കലാകാരന്റെ ഉരിയാട്ടു ഭാഷാസാമർത്ഥ്യം വ്യക്തമാകുന്നത്. (അതുവരെയുള്ള എഴുതപ്പെട്ടതോ പൂർവ്വോക്തമോ ആയ രേഖകളോ, തെളിവുകളോ ഉണ്ട്. പട്ടോലകൾ, ചെപ്പേടുകൾ, കീഴ്വഴക്കങ്ങളെന്നിവ). ഇതദ്ദേഹത്തിന്റെ മനോധർമ്മ പ്രകടനം തന്നെ. 'തിലക'ത്തിന്റെ എണ്ണം സ്വീകരിച്ച് (ദക്ഷിണയായി കൊടുക്കുന്ന വെള്ളിനാണയം. മുമ്പ് അരക്കാൽ, കാൽ രൂപയുടേത്. ഇപ്പോൾ പത്തു, അമ്പതു, നൂറു രൂപ), മഞ്ഞൾ പൊടി വിതരണം ചെയ്ത് തന്റെ ഭക്തർക്കു തൃപ്തിവരുത്തുക. പ്രസ്താവ്യമായ ഒരു വസ്തുത, ഭഗവതിമാരോ ദൈവങ്ങളോ ആയാലും അവർക്ക് ഓരോ തമ്പുരാനോ, നായനാരോ ഉണ്ട് എന്നതാണ്. മുച്ചിലോട്ടു ഭഗവതി, പടുവളത്തിൽ പരദേവതമാർ, നരമ്പിൽ ഭഗവതി എന്നിവർക്കു 'എന്റെ നായനാർ ദയരമംഗലത്തു ഭഗവതി'യാണ്. പുല്ലൂരുകാളിക്കും മറ്റും 'എന്റെ നായനാര് തുളുവനത്തു ഭഗവതി' പുലിദൈവങ്ങൾ - അമ്മയും മകളും നാലാൺമക്കളും യഥാക്രമം പുള്ളിക്കരിങ്കാളി, പുലിയൂരുകാളി, പുലിയൂരു കണ്ണൻ, കാളപ്പുലി, കണ്ടപ്പുലി, മാരയ്ക്കലി (പുലിദൈവങ്ങളഞ്ചും, പടുവളത്തിൽ പരദേവതമാർ മൂന്നും- ഐവരും മൂവരും') അച്ഛൻ പുലിക്കണ്ടൻ- ഇവർ തുളുനാട്ടിൽ നിന്നും ഇങ്ങോട്ടു വന്നവരാണെന്നു തോറ്റം പാട്ടുകൾ. പയ്യന്നൂർ പെരുമാളും, മടിയൻ ക്ഷേത്രപാലനും, തളിയാലച്ഛനും മറ്റും ഈ തമ്പുരാക്കന്മാരിൽ പെടും. തങ്ങൾക്കു ആരാധ്യരും ദേശാധിപത്യം വഹിക്കുന്നവരുമായ തമ്പുരാനോ, തമ്പുരാട്ടിയോ ആണ് ഈ നായനാർമാർ, ദയരമംഗലത്തു ഭഗവതിയേയും നായനാർ എന്ന സ്ഥാനപ്പേരോടെ അവർ വിളിച്ചു പോരുന്നു. നാവി

ന് ആറ് (ദാഹജലം) നൽകിയതിനാൽ, അഥവാ പൂർവ്വജന്മത്തിൽ തങ്ങളുടെ രക്ഷാകർത്തൃത്വം ഏറ്റെടുത്തിരുന്നതിനാൽ ഇങ്ങനെ പേരുവന്നതാകാം.

ഇവിടെ സൂചിപ്പിച്ച ആദ്യഘട്ടത്തിനു 'മുമ്പുസ്ഥാനം' എന്നു പേരു കൽപിച്ചിരുന്നു. കുന്നാവിൽ മുച്ചിലോട്ടു ഭഗവതിയുടെ മുമ്പു സ്ഥാനം (ഗദ്യം)- ചിറക്കൽ ടി. ബാല കൃഷ്ണൻ നായരുടെ കേരള ഭാഷാഗാനങ്ങൾ 111 മുതൽ 117 വരെ പുറങ്ങളിൽ വായിക്കാം. പ്രാരംഭം ഇങ്ങനെ:

"നമ്മുടെ തമ്പുരാട്ടി തേരു കഴിഞ്ഞ് മുമ്പു സ്ഥാനം- ആധാരമെനിക്ക് മീത്തൽ നിന്നോനാധാരം- ശ്രീ മഹാദേവന്റെ മൂന്നാം തൃക്കണ്ണിൽ തോറ്റിച്ചമഞ്ഞു. എന്തിനാലേ തോറ്റിച്ചമച്ചു ശ്രീ മഹാദേവൻ നല്ലച്ഛാ- നീയും പോയിട്ടിട ലോകത്തിൽ ഉലകീയേണം പൊന്മകളേ- എന്നു കണ്ടാലോ അരിപ്പവും കൊടുപ്പവും ഹോമവും ധൂമവും വരമരുളീ..."

(തേരു കിഴിയുക- തേരിൽ വന്നിറങ്ങുക, മീത്തൽ നിന്നോൻ കൈലാസ പർവ്വതത്തിൽ വസിക്കുന്ന ശ്രീപരമേശ്വരൻ, തോറ്റിച്ചമഞ്ഞു-രൂപമാക്കി, ശ്രീ മഹാദേവൻ നല്ലച്ഛൻ- പരമേശ്വരനാണ് അച്ഛൻ, ഇടലോകം- ഭൂമി)...

"ഉടയവരെ കാണണമെന്നു കൽപിച്ച് എന്റെ നായനാർ ദയരമംഗലത്തെ വടക്കൻ വാതിൽ മുമ്പായിട്ടു (വടക്കോട്ടു മുഖമാണു ദയരമംഗലത്തു ഭഗവതീക്ഷേത്രത്തിന് മംഗലാപുരത്തേക്കുള്ള (തുളുനാട്ടിലേക്ക്) നോക്കി നിൽക്കുന്നതാകാം.) എടുത്തു തന്ന തിരുവായുധവും വാരിത്തന്ന കനകപ്പൊടിയും ചിറ്റുവാൻ തന്ന മേപ്പുടവയും കൈക്കിടുവാൻ തന്ന വളയും ചാർത്തുവാൻ പൊൻപട്ടവും- അപ്പോൾ കണ്ടു എന്റെ വിത്തെടുത്ത് നാടും അഞ്ചും മൂന്നും എട്ടു ദേശത്തെ വാല്യവും വയക്കവും- വയക്കെടത്തു സ്വരൂപത്തിന്റെ കന്നിരാശിമ്മൽ പനക്കാച്ചേരീടെ (പനക്കാച്ചേരി- നമ്പിമാരിൽ ഒരു കുടുംബം) നീരും നിലവും കണ്ടു കാലും കഴുകി കരയേറി എന്റെ നായനാർ ദയരമംഗലത്തു ഭഗവതീടെ ഭണ്ഡാരച്ചെലവാലെ..."

(ഇപ്പോഴും പൂരംകുളിക്ക് കരിവെള്ളൂർ മുച്ചിലോട്ടു ഭഗവതി കൊട്ടുക്കരനമ്പിയുടെ വീട്ടിൽ എഴുന്നള്ളാറുണ്ട്) ഇത്രയും വരികളുദ്ധരിക്കുമ്പോൾ തന്നെ പ്രസ്തുത ഭാഷയുടെ സ്വരൂപം എന്താണെന്നും അന്നു നിലനിന്നിരുന്ന വാമൊഴിയുടെ സ്വഭാവം എങ്ങനെയാണെന്നും വ്യക്തമാകും. വയനാട്ടു കുലവൻ മുമ്പു സ്ഥാനവും ചിറക്കൽ ടി.യുടെ പുസ്തകത്തിൽ ചേർത്തിരിക്കുന്നു.

"വരിക, നിരുപിച്ച കാര്യവും വീര്യവും സാധിച്ച് പള്ളിയറയിൽക്കൂടി പൊനത്തെ കയ്യേറ്റ് ഗുണദോഷത്തെ ഉരിയാട്ടു പിരി

ഞ്ഞു ചൊൽവാൻ വരിക വരികാ വയനാട്ടു കുലവൻ ദൈവം വരിക വേണം. വയനാട്ടു കുലവൻ ദൈവേ, നാടെയും പന്തിരു കാതം- ഇവിടെയും പന്തിരുകാതം അകമല പന്തിരണ്ടുകാതം പുറമല പതിനെട്ടുകാതം ഇഞ്ചിത്തേരൻ പെരുമലയും മഞ്ഞ ത്തരൻ പെരുമലയും ചീത്തൻ മാമാലയും ചിതറൻ മാമലയും ചെറിയ മുള്ളോഴുക്കൻ പേരാലും വലിയ മുള്ളോഴുക്കൻ പേ രാലും കത്തിക്കൊത്തുവാൻ കളിവേടന്മാരും എളവേടന്മാരും കാ നൽവേടരും കരിവേടരും പത്താർപള്ളി കൊള്ളും ആതിപു രന്മാരും നാഥപുരന്മാരും"...

(പൊനത്തെ=പ്രാർത്ഥനയെ, പത്തരാർ=പത്തരഗ്രാമക്കാർ ആ യുധമേന്തിയ നമ്പൂതിരിമാരുടെ സംഘപ്പേർ. അവരിൽ നായക ന്മാരെ ആതി (ആദി) പുര ഒന്നും മറ്റുള്ളവരെ നാഥപുരരെന്നും വിളിക്കുന്നു.)

"ഇവിടുന്നു പള്ളിയറയിൽ കൂടി പൊനത്തെ കൈയേറ്റു ഗു ണദോഷത്തെ ഉരിയാട്ടു കൊൾവാൻ വരിക വയനാട്ടു കുലവൻ ദൈവം, കിഴക്കുദിച്ചു പടിഞ്ഞാറസ്തമിച്ച് കോലത്തുനാടുസ്വ രൂപവും നാലു കുറ്റിപ്പരദേവതയും കോലത്തുനാടുവാഴുന്നുടയ വരും തൊള്ളായിരത്തി നാൽപത്തി നാലില്ലം മുന്നൂറായിരത്ത യിമ്പതിനായിരം അകമ്പടിയും ആറും നാലും പത്തടത്തിൽ വാഴുന്ന വാണവരും നൂറുശ്ശേരി അറുപത്തിനാലു ഗ്രാമം പതി നേഴും മൂന്നും ഇരുപതില്ലം മൂന്നുമാത്തിൽ പെരിഞ്ചെല്ലൂർ ഗ്രാ മവും ഇരുനൂറ്റിമുപ്പത്തേഴില്ലം തന്ത്രിമാരെയും മുമ്പെന്നുള്ളോര വസ്ഥ വിശേഷിച്ചുരിയാടുന്നു പ്രായക്കാലത്തു കോലസ്വരൂപ ത്തിങ്കൽ ദൈവം വയനാട്ടു കുലവൻ...."

(പണ്ഡിതനായ ചിറക്കൽ ടി. ചില മാറ്റങ്ങൾ വരുത്തിയിട്ടു ണ്ടാകുമെന്നു തോന്നുന്നു) വയനാട്ടിന്റെ കിടപ്പും ഭൂപ്രകൃതി യും ദൈവശാസ്ത്രവുമൊക്കെ ഇവിടെ സമഞ്ജസമായി പ്രതി പാദിച്ചിരിക്കുന്നു. ഉദയപർവ്വതത്തിന്റേയും അസ്തമയ പർവ്വത ത്തിന്റെയും ഇടയാലുള്ള കോലസ്വരൂപത്തിന്റെ അവസ്ഥയുമാ കുന്നു ഇത്. വയനാട്ടുകുലവൻ തന്റെ നാട്ടിൽ നിന്നും വടക്കോട്ടു അള്ളടസ്വരൂപത്തിലും കുടികൊള്ളുന്നുണ്ട്. ആദി തീയനെന്നും തൊണ്ടച്ചനെന്നും വയനാട്ടുകുലവന്റെ നാമാന്തരങ്ങൾ. തന്റെ നിഗമനങ്ങളിലെത്തിച്ചേരുന്നതിന് ഡോ.ഗുണ്ടർട്ടിന് ഈ തോറ്റം പാട്ടു കളും ഉരിയാട്ടുഭാഷയും മറ്റും ഏറെ സഹായിച്ചിട്ടുണ്ടാ കണം.

പടുവളത്തിൽ പരദേവതമാരിൽ (വിഷ്ണുമൂർത്തി, രക്തചാ മുണ്ടി, അങ്കക്കുളങ്ങര ഭഗവതി) അങ്കക്കുളങ്ങര ഭഗവതിയുടെ മുമ്പു സ്ഥാനം ഇങ്ങനെ തുടങ്ങുന്നു.

"...വാന്റെ അങ്കക്കുളം ചോരക്കുളം ദേവർകുന്ന് തീക്കുഴിച്ചാൽ ഊടുംകല്ല് മുലപ്പാടുവട്ടം അടുത്ത വണ്ണം മണിയറവയൽ ദയര മംഗലം വടക്കൻ വാതിൽ.... എന്റെ നായനാര് ദയരമംഗലത്തു ഭഗവതി വടക്കോട്ടു തിരിഞ്ഞുള്ള വെള്ളി ശ്രീപീഠം (ഇതു പള്ളി പ്പീഠമാകാം. അങ്കക്കുളവും ചോരക്കുളവും അങ്കക്കുളവും ചോര ക്കളവും. ഒരു യുദ്ധം നടന്നതിന്റെ പശ്ചാത്തലമുള്ളതിനാൽ പടു വളം. പടക്കളം) കരകേറുന്ന കാലങ്ങളിൽ ഇടത്തും വലത്തും സോമേശ്വരിയും ചുഴലി ഭഗവതിയും എന്നതിലെൻ നടുവേ എന്റെ നായനാരു ദയരമംഗലത്തു ഭഗവതിയുടെ വില്ലും വേലയും പറ ഞ്ഞുപോരുവാൻ തക്കവണ്ണം മൂന്നു കഴകം നാലു കുറ്റിപ്പരദേവ തയും കോതോളിയും മുച്ചിലോടിയും കരക്കയിൽ ഭഗവതിയും നരമ്പിൽ ഭഗവതിയും ഒന്നുകൂട പറഞ്ഞു പോരുവാൻ മതിയാ കും പടുവളത്തിങ്കൽ പരദേവത അങ്കക്കുളങ്ങര ഭഗവതി...."

ഇപ്പോഴും ഇതിൽ പരാമർശിക്കപ്പെട്ട സ്ഥലങ്ങൾ അതേപേ രിൽ അറിയപ്പെടുന്നു. പിലിക്കോടു പഞ്ചായത്തിലെ കൊച്ചു കൊച്ചു കേന്ദ്രങ്ങൾ.

'പീഠം വഴക്കം' എന്നൊരു ഉരിയാട്ടു ഭാഷയുണ്ട്. 'വഴക്കം' തെയ്യത്തിലെ ഏറ്റവും പ്രധാനപ്പെട്ട ഒരു ശബ്ദമാണ്. വണക്കമെ ന്നും പൂർവ്വാചാരമെന്നും ഇതിനർത്ഥം. ഇതു തന്നെയാണ് കീ ഴ്വഴക്കം. നടേ (മുമ്പേ) ചെയ്തതിന്റെ പ്രകാരം എല്ലാം ചെ യ്യുക. (നാട്ടാചാരവും കീഴ്വഴക്കവും കാലവിപര്യയത്തിൽ പാ ലിക്കപ്പെടാൻ സാധിക്കാതെ പോയേക്കാം) എല്ലാ തെയ്യങ്ങൾ ക്കും പീഠമില്ല. അഥവാ, പീഠം കൽപിച്ചു നൽകപ്പെട്ടതാണ്. ഉദാ:- കതിവനൂർവീരന്റെ പീഠം വഴക്കത്തിലെ പരാമർശം ഇങ്ങനെ:

"എന്റെ തമ്പുരാട്ടി ചുഴലി ഭഗവതിയമ്മ ഒരു മരപ്പീഠവും കാക്ക വിളക്കിലെ ദീപവും എനിക്കു സമ്മതിച്ചിട്ടുണ്ട്."

കാക്കവിളക്കിലെ ദീപത്തിന് ആസ്തിക്യത്തിനുമപ്പുറത്തനു ഭവപ്പെടുന്ന ഒരു വശ്യതയുണ്ട്. നിരന്തരമായ ഉപയോഗത്താൽ കറുത്തിരുണ്ട കുത്തുവിളക്ക് തെയ്യത്തിനു അനിവാര്യമായ ഒരു ഉപകരണമാണ്. താരതമ്യേന ആധുനിക ഭാഷാശൈലിയിലു ള്ള ഈ വാക്യം കതിവനൂർ വീരൻ വളരെ പഴയ ഒരു തെയ്യമ ല്ലെന്നു സൂചിപ്പിക്കുന്നു.

"മുമ്പിനാൽ തമ്പുരാൻ വെൺതൃക്കോവിലപ്പൻ (തളിപ്പറമ്പ ത്തു പെരുംതൃക്കോവിലപ്പൻ) തായ്പരദേവതാ, കളരിയാൽ ഭഗ വതി, ചുഴലി ഭഗവതി, പാടിക്കുറ്റി വയത്തൂർ കാലിയാറ്, കീഴൂര് ശാസ്താവ്, കീഴൂർ വൈരജാതൻ, മടിയൻ ക്ഷേത്രപാലകൻ, യക്ഷൻ, യക്ഷി, ഊർപ്പഴച്ചി, വേട്ടക്കൊരുമകൻ, ഇളം കരുമകൻ, പൂന്തിരുവാടി, ബപ്പൂരിക്കൻ, കരിമുരിക്കൻ, തെക്കൻ കരിയാത്തൻ,

വയനാട്ടുകുലവൻ, തോട്ടിങ്കൽ ഭഗവതി, പുതിയ ഭഗവതി, വീരർ കാളി, ഭദ്രകാളി, രക്തേശ്വരി, രക്തചാമുണ്ഡി, ഉച്ചിട്ട, കരിവാള്, കുട്ടിശാസ്തൻ, കണ്ഠാകർണ്ണൻ വീരൻ (അപൂർണ്ണം) ഇങ്ങനെ കോലസ്വരൂപത്തിലും അള്ളടസ്വരൂപത്തിലുമുള്ള ദേവീദേവന്മാർ. രണ്ടു സ്വരൂപത്തിലും മുമ്പുസ്ഥാനങ്ങളിൽ അൽപസ്വൽപം വ്യത്യാസമുണ്ടാകാം. ഇപ്പുറം നീട്ടിപ്പറയുന്നതു അപ്പുറം ചുരുക്കിയും ഉരിയാടാറുണ്ട്. അതിനുള്ള കാരണവും വ്യക്തം.

പല തെയ്യങ്ങളും തുളുനാട്ടിൽ നിന്ന് ഇങ്ങോട്ടു പോന്നതാണെന്ന് സൂചിപ്പിച്ചു. ഒരു തുളുനാടൻ തെയ്യത്തിന്റെ ഉരിയാട്ടും ഭാഷ ഇങ്ങനെ:

"സത്യോദ ദൈവയാന്, സത്യോദ ഐന്താള് നികുള്; സത്യോദ മണ്ണു ഉംദു; ഈ - ഈറ് ഡ് സത്യോ അത്തന്തെ അസത്യോ കോഡിയെത്തറെ ബുഡായൊ! സത്യോനു നമ്പൂലേ?"

ഞാൻ സത്യമായ ദൈവം. നിങ്ങളോ, സത്യപാലകരായ ആളുകൾ, ഇതോ സത്യദേശം. ഈ മണ്ണിലോ സത്യമല്ലാതെ അസത്യം തലപൊക്കില്ല. തലപൊക്കാൻ ഞാൻ അനുവദിക്കില്ല. സത്യത്തെ വിശ്വസിച്ചോളൂ. (തുളുനാടും ഭാഷയും നാട്ടറിവും, സി. രാഘവൻ, കേരള ഭാഷാ ഇൻസ്റ്റിറ്റ്യൂട്ട്. പേജ് 227, മാർച്ച് 2003)

അക്രമവും ജാതീയതയും വിഭാഗീയതയും ഭീകരവാദവും കൊടികുത്തിവാഴുന്ന ഈ കാലഘട്ടത്തിലേക്കു വേണ്ടി പണ്ടേന്നോ ഉരിയാടിയ, പരസ്പരവിശ്വാസത്തിന്റേയും നിഷ്കളങ്കതയുടേയും നിറകുടങ്ങളായ വാക്കുകൾ.

അഭിസംബോധനാഘട്ടമാണടുത്തത്. ക്ഷേമാന്വേഷണം നടത്തി മഞ്ഞൾപ്പൊടി നൽകുക. നേരെ ചൊവ്വെ പേരുചൊല്ലി വിളിക്കാൻ തെയ്യത്തിനനുവാദമില്ല. മേലാള കീഴാള ക്ഷേത്രങ്ങളിൽ ഒരേ തരത്തിലുള്ള വിളി യുമല്ല. അവർണ്ണ ക്ഷേത്രങ്ങളിൽ ആദ്യം വിളിക്കേണ്ടത് കോയ്മയെ, തന്ത്രിയുണ്ടെങ്കിൽ അദ്ദേഹത്തേയും. ഇവിടങ്ങളിൽ നിത്യകർമ്മത്തിനു തന്ത്രിയുണ്ടാവില്ല. തുടർന്ന് അന്തിത്തിരിയാ! വെളിച്ചപ്പാടാ! നാൽപാടി! എന്നിങ്ങനെ. മറ്റാചാരക്കാരും ഉണ്ടാകാം. മേൽക്കോയ്മയില്ലാത്തിടങ്ങളിൽ സവർണ്ണ ക്ഷേത്രങ്ങളിൽ അതാത് അകമ്പടിമാരെ പയ്യാടക്കത്ത് അകമ്പടീ! കൊടക്കൽ അകമ്പടീ! അകമ്പടിമാരേ എന്നു യാഥാസ്ഥാനം. കൊടക്കൽ അകമ്പടി 'തലപ്പണ്ണി നായരും' ആകും. സ്വരൂപവ്യത്യാസമനുസരിച്ച്. പഴക്കപ്പെട്ട പ്താളേ (പൊതുവാളേ) എന്നും അകത്തൂട്ടെതന്ത്രയ്! എന്നുമാണ് പയ്യാവൂരു തട്ടിനു മീത്തൽ ശേഷിപെട്ട ദൈവീരുവരും (പൂളോനും പുതുച്ചോനും) വിളിക്കുക. കരിവെള്ളൂർ നിടുവപ്പുറത്തെ മഞ്ഞമ്മാടയും, ഞാട്ടടുത്ത കുറുന്തിൽ തറവാട്ടിലുമേ ഈ രണ്ടു തെയ്യവു

മുള്ളൂ. പൂള്ളോൻ തെയ്യം രാത്രിയുടെ മദ്ധ്യയാമത്തി ലാണ് പുറപ്പെടുക. “പന്നിച്ചൂട്ടു‘ കത്തിച്ചു പിടിക്കണം. വൈദ്യുത വിളക്കുകളുടെ ചതുരശ്ര ശോഭമായ പ്രകാശത്തിലും പഴമയെ ഓർമ്മിച്ചുകൊണ്ടാകാം. ഇപ്പോഴും ചില പ്രധാന ക്ഷേത്രങ്ങളിൽ വെളിച്ചെണ്ണ വിളക്കുകളും ചൂട്ടുകളും മാത്രം ഉപയോഗിച്ചുവരുന്നു എന്നും സൂചിപ്പിക്കാം. തിരുനെല്ലി നായർ, മടിയൻ നായർ, പള്ളിയത്തു നായർ, മൂലച്ചേരി നായർ, തലപ്പണ്ണി നായർ, മഞ്ഞമ്മാട പൊതുവാൾ ഇവരൊക്കെ കച്ചും ചുരികയും ധരിച്ച അച്ഛന്മാരാണ്. പയ്യാടക്കത്തു നായർക്കും മുമ്പു കച്ചും ചുരികയും ഉണ്ടായിരുന്നു. ഇദ്ദേഹത്തെ കുരിക്കളച്ഛൻ എന്നും വിളിച്ചിരുന്നു. ഉദിനൂർ കോവിലകവുമായി ബന്ധപ്പെട്ട് “കുരിക്കൾ വീട്ടുകാർ’ ഇപ്പോഴുമുണ്ട്. മാടമ്പിലകമ്പടിമാരേ! എന്നു പൊതുവായും പള്ളിയത്തു നമ്പ്യാരുടേയും മടിയൻ കുറുപ്പിന്റെയും അനന്ത്രോ ന്മാരെ! എന്നു പ്രത്യേകിച്ചും ഉദിനൂർ ക്ഷേത്രപാലക ക്ഷേത്രത്തിലെ തെയ്യം സംബോധന ചെയ്യും. മൂന്നു നൂറായിരത്തി അമ്പത്തിനായിരം അകമ്പടിമാരുണ്ടായിരുന്നുവെന്ന് വാചാലുകളിൽ പറയുന്നു. (കോലത്തിരിയുടെ കീഴിൽ മൂന്നുലക്ഷത്തി അമ്പതിനായിരം നായർ പടയാളികളുണ്ടായിരുന്നുവെന്നു ചിറക്കൽ ടി.)

മുമ്പൊരു തെയ്യം കണ്ടുകൊണ്ട് പടിപ്പുരയിൽ വെറ്റില മുറുക്കിക്കൊണ്ടിരുന്ന ഈ ലേഖകന്റെ അച്ഛൻ, കുറികൊടുക്കുന്നതിനിടയിൽ തെയ്യം അച്ഛനോട്, “മുമ്പിട്ട് കൈയെടുക്കെന്റെ അകമ്പടീ!” അച്ഛന്റെ മറുപടി; “ഇതെന്തു മൊഴിയാണു തമ്പുരാട്ടീ കൈയെടുത്താൽ എനിക്കങ്ങോട്ടു പോരുവാൻ പറ്റുമോ? കാലു തന്നെ എടുക്കേണ്ടേ?”. തന്റെ സുഹൃത്തു കൂടിയായ അച്ഛന്റെ മറുപടി കേട്ട് തെയ്യക്കാരൻ ഉള്ളാലെ ചിരിച്ചിട്ടുണ്ടാകണം. അല്ല പരിഭവിക്കുകയോ? ഏതായാലും നർമ്മം നന്നായി. “പയ്യാടക്കത്തകമ്പടിയും കുടുംബവും നശിച്ചുപോകട്ടെഃ’ എന്നു മകൾ ശപിക്കും. അങ്ങനെ പറയല്ലെന്റെ പൊന്മകളേ, അവർ തെഴുത്തു വരട്ടെ എന്നു അമ്മ തിരുത്തും. ഈ മകൾ തന്നെ മുച്ചിലോട്ടു കാവുകളിലെ പുല്ലൂരുകാളി ഭഗവതി.

അകമ്പടിമാർക്കും സ്ഥാനീകന്മാർക്കും കൊടിയിലയിൽ നറുക്കിലയോടൊപ്പമാണ് മഞ്ഞപ്പൊടി (കുറി) നൽകുക. സാധാരണക്കാരുടെ ഊഴമാകുമ്പോളേക്കു നറുക്കില കുറയും. കൊടിയിലയുണ്ടാവില്ല. പെരുങ്കളിയാട്ട വേളകളിലാകുമ്പോൾ കുറിതൊടാൻ “നാണിഭം‘ കൊടുക്കുന്ന ജനത്തിനും, കുറി നൽകാൻ തെയ്യത്തിനും പ്രയാസമാകും. അപ്പോൾ വാചാലുകളേ ഉണ്ടാവില്ല. അത്തരം ഘട്ടങ്ങളിൽ ഒരു സമഷ്ടി വചനമുണ്ട്. “എന്നോടെന്നോടു വിശേഷിച്ചില്ല, എന്റെ പേരു ചൊല്ലിയില്ല എന്ന പരാധീ

നം കൂടാതീറ്റു തക്കവണ്ണം". തുടക്കത്തിലും തിരക്കില്ലാത്തപ്പോഴുമാകുമ്പോൾ പുരാണേതിഹാസങ്ങളിലെ കഥാഭാഗങ്ങളുമായി ബന്ധപ്പെട്ട വാചാലുകളുണ്ടാകും. പാഞ്ചാലിയുടെ വസ്ത്രാക്ഷേപഘട്ടത്തിൽ സഹായിച്ചത്, അക്ഷയ പാത്രം ദാനം ചെയ്തത്, വാമനാവതാരം കഥ ഇവയൊക്കെ കൂട്ടത്തിൽ പെടും. ഗുണം വരണം ഗുണം വരണം ഗുണം വരണേ എന്നു മൂന്നുവട്ടം മൊഴിയും, ഭഗവതിമാരാകുമ്പോൾ, പതിഞ്ഞ സ്വരത്തിൽ, "നന്നായിരിക്കട്ട് ഗുണം വരണം ഗുണം വരണം ഗുണം വരുത്തി രക്ഷിച്ചോള്ന്ന്ണ്ട്" തുടങ്ങിയതാവും വാക്കുകൾ, സ്ത്രീകളെ പൊതുവെ പൈതങ്ങളേ! എന്നും ഗൃഹനായികമാരെ തറവാട്ടിൽ പൈതങ്ങളേ എന്നും വിളിക്കും. നാണിഭത്തിനു പുറമെ, കോടി വസ്ത്രങ്ങളും അവർ സമ്മാനിക്കും."എന്റെ പ്താളേ കച്ചും ഞെറിയും കണ്ടു കൊതിച്ചു ഞങ്ങളിരുവരും, മഞ്ഞമ്മാട കല്ലുവളപ്പില കമ്പാടാധാരമായി കൈയെടുത്തു. എന്റെ പാടിക്കുറ്റി എനിക്കാധാരം:" എന്നും മറ്റുമാവും പൂളോന്റേയും പുതുച്ചോന്റേയും വാക്കുകൾ. പാടിക്കുറ്റിയമ്മ പാർവ്വതി അന്തർജ്ജനം മുത്തപ്പന്റെ വളർത്തമ്മയും ആയിരുന്നു. മഞ്ഞപ്പൊടി പതിവില്ലാത്ത തെയ്യമാണ് മുത്തപ്പൻ. പകരം വെറ്റിലടക്കയും തിരുമുടിയിൽ നിന്ന് തുമ്പയിലയിറുത്തതും തരും. മലർത്താനല്ലാതെ, കമിഴ്ത്താൻ ശീലമില്ലാത്ത ചാമുണ്ടിയും ഉണ്ട്. ദക്ഷിണവാങ്ങുകയല്ലാതെ, കുറിനൽകുകയില്ലെന്നർത്ഥം. പൊട്ടൻ, തീയനെ തണ്ടൻ, തീയത്തിയെ തണ്ടത്തി, നായരെ ചൊവ്വർ എന്നും മറ്റും അഭിസംബോധന ചെയ്തു. "കൊമ്പരണം" (ഗുണം വരണക്കിന്റെ തത്ഭവം). എന്നു പറയുകയാണ് പതിവ്. തന്റെ കൂടെയുള്ള വാദ്യക്കാരനെ മന്ത്രവാദിയെന്നു വിളിച്ചു പരിഹസിക്കും. ശ്രദ്ധിക്കുക, ശ്രമിക്കുക എന്നീ അർത്ഥങ്ങളിൽ 'ആത്മം കൊടുക്കുക' (ആത്മം -ആത്മാവുതന്നെയാകണം) എല്ലാ തെയ്യങ്ങളും ഉപയോഗിക്കുന്ന ഒരു ശൈലിയാണ്. ഒമ്പതില്ലം, പത്തില്ലം, നേർ ചങ്ങാതി, കൂടില്ലാറ് (കൂടെയുള്ള ആൾ) മനുഷ്യങ്ങള്, ഊരാളൻ, കലയക്കാരൻ (കലശം വഹിക്കുന്നയാൾ), കൂട്ടായിക്കാരൻ, പ്രവൃത്തിക്കാരൻ (സമുദായി) എന്നിങ്ങനെ എത്രയോ സംബോധനാപദങ്ങൾ, "കണ്ടുകൊള്ളണം എന്റെ ഭഗവതിയമ്മയെ എന്നു കരുതിയല്ലോ. സന്തോഷമായി; ഞാൻ വാരിത്തന്നിരിക്കുന്ന ധനം, തറവാട്ടിനകത്തു സൂക്ഷിക്കയേ വേണ്ടൂ. അതിനാലുള്ള ഭാഗ്യത്തെ ഞാൻ പൊഴിക്കുന്നുണ്ട്".വിശ്വാസം വരുത്തുന്ന അരുളപ്പാടുകൾ. "പെറ്റ മാതാവിനെ കഴിച്ചാൽ പോറ്റി കൊണ്ടച്ചി ഞാനല്ലോ ആകുന്നതു." മാതൃവാത്സല്യത്തിന്റെ മഹിതോദാരമായ സ്പർശങ്ങൾ. ബഹുഭൂരിപക്ഷം തെയ്യങ്ങളും. ഗുണം വരുത്തുമ്പോൾ, വേട്ടക്കൊരുമകൻ, ഊർ

പ്പഴശ്ശി, പൂളോൻ, പുതി ച്ചോൻ എന്നിവർ ഹിതത്തെ ചെയ്യുന്നു. "ഹിതം ചെയ്തേക്കുവൻ" എന്നു മൂന്നുവട്ടം.

പൊട്ടൻ, കുളിയൻ, പനിയൻ, ചങ്ങൻ, പൊങ്ങൻ തുടങ്ങിയവർ തെയ്യങ്ങൾക്കിടയിൽ ഹാസ്യകഥാപാത്രങ്ങളാണ്. ലോകനാഥൻ വിഷ്ണുമൂർത്തിക്ക് (സ്വയം അങ്ങനെ വിശേഷിപ്പിക്കും) രണ്ടുതരം തെയ്യം. എരിയുന്ന കനൽക്കൂമ്പാരത്തിൽ പലവട്ടം പതിക്കുന്ന ഒറ്റക്കോലം. അധികവും കമിഴ്ന്ന്. നായനാർ (കോയ്മ) കൽപിക്കുന്നത്രയും വേണം. പലമറികൾക്കു ശേഷവും മൂപ്പർക്കു തൃപ്തി വന്നില്ല. 'ഇനിയുമാകാം', തിരുവായ്ക്കെതിർ വായില്ല. കേട്ടപാടേ സമർത്ഥനായ തെയ്യക്കാരൻ, "വേങ്ങയിൽ നായർക്കു വേണ്ടി വിഷ്ണുമൂർത്തിയുടെ ആയുസ്സു പറിച്ചു പോട്ടെ" എന്നുരിയാടി പരിപാടി തുടർന്നു. പരീക്ഷണഘട്ടങ്ങളിൽ ഈ ചൊല്ല് ഇന്നും പൊതുജനം പ്രയോഗിക്കുന്നു. പരദേവത എന്നു പരക്കെ അറിയപ്പെടുന്ന വിഷ്ണുമൂർത്തിത്തെയ്യമാണ് രണ്ടാമത്തേത്.

'മുമ്പുസ്ഥാന'വും തോറ്റം പാട്ടുകളും തമ്മിൽ പറയത്തക്ക വ്യത്യാസമില്ല. പദ്യവും ഗദ്യവുമെന്ന വേർതിരിവു വളരെ സൂക്ഷ്മത്തിൽ മാത്രം. അല്ലെങ്കിലും പഴമക്കാർക്ക് ഗദ്യപാരായണത്തിലും പദ്യത്തിന്റെ സ്വാധീനം പ്രകടം. ചിലരിൽ പത്രവായനയിലും പദ്യവത്ക്കരണകുതൂഹലം ദൃശ്യം. തോറ്റം പാട്ടുകളും മുമ്പു സ്ഥാനങ്ങളും സമഗ്രമായി പഠിക്കുമ്പോൾ, അതാതു ഭൂപ്രദേശത്തിന്റേയും ജാതീയവും ആചാരപരവും ജീവിതപരവുമായ പ്രത്യേകതകൾ നിരീക്ഷിക്കാവുന്നതാണ്. സർവ്വസാഹോദര്യത്തിന്റേയും സർവ്വമതൈക്യത്തിന്റേയും കഥകൾ തെയ്യങ്ങൾക്ക് പറയാനുണ്ട്. "എന്റെ മാടായി നഗരേ!" എന്ന തെയ്യത്തിന്റെ വിളികേൾക്കുന്നയാൾ താനൊരു മുസ്ലിമാണ്, മറ്റൊരു വിശ്വാസ പ്രമാണം പാലിക്കേണ്ടവനാണ് എന്നൊരിക്കലും ചിന്തിക്കാറില്ല. മാപ്പിളത്തെയ്യത്തെ കെട്ടിയാടിക്കുന്നുണ്ട് ചിലേടങ്ങളിൽ. കരിവെള്ളൂർ മുച്ചിലോട്ടെ പെരുങ്കളിയാട്ടത്തിന് ആവശ്യമായുത്രയും ഉപ്പ നൽകുന്നത് പരിസരത്തിലെ ഒരു മുസ്ലീം കുടുംബക്കാരാണ്. ഒരിക്കലും മതവൈരം ആരാധനാക്രമത്തേയോ, അനുഷ്ഠാനവിധാനങ്ങളേയോ സ്വാധീനിച്ചിട്ടോ, തെറ്റിച്ചിട്ടോ ഇല്ല. അമ്പലവും പള്ളിയും അന്യോന്യം എതിരായി ഇടപെടാറില്ല. ഈ വിശാലതരമായ ഐക്യം എന്നും ഊട്ടിയുറപ്പിക്കപ്പെടുമെങ്കിൽ, ഭാരതത്തിൽ ശാന്തിയും സമാധാനവും പുലരും. മറിച്ചായാൽ അശാന്തിയും സംഘട്ടനവും ഇനിയും പെരുകും. ഭാരതം ഭ്രാന്താലയമാകും. ശുദ്ധസാത്വികസംസ്ക്കാരങ്ങളുടെ പുണ്യഭൂമി ചുടലപ്പറമ്പാകും. അമ്മ, അച്ഛൻ, ഗുരുനാഥൻ, ദൈവം ഇതാണ് തെയ്യ

ത്തിന്റെ ഭാഷ. തലമറിച്ചല്ല എന്നു നാമോരോരുത്തരും ശ്രദ്ധിക്കുന്നതു നന്ന്. എല്ലാവർക്കും ഒന്നിച്ചു പാടാം.

ശ്രീപാലികാ ഭഗവതിയേ പൊലികാ
ദീപം പൊലികാ ഭഗവതിയേ പൊലികാ
വെച്ചെരിയുന്ന നന്മാർ വിളക്കും പൊലികാ
ഇട്ടാരാധിച്ച പൂവോടു പുഷ്പം പൊലികാ
നാടുപൊലികാ ഭഗവതിയേ സ്വരൂപം പൊലികാ
നാടോടി വാഴും ജന്മഭൂമിയും പൊലികാ

(മാക്കപ്പോതിത്തോറ്റം)

അഭിമാന്യ പ്രഭു, ഐശ്വര്യപ്രഭു വെൽക!.....
പോയിനാരിക്കീലും വരിക!

(ഇതിലെ ഏതാനും വരികളും വസ്തുതകളും മാണിയാട്ടെ തെയ്യം കലാകാരൻ വി കണ്ണൻ പറഞ്ഞുതന്നു.)

(കൈവിളക്ക്: തായിനേരി ശ്രീ മുച്ചിലോട്ട് ഭഗവതീക്ഷേത്രം പെരുങ്കളിയാട്ട മഹോത്സവ സ്മരണിക- 2004)

www.ingramcontent.com/pod-product-compliance
Lightning Source LLC
LaVergne TN
LVHW040754051026
849519LV00007BA/2541